" 'दि ट्रान्सलेटर' हे या वर्षातीलच नव्हे, तर कोणत्याही वर्षातील महान असे छोटे पुस्तक असावे. पत्रकार आणि या विषयावरील अनेक पंडितांनी लिहिलेल्या पुस्तकांपेक्षा अतिशय साध्या आणि ओघवत्या भाषेत लिहिलेले जेमतेम दोनशे पानांचे हे पुस्तक डारफरमधील वंशविच्छेदाचा ऊहापोह अधिक जवळून आणि प्रभावीपणे करते. ....संयमित, मोकळेपणाने लिहिलेले, सौम्य.... आणि नर्म विनोदाची झालर असलेले...."

– दि वॉशिंग्टन पोस्ट, बुक वर्ल्ड

" 'दि ट्रान्सलेटर' जितका लिखाणातील शुद्धपणा जपते, तितकेच ते भेदरवूनही सोडते... थोडे धाडसाने सांगायचे झाले, तर हे – आणि यासारखी धर्मातील पुस्तके (वाचणे) म्हणजे एक प्रकारचा सत्संगच आहे."

– जॉन लिओनार्ड, हार्पर मॅगेझिन

" हॅरीची भाषा बहुतांशी सौम्य आणि मधुर आहे.... तो इतक्या भयानक दुःखातून जात असून सुद्धा.... आपली जगण्याची तीव्र इच्छा आणि स्वतःला सुधारणे तो कायम ठेवतो."

– न्यूजवीक

" हे पुस्तक तुम्हाला इश्मेल बेहच्या 'ए लाँग वे गॉन' या पुस्तकाची आठवण करून देईल."

– यु.एस.ए. टुडे

"दाऊद साधे आणि सुंदर लिहितो.... एक दृष्टी देतो.... ज्या परिस्थितीत तो भावनिक रित्या गुंतला आहे, ती विशद करण्यासाठी लागणाऱ्या सामर्थ्याची तो प्रचिती देतो."

– बुकलिस्ट

"आपल्या नायकाने (आणि आपले अनुभव कथन करणाऱ्या इतरांनीही) अतिशय प्रांजळपणे आपल्या साहसांचे वर्णन केले आहे. हॅरीचा आशावादी दृष्टिकोन आणि त्याची मानवतेवरील श्रद्धा या पुस्तकातून प्रतीत झाली नसती, तर हे पुस्तक खूप उदास झाले असते... अनेक वेळा सशस्त्र लोक या श्रद्धेला तडा देऊ पाहात असताना सुद्धा...."

– एंटरटेनमेंट वीकली

"अनेक वेळा एखाद्या सुंदर गोष्टीचा जन्म (एखाद्या) अतिशय भयावह परिस्थितीतून होतो. जीवनाच्या अमूल्यतेची झलक दाखविणारे असेच हे पुस्तक आहे...."

– जी. ओ. मॅगेझिन

"प्रत्येक अमेरिकन वाचकाने वाचावेच; वाचलेच पाहिजे असे हे पुस्तक आहे. भावनांनी ओत प्रोत भरलेले हे पुस्तक हॅरीने अतिशय धाडसीपणाने आणि आपल्या लोकांना वाचविण्याच्या तीव्र इच्छेने लिहिले आहे"....

– डेझर्ट मॉर्निंग न्यूज

दयाळूपणाची ताकद आणि विस्मयकारक नैतिक शुद्धता घेऊन येणारे हे पुस्तक.... एका धाडसी स्थानिक सुदानी माणसाने केलेले डारफरमधील वंशविच्छेदाचे क्लेशकारक पण आशादायी वर्णन – बेडर पत्रकारांना बरोबर घेऊन त्याने केलेल्या प्रयत्नांमुळेच सुदान मधील दुष्कृत्ये जगासमोर आणणे शक्य झाले आहे....''

– करकस रिव्ह्यू

''काळजाचा ठोका चुकविणारे पुस्तक... शेवटची सुटका तर अगदी जेम्स बाँड सारखी.... या सर्व परिस्थितीत हॅरी विलक्षण सभ्यता दाखवितो. ज्यांच्याकडे हॅरीबरोबर जाण्याचे धारिष्ट्य आहे, त्यांचे आयुष्यच हे पुस्तक बदलेल....''

– पब्लिशर्स वीकली

''शुद्ध, निर्भिड आणि हेलावून सोडणारे... 'ॲन फ्रँक – दि डायरी ऑफ अ यंग गर्ल' सारख्या पुस्तकात हीच वैशिष्ट्ये दिसतात... अतिशय प्रेरणादायी... हॅरी आपल्याला अगदी नरकापर्यंत नेऊन परत आणतो. पण हे करत असताना जीवनाच्या आशादायी बाजूकडे पाहण्याची आपली क्षमता तो कधीच सोडत नाही.''

– दि न्यूयॉर्क पोस्ट

''मर्मभेदी.... (डारफर मधील परिस्थितीची) आवश्यक ओळख करून देणारे... जे लोक या विषयावरील लंबलचक आणि बोजड पुस्तकांपासून दोन हात दूर राहू इच्छितात, अशा लोकांसाठी उत्कृष्ट निवड. लेखकाने पाश्चिमात्य वाचकांच्या दृष्टीने

एकीकडे डारफर समस्येची कारणे आणि त्यासाठी दिली जाणारी मानवी किंमत आणि दुसरीकडे आपल्या कथनाचा 'वैयक्तिक' स्तर यातील समतोल सहज साधला आहे. तो मोठ्या विश्वासाने मित्र म्हणून आपल्याला ही गोष्ट सांगतो.... ती आपण इतरांनाही सांगावी म्हणून''....

– दि संडे ऑरेगॉनियन

हॅरीच्या हेलावून टाकणाऱ्या या पुस्तकाचा उद्देश सुदानच्या पश्चिम प्रांतात सुरू असलेल्या संघर्षाचे राजकीय विश्लेषण करणे मुळीच नाही. हे त्याचे वैयक्तिक अनुभव आहेत. सुदान मधील मेंढपाळ समाजातील एका कुटुंबातील सर्वांत लहान असलेल्या मुलाची आश्चर्यकारकपणे खिळवून ठेवणारी ही कहाणी आहे. हॅरी डारफरमधील लोकांचे सहृदय मानवतेने आणि मधुर शब्दांत समर्थन करतो. सुदान सरकारच्या बॉंब आणि बंदुकीच्या भाषेपेक्षा; त्याची भाषा कितीतरी पटीने अधिक आश्वासक आहे.''

– बुक पेज

'द ट्रान्सलेटर' या मूळ इंग्रजी पुस्तकाचा मराठी अनुवाद

दुभाष्या

बंडखोरांच्या हल्ल्यानं त्रस्त झालेल्या गावात दाऊद शिकू लागला. त्याला इंग्रजीची गोडी लागली आणि अनेक गोष्टी स्पष्ट होऊ लागल्या.

मूळ लेखक
दाऊद हॅरी

अनुवाद
अजित व्यं. कुलकर्णी

मेहता पब्लिशिंग हाऊस

THE TRANSLATOR by DAOUD HARI
Copyright © 2008 by Daoud Hari
with Megan McKenna and Dennis Burke
This Translation Published by Arrangement with Random House,
an imprint of the Random House Publishing Group,
a division of Random House, Inc
दुभाष्या / अनुवादित अनुभवकथन

अनुवाद : अजित व्यं. कुलकर्णी
१०४, सिद्धी विनायक हाइट्स, लोहिया पथ,
साईक्स एक्स्टेंशन, राजारामपुरी, कोल्हापूर - ४१६००१.
Email: ajitveekulkarni@gmail.com

मराठी अनुवादाचे व प्रकाशनाचे हक्क : मेहता पब्लिशिंग हाऊस, पुणे

प्रकाशक : सुनील अनिल मेहता, मेहता पब्लिशिंग हाऊस,
१९४१, सदाशिव पेठ, माडीवाले कॉलनी, पुणे – ४११०३०.

मुद्रक : मुद्रा, ३८३ नारायण पेठ, पुणे – ४११०३०.

मुखपृष्ठ : चंद्रमोहन कुलकर्णी

प्रथमावृत्ती : फेब्रुवारी, २०१२

किंमत : ₹ १७५/-

ISBN 978-81-8498-344-9

प्रस्तावना

'परमेश्वराला तुमचा पाय मोडायचा असेल, तर तो तुम्हाला निदान लंगडत चालायला शिकवतो,' असे आफ्रिकेत म्हणले जाते. माझे हे पुस्तक म्हणजेही असेच काहीसे लंगडत-अडखळत चालणे आहे. सगळ्याच गोष्टी कथन करण्यासारख्या असतात असे नाही; पण अशीच एक गोष्ट सांगण्याचा माझा हा नम्र आणि प्रामाणिक प्रयत्न आहे. हृदयाची अक्षरश: शकले करणाऱ्या अनेक गोष्टी मी डारफरमध्ये ऐकल्या आणि पाहिल्या आहेत. मला या गोष्टी तुमच्यासमोर आणायच्या आहेत; कारण इतरांनी एक चांगले आयुष्य जगावे, अशी बहुतेकांची इच्छा असते, हे मला माहीत आहे. अशा लोकांना जेव्हा या परिस्थितीचे आकलन होईल, तेव्हा ते जगाला पुन्हा एकदा माणुसकीच्या मार्गावर आणतील, अशी माझी धारणा आहे. मानव-जातीचा हा पैलू खूप भातणारा आहे, असे मला वाटते.

जगाच्या नकाशावर इजिप्त कुठे आहे हे माहीत असेल, तर तेथून खाली जा; तुम्हाला सुदान लगेच सापडेल. सुदानच्या पश्चिमेकडील भागाला 'डारफर' असे म्हणतात. याचा आकार साधारणत: फ्रान्सएवढा किंवा अमेरिकेतील टेक्सास राज्याएवढा असेल. काही मोजका डोंगराळ भाग सोडला, तर डारफर हा जवळजवळ वृक्षविरहित, खुरटी काटेरी झुडुपे असलेला आणि वालुकामय नाल्यांनी युक्त असा विशाल, सपाट प्रदेश आहे.

आमच्या गावावर हल्ला होईपर्यंत मी माझ्या कुटुंबासमवेत डारफरमध्येच राहत होतो. आम्हाला 'झॅघावा' म्हणतात. आम्ही परंपरेने आदिवासी जमातीचे, कायमस्वरूपी खेड्यात राहणारे धनगर लोक आहोत. गवताने बनविलेल्या आमच्या झोपड्या मोठ्या प्रशस्त असतात. टोकेरी छते असलेल्या या झोपड्यांचा पावसाळ्यात फार छान गंध येतो. तुमच्यासारखे माझे बालपणही अगदी आनंदी आणि साहसपूर्ण

होते. जेव्हा तुमच्याकडे कदाचित पहिल्यांदा एक सायकल आणि नंतर कार आली असेल, तेव्हा माझ्याकडे माझा केल्गी नावाचा उंट होता. तो मला अतिशय प्रिय होता. त्याला मी खूप वेगाने हाकायचो. हिवाळ्यात काही वेळा रात्री तो आमच्या झोपडीत घुसायचा. पण त्याचे कुणालाच काही वाटायचे नाही.

अरबांपासून आम्ही झॅघावा वेगळे आहोत. पण अरबांच्या बऱ्याच भटक्या टोळ्या आमच्या आसपास राहायच्या. आमची त्यांच्याशी दोस्ती होती आणि ते माझ्या बालपणाचा एक भाग होते. प्रसंगी माझे वडील मला त्यांच्या तंबूत मेजवानीसाठी घेऊन जात आणि ते लोकसुद्धा आमच्याकडे येऊन जेवत असत.

'डार' म्हणजे जमीन किंवा प्रदेश. बहुश: शेती हा प्रमुख व्यवसाय असलेले 'फर' जमातीचे लोक आमच्या दक्षिणेला राहतात. सोळाव्या शतकात 'फर' जमातीचा एक नेता या संपूर्ण प्रदेशाचा राजा होता. तेव्हापासून या प्रदेशाला 'डारफर' असे म्हणतात.

तुम्हाला कदाचित माहीत असेल, की अलीकडच्या काळात माझ्या लाखो बांधवांची निर्घृण हत्या झाली आहे. आजही सुमारे पंचवीस लाख लोक निर्वासित छावण्यांत, वाळवंटात आणि दऱ्याखोऱ्यांत अडचणींनी भरलेले एकाकी आयुष्य कंठत आहेत. हे का घडत आहे, हे मी तुम्हाला समजावून सांगेन. ज्यांना याच्या अधिक तपशिलात रस आहे, त्यांच्यासाठी या पुस्तकाच्या शेवटी मी एक विशेष आणि सखोल प्रकरण समाविष्ट केले आहे.

भविष्याचा विचार करता, मोठ्या प्रमाणावर होणारा हा वंशविच्छेद थांबवायचा असेल; तर डारफरमधील लोक त्यांच्या घरी, त्यांच्या गावी परत गेले पाहिजेत. त्यांना संरक्षण दिले पाहिजे. या लोकांना त्यांच्याच भूमीतून असे विस्थापित होऊ दिले, तर असे वंशविच्छेद इतरत्रही होत राहतील. सामुदायिक हत्येचा हा मार्ग यशस्वी होतो, अशी त्या घडवून आणणाऱ्यांची धारणा होईल. हे कदापि होता कामा नये. डारफरमधील लोकांना आता आपल्या घरी परतण्याची गरज आहे.

हे सर्व मी त्या दिवसांसाठी, त्या लोकांसाठी आणि विशेषकरून त्या स्त्रीसाठी लिहितोय – जी आपल्या तीन मुलांसह मरण पावली – त्या एका खास माणसाकरिता आणि त्याच्या मुलीकरिताही – त्याचबरोबर माझ्या स्वर्गवासी वडील आणि भाऊ ह्यांसाठी लिहितो आहे. हे सर्व मी त्यांच्यासाठीही लिहितो आहे, जे आज हयात आहेत आणि या पृथ्वीवर ते एक सुंदर आयुष्य जगू शकणार आहेत.

हे मी डारफरमधील त्या धैर्यवान स्त्रिया आणि तरुण मुलींसाठी लिहितो आहे. रंगीबेरंगी कपड्यांनी आपले चेहरे झाकलेल्या या स्त्रियांना तुम्ही पाहिले असेल. त्यांनी सहन केलेल्या हालअपेष्टांचीही तुम्हाला कल्पना असेल. त्या परिस्थितीच्या बळी जरूर ठरल्या असतील; पण त्या बळींपेक्षा माझ्या दृष्टीने 'हीरो' आहेत. उदाहरणादाखल माझी जॉयर मावशी पुरुषांसारखे कपडे घालायची. ती एक प्रसिद्ध योद्धा होती. ती अरब सशस्त्र टोळ्यांशी आणि उंट चोरणाऱ्यांबरोबर लढायची, खेळ म्हणून पुरुषांबरोबर मल्लयुद्धही खेळायची आणि नेहमी जिंकायची. वयाची चाळिशी गाठेपर्यंत तिने लग्न केले नव्हते. तिला आणि लहानपणीच्या आमच्या रांगड्या खेळांत मुलांपेक्षा नेहमीच वरचढ ठरणाऱ्या आमच्या गावातील त्या चपळ मुलींना मी हे अर्पण करतोय. मी हे माझ्या शूर आईला अर्पण करतोय – जिने आपल्या तारुण्यात फक्त स्वत:च्या आवाजाच्या आणि दोन काठ्यांच्या जोरावर आमच्या घरच्या गुराढोरांचे आणि मेंढ्या-बकऱ्यांचे हल्लेखोर सिंहांपासून रक्षण केले. तिच्या आवाजात किती ताकद होती, हे मला चांगले माहीत आहे.

माझ्या गावाजवळ एक सुंदर डोंगर आहे. आम्ही आमच्या गावाला 'देवाचे गाव' म्हणतो. या प्रदेशातील माझ्यासारखे मूळ आफ्रिकन रहिवासी आणि भटके अरब लोक जरी मुस्लिम धर्माचे आचरण करीत असले, तरी ते (विशेषत: तरुण) बऱ्याच वेळा त्या डोंगरावर जाऊन तेथील दगड-कपारीत मांस, धान्ये, रानफुले इत्यादी देवाला अर्पण करीत. या सर्व वस्तूंबरोबर ते देवाचे आभार मानणारी किंवा त्याला कृपा कर म्हणून आवाहन करणारी पत्रेही ठेवत. आम्हाला नवीन धर्मांची

ओळख व्हायच्या खूप आधीपासून हे संदेश आणि त्या भेटी येथे ठेवल्या गेल्या आहेत. त्यांतील काही संदेशांत तरुण मुला-मुलींनी आपल्याला छान जोडीदार मिळावा, अशी प्रार्थना केली आहे. काहींनी आपल्या आजोबांचा आजार लवकर बरा व्हावा म्हणून देवाला साकडे घातले आहे. काहींना त्या वर्षात चांगला पाऊस पडावा, असे वाटते आहे; तर कुणी आपला लग्न समारंभ थाटात साजरा व्हावा आणि आपले वैवाहिक आयुष्य यशस्वी व्हावे, अशी इच्छा व्यक्त केली आहे. येणारे वर्ष गावातील सर्वांना चांगले जावे, असेही कुणी लिहिले आहे. माझा संदेश असा आहे —

"अगदी अंत:करणापासून हे पुस्तक मी तुझ्यासाठी तुझ्या या डोंगरात अर्पण करतोय. तूच या जगाची आदिमाता आहेस आणि तुझ्या सर्व नावांचा उच्चार करून मी तुझी स्तुती गातो. आमच्या अडचणींच्या वेळी मदत करू शकणाऱ्या देवदूतांची, स्वर्गातील आणि पृथ्वीवरील सर्व शक्तींची आणि या जगातील सर्व शहाण्या आणि विद्वान स्त्री-पुरुषांची मी प्रार्थना करतो.

"आणि माझ्या वाचक मित्रांनो, तुम्ही माझ्याबरोबर या पुस्तकरूपी प्रवासाला आलात, याबद्दल मी तुमचा खूप आभारी आहे. ही अर्थातच एक खूप क्लेशदायक कहाणी आहे; पण यातील काही भाग तुम्हाला निश्चितच आश्चर्यचकित करेल आणि माझ्याबरोबरचा तुमचा हा प्रवास आनंददायी ठरेल."

माझ्या अत्यंत क्लेशदायी आणि गोंधळलेल्या परिस्थितीतील माझ्या आठवणींवर ही कहाणी आधारित आहे, माझे हे अनुभव मी जास्तीत जास्त अचूक तपशिलांसह आणि मला आठवतील तसे मांडले आहेत. हे करण्यासाठी आणि माझे कथन निर्दोष व्हावे यासाठी ज्यांनी मला मदत केली, त्या सर्वांचा मी खूप आभारी आहे. एखादी घटना दोन व्यक्ती एकाच नजरेने कधीच पाहू शकत नाहीत. काही लोकांना कदाचित याबाबतीत वेगळेही काही सांगायचे असेल, याची मला जाणीव आहे. त्यांचे कथन डारफरमधील या शोकांतिकेच्या सत्यात भरच टाकेल, हे निश्चित!

दोन शब्द...

काही महिन्यांपूर्वी मी सहज एक ई-मेल पाठवून मला एखाद्या इंग्रजी पुस्तकाचा अनुवाद करायला मिळेल का, अशी विचारणा 'मेहतां'कडे केली होती. आश्चर्य म्हणजे, त्यास उत्तर म्हणून त्यांनी सरळ दाऊद हॅरी लिखित 'दि ट्रान्सलेटर' या पुस्तकाची प्रतच माझ्या अभिप्रायासाठी पाठवून दिली. आणि माझा अभिप्राय पोहोचताच अनुवादाचे काम सुरू करण्यास सांगितले. या क्षेत्रातील काही पूर्वानुभव नसताना त्यांनी ही जबाबदारी माझ्यावर सोपविली, याबद्दल 'मेहतां'चे आभार मानावेत तेवढे थोडेच आहेत.

आजवर 'मेहता पब्लिशिंग हाऊस'ने अनेक प्रख्यात इंग्रजी पुस्तकांचे मराठी अनुवाद प्रसिद्ध करून आंतरराष्ट्रीय साहित्याचे प्रचंड दालन मराठी वाचकांसाठी खुले केले आहे; यात शंकाच नाही.

आफ्रिकेतील सुदान देशातील डारफर प्रांतात गेली सहा-सात वर्षे महाभयंकर नरसंहार सुरू आहे. दुर्दैवाने तथाकथित आधुनिक जगाला आणि तुम्हा-आम्हाला त्याचा मागमूसही नाही. खरे तर अरब आणि आफ्रिकन या दोन्ही वंशांचे लोक तेथे गेली हजारो वर्षे गुण्या-गोविंदाने राहत आहेत; पण वंशाने स्वतःला 'उच्च' समजणाऱ्या सत्ताधारी अरबांना आता त्यांचे आफ्रिकन बांधव नकोसे झाले आहेत. सुदानमधील सरकारी फौजा आणि त्यांना पाठिंबा देणारे माथेफिरू अरब, मूळ आफ्रिकन लोकांना त्यांच्याच भूमीतून हाकलून देऊ लागले आहेत. त्यांना तेथे फक्त अरबच हवे आहेत. 'झँघावा' म्हणजे मूळ आफ्रिकन लोकांच्या गावांवर हल्ले होत आहेत, स्त्रियांवर आणि कोवळ्या मुलींवर पाशवी अत्याचार होत आहेत. मानवतेला काळिमा फासणाऱ्या क्रूरतेने तेथे सर्व सीमा ओलांडल्या आहेत. लाखो विस्थापितांचे लोंढेच्या लोंढे शेजारील 'चॅड' या राष्ट्रातील निर्वासित छावण्यांत

आश्रय घेण्यासाठी धडपड करीत आहेत.

या पुस्तकाचा लेखक झँघावावंशीय असून, तो स्वतःच या परिस्थितीचा बळी ठरला आहे. त्याचे कुटुंबही या अत्याचारातून सुटलेले नाही. बीबीसी, एनबीसी या वृत्तवाहिन्या आणि संयुक्त राष्ट्र संघटनेने पाठविलेल्या चौकशी दलांसाठी 'दुभाष्या' म्हणून काम करण्याची संधी त्याला मिळली, ती त्याच्या इंग्रजीच्या ज्ञानामुळे. त्या संधीचा उपयोग करून डारफरमधील परिस्थिती जगासमोर आणण्याचा प्रयत्न त्याने या पुस्तकाद्वारे केला आहे.

अनुवादाच्या प्रांतातील हा माझा पहिलाच प्रयत्न. हे कठीण काम करत असताना मला सतत प्रोत्साहन आणि पाठिंबा दिला, तो माझी पत्नी रागेश्री आणि कन्या तेजश्री व चैत्राली यांनी; त्याबद्दल त्यांना खूप धन्यवाद.

मेहता पब्लिशिंग हाऊसचे, विशेषतः राजश्री यांचे त्यांनी दिलेल्या सहकार्याबद्दल मी आभार मानतो.

हे पुस्तक मी डारफरमधील हत्याकांडात बळी पडलेल्या लाखो निष्पाप आणि निरपराध जीवांना अर्पण करतो आणि आशा करतो, की तेथील नरसंहार थांबून लवकरच डारफरमधील लोक पुन्हा आपल्या घरी परततील.

– अजित व्यं. कुलकर्णी

अनुक्रमणिका

Mehta Publishing House, 1941, Madiwale Colony, Sadashiv Peth, Pune 411030.

✆ +91 020-24476924 / 24460313

Email : info@mehtapublishinghouse.com
production@mehtapublishinghouse.com
sales@mehtapublishinghouse.com

Website : www.mehtapublishinghouse.com

रस्त्यातून केलेला फोन

फोनला चांगला सिग्नल मिळणे किती महत्त्वाचे असू शकते, हे तुम्हाला माहीत असणार, याची मला खात्री आहे.

ओरखडे पडलेल्या अन् धुळीने माखलेल्या 'लँडक्रूझर'मधून आम्ही तप्त आफ्रिकन वाळवंट वेगाने पार करीत होतो. आठवड्याभरापूर्वी या गाडीचा रंग निश्चितच पांढरा शुभ्र होता. आमचा ड्रायव्हर माझ्यासारखाच एका डारफरमधील टोळीचा सदस्य होता. बाभळीच्या काटेरी झुडपांना चुकवत आणि सराईतपणे गिअर बदलत, तो त्या वालुकामय प्रदेशातील खोलगट भागांतून वाट काढत होता. वाळवंटातील अशा खोलगट भागांना आम्ही 'वाडी' म्हणतो. येथे रस्ते असे नाहीतच. जमिनीवरील उंचवटे आणि खोलगट भाग अशा चढ-उतारासारख्या भागांतून आमचा प्रवास चालला होता. मागच्या सीटवर बसलेला तरुण – फिलिप कॉक्स हा बातमीपट बनविणारा कसलेला ब्रिटिश पत्रकार होता. गाडीला बसणाऱ्या धक्क्यांनी आमचे सामान दणादण आवाज करत आपटत होते, त्यामुळे तो धट्ट धरून बसला होता. आठवड्याभराचा धुळीने माखलेल्या प्रवास आणि अनेक हृदयद्रावक अशा मुलाखती घेऊनसुद्धा त्याची मन:स्थिती चांगली होती.

पेटत्या मशाली आणि मशिनगन्स हातात घेऊन रात्री अचानक गावाला वेढा घालणं, बाया-माणसं-मुलं यांची बेछूट हत्या करणं, लोकांना गवताच्या झोपड्यांमध्ये जिवंत जाळणं, तरुणींवर बलात्कार करून नंतर त्यांचे अक्षरश: लचके तोडणं, एका ओळीत उभे केलेल्या तरुणांची कोयत्यासदृश हत्याराने सामुदायिक हत्या करणं, तर कधी-कधी ऐंशी जणांना एकाच वेळी ठार मारणं... यासारख्या अनेक प्रसंगातून वाचलेल्या लोकांनी अमानुषतेचे असे किस्से आम्हाला सांगितले होते.

तुम्ही माणूस असाल, तर हे सर्व ऐकून तुम्ही अविचलित वा स्वस्थ राहूच शकणार नाही. पण या गोष्टी बाहेरच्या जगापर्यंत पोहोचविणे हेच जर तुमचे काम असेल, तर ते तुम्हाला केलेच पाहिजे. आम्ही नेमके तेच करीत होतो.

मी फिलिपचा वाटाड्या आणि दुभाष्या होतो. स्वत:ला आणि फिलिपला जिवंत ठेवणे, ही माझी जबाबदारी होती. चॅड नॅशनल आर्मी वा बंडखोर दलांच्या कमांडरांना मी दर तासाला फोन करून विचारणा करीत होतो की वाटेतील युद्धे, चकमकी आणि इतर कठीण प्रसंग टाळता येतील अशा कोणत्या मार्गाने आम्ही जाणे इष्ट आहे. माझ्याकडे असलेले संपर्काचे अनेक फोन नंबर्स हेच; अनेक पत्रकार माझ्यावर विश्वास ठेवून मला डारफरमध्ये घेऊन जाण्यास इच्छुक असल्याचे मुख्य कारण होते. फिलिपला माझा सेल नंबर कसा मिळाला, हे मात्र काही कळत नाही. कदाचित तो त्याला अमेरिकन दूतावासाकडून मिळाला असेल किंवा अमेरिकन परराष्ट्र खात्याकडून किंवा ब्रिटिश दूतावासाकडून अथवा निर्वासितांसाठीच्या संयुक्त राष्ट्रांच्या (युनो) उच्चायुक्तांकडून किंवा एखाद्या स्वयंसेवी संघटनेकडून (NGO) अथवा एखाद्या सरकारविरोधी दलाकडूनही हा नंबर त्याला मिळाला असेल. असे वाटत होते, की जणू काही आता प्रत्येकाकडे माझा सेल नंबर आहे. फिलिपला माझा नंबर सुदान सरकारकडून निश्चितच मिळाला नसेल. कारण, एखाद्या पत्रकाराला घेऊन येताना सुदानी सैनिकांनी मला पाहिले असते, तर त्यांनी मला मारूनच टाकले असते.

माझ्या सॅटेलाईट फोनवरून किंवा नेहमीच्या फोनवरून होणारे कॉल्स बहुधा सशस्त्र दलांच्या म्होरक्यांना असत. "आज आम्ही अमुक-अमुक लोकांशी किंवा टोळ्यांशी लढत आहोत. तेव्हा तुम्ही या बाजूला येऊ नका. याल तर फुकट मराल." अशी माहिती त्यांच्याकडून मला मिळत असे. मग आम्ही दुसरा मार्ग शोधत असू.

जर एखाद्या बंडखोर दलाने तुम्हाला दुसऱ्या एखाद्या दलाशी बोलताना ऐकले, तर त्यांना वाटते की तुम्ही हेर आहात. तुम्ही हे काम एखाद्या पत्रकाराला मदत म्हणून करीत आहात किंवा कसे, याच्याशी त्यांना काही देणे-घेणे नसे, कारण त्यातून त्यांना काहीच मिळणार नसे. मला या सर्व गोष्टींबाबत खूपच काळजी घ्यावी लागे. येथे जे काय चालले आहे, ते बाहेरच्या जगाला माहीत होण्यासाठी माझ्याबरोबरच्या वृत्तप्रतिनिधींना आणि बातमीदारांना मला डारफरमधून जिवंत बाहेर काढायचे असेल, तर हे आवश्यक होते. माझ्या स्वत:च्या गावावर झालेला हल्ला हे माझे जगण्याचे एकमेव कारण होते. एका अर्थी मनाने मी मृतच होतो; आणि ही जाणीव मनात सतत असताना माझे उर्वरित दिवस सत्कारणी लागावेत, असे मला वाटत होते. कदाचित तुमच्या आयुष्यात तुम्हालाही असेच कधी तरी वाटले असेल. ज्यांच्याबरोबर मी लहानाचा मोठा झालो, त्यांपैकी माझे बरेचसे तरुण सोबती एक तर आता हयात नव्हते किंवा जे होते, त्यांपैकी बहुतेक जण सरकारविरोधात युद्ध करीत होते. मीसुद्धा हीच जोखीम पत्करली होती. फरक

इतकाच होता की, मी शस्त्र म्हणून बंदुकीऐवजी माझ्या इंग्रजीच्या ज्ञानाचा उपयोग करीत होतो.

सुदानी फौजांच्या हल्ल्यांपासून वाचण्यासाठी सूर्यास्तापूर्वी इच्छित स्थळी पोहोचणे आम्हाला गरजेचे होते. या फौजांना सामील असलेली काही बंडखोर दले किंवा इतर काही सशस्त्र टोळ्यांकडूनही आम्हाला धोका होताच. आम्ही कोण आहोत, हे माहीत नसल्याने त्यांनी स्वसंरक्षणासाठी आम्हाला मारायला कमी केले नसते. म्हणूनच यानंतर जे घडले, ते आम्हाला मुळीच आवडले नाही.

वाळवंटातील किचकट झुडपांतून अचानक समोर आलेल्या सहा ट्रक्सनी आमच्या लँडक्रूझरला अडविले. ते ट्रक्सही लँडक्रूझर बनावटीचेच होते, पण त्यांचे छत पूर्णपणे कापलेले होते. अचानक हल्ला झाला आणि पराभवाची भीती असेल, तर सहजपणे पळून जाण्यासाठी किंवा रॉकेटचा हल्ला चुकविण्यासाठी मुद्दामच ही योजना होती. धुळीने माखलेले लोक कॅलाश्निकोव्ह बनावटीच्या रायफली घेऊन त्यांतून उतरले. त्यांच्या कमांडरच्या आदेशावरून त्यांनी त्यांच्या बंदुका आमच्यावर रोखल्या होत्या. इतक्या सगळ्या बंदुका एकाच वेळी आमच्यावर रोखल्या जात असताना झालेला आवाज अगदी लक्षात राहण्यासारखा होता. हात वर करून आम्ही गाडीतून सावकाश बाहेर पडलो.

ही माणसे नक्कीच सरकारविरोधी बंडखोर दलातील होती. मळलेल्या जीन्स हाच त्यांचा युनिफॉर्म होता. काडतुसाचे पट्टे त्यांनी आपल्या छातीवर तिरके अडकविले होते. डोक्याला सैलसर बांधलेले त्यांचे फेटे अथवा शाली इतक्या दिवसांच्या युद्धामुळे धुळीने माखल्या होत्या. हे लोक रोजच युद्ध करीत होते; अर्थातच त्यांच्याबरोबर कोणी डॉक्टर नव्हता. मरण पावलेल्या आपल्या सोबत्यांचे दफन ते जाता-जाता कसेबसे उथळ थडग्यांत करत होते.

भावनिकदृष्ट्या विचार करता, आपल्या आयुष्याचा भविष्यकाळ फक्त काही तासांपुरता पाहू शकणारी ती चालती-बोलती प्रेतेच होती. असे लोक बऱ्याच वेळा अत्यंत निर्दयी असतात. जणू काही त्यांना आपल्याबरोबर प्रत्येकाला पुढच्या जन्मात घेऊन जायचे असते! यातील कित्येक लोकांनी आपली कुटुंबे आपल्या डोळ्यांसमोर मारली गेलेली पाहिली आहेत, आपली गावे जळताना पाहिली आहेत. ज्या देशात तुम्ही राहता, हिंडता, फिरता – त्याच देशातील लोकांनी तुमच्याच जन्मगावातील लोकांचा संहार केला, तुमच्या कुटुंबाची हत्या केली; तर तुमची अवस्था काय होईल याची कल्पना करा. तुम्हाला निश्चितच असे वाटेल की, अशा लोकांना शोधून काढून त्यांना ठार मारले, तरच आपल्याला शांतपणे प्राण सोडता येतील. या आणि अशा बंडखोर दलांतील लोकांची मानसिकता याच स्वरूपाची होती.

या बंडखोरांमध्ये 'सुदान मुक्ती चळवळ', 'सुदान मुक्ती सेना', 'न्याय आणि समानता चळवळ' आणि इतर अनेक दलांचा समावेश होतो. चॅडमध्ये इतरही काही दले आहेत, जी आपल्या इच्छेप्रमाणे सीमेच्या दोन्ही बाजूंस कार्यरत असतात. त्यांना शस्त्रे आणि पैसा कुठून मिळतो, हे एक रहस्यच आहे. पण जेव्हापासून लिबियाने चॅडवर हल्ला करून डारफरचा 'सोईस्कर टप्पा' म्हणून वापर सुरू केला, तेव्हापासून डारफर हे स्वयंचलित शस्त्रास्त्रांचे एक भांडारच बनले आहे. सुदानने काही मूलतत्त्ववादी आणि दहशतवादी इस्लामी संघटनांशी सलगी केली आहे, हे येथे समजून घेतले पाहिजे. यामुळेच चीनला सुदानच्या खनिज तेलाच्या साठ्यांवर ताबा मिळविता आला आहे. अर्थात हा एक वेगळाच विषय आहे. हा सर्व बुद्धिबळाचा खेळ खेळला जात असताना सामान्य माणसाला काय यातना भोगाव्या लागतात, हा विचार मात्र दु:खदायक आहे.

जवळजवळ निम्मा आफ्रिका खंड हा मेंढपाळ अथवा इतर भटक्या जमातींच्या गावांनी व्यापला आहे. यातील बहुतांशी भूगर्भाच्या आत प्रचंड नैसर्गिक संपत्ती आणि भूपृष्ठावर मात्र प्रचंड दारिद्र्य आहे. येथील सुमारे तीस कोटी लोकांची रोजची मिळकत एक डॉलरपेक्षाही कमी आहे. खनिज तेल, इतर खनिजे, पाणी, हिरे, इत्यादींवरून होणाऱ्या वादात याच लोकांचा बळी जातो. यातूनच या बंडखोर दलांचा उदय अतिशय सहजपणे होतो. ज्या लोकांनी आम्हाला अडविले होते, त्यांना अशा एखाद्या बंडखोर दलात सामील व्हा म्हणून सांगण्याची किंवा त्यासाठी त्यांचे मन वळविण्याची आवश्यकता नव्हती.

काहीसा थकलेला त्यांचा तरुण कमांडर माझ्या दिशेने चालत आला आणि मला झॅघावा भाषेत म्हणाला, "दाऊद इब्राहिम हॅरी, आम्हाला तुझ्याबद्दल सर्व काही माहीत आहे. तू एक हेर आहेस. आम्हाला हेही माहीत आहे की, तू आमच्यासारखाच झॅघावा आहेस, अरब नाहीस. पण आम्हाला काही आदेश आहेत आणि त्यानुसार आम्हाला या क्षणी तुला मारावे लागेल."

माझ्या कानशिलाखाली असलेल्या अवतरणचिन्हाच्या आकाराच्या व्रणांवरून मी झॅघावा आहे, हे ओळखणे त्याला नक्कीच सोपे होते. मी अगदी अर्भक असतानाच माझ्या आजीने ते व्रण उठविले होते. मी त्याला सांगितले की हो, मी झॅघावा आहे; पण हेर नाही.

कमांडरने काहीसा निराश सुस्कारा टाकला आणि त्याने आपल्या एम-१४ रायफलीची नळी त्या व्रणांवरून फिरवत माझ्या डोक्यावर टेकविली. त्याने मला काहीही हालचाल न करता उभे राहायला सांगितले आणि फिलिपला बाजूला व्हायचा आदेश दिला. तो क्षणभर थबकला आणि मोडक्या-तोडक्या इंग्रजीत फिलिपला म्हणाला, "तू घाबरू नकोस. याला मारून आम्ही तुला चॅडमध्ये परत पाठवू."

"ठीक आहे. पण एक सेकंद –" जे काय चालले होते, ते आपल्या हाताने क्षणभर रोखण्याचा प्रयत्न करीत त्याने मला विचारले, "हे सर्व काय चालले आहे?"

"त्यांना वाटते की, मी एक हेर आहे. ते बंदुकीने माझ्या डोक्याच्या ठिकऱ्या उडवणार आहेत; तेव्हा तू जरा बाजूलाच उभा राहा."

"ते कोण आहेत?" त्याने विचारले.

मी फिलिपला त्यांच्या दलाचे नाव सांगितले आणि त्यांच्या वाहनांवर हाताने रंगविलेल्या आद्याक्षरांकडे मानेनेच पण काळजीपूर्वक इशारा केला.

त्याने त्या वाहनांकडे कटाक्ष टाकला आणि आपले हात कमरेवर ठेवले. निष्कारण गैरसोय झाल्यावर ब्रिटिश लोक जसे त्रासिक दिसतात, तसाच तो दिसत होता. फिलिपने डोक्याला फेटा बांधला होता. त्याची त्वचा उन्हाने रापलेली होती आणि वाळवंटातील अनेक साहसांमुळे तिला भेगाही पडल्या होत्या. बघ्याची भूमिका घेऊन त्याला एक चांगला दुभाष्या गमवायचा नव्हता.

"एक क्षणभर थांब –" तो त्या बंडखोर दलाच्या कमांडरला म्हणाला, "याला गोळी घालू नकोस. हा माणूस हेर नाही, माझा दुभाष्या आहे आणि त्याचे नाव सुलेमान अबाकर मुसा असे आहे. त्याची कागदपत्रे त्याच्याजवळ आहेत. तो चॅडियन आहे."

फिलिपला वाटले, तेच माझे नाव आहे. चॅडमधून माझी हद्दपारी टाळण्यासाठी आणि सुदानमधील निश्चित अशा मृत्यूच्या खाईतून स्वत:ला वाचविण्यासाठी मी हे नाव वापरत होतो. सुदानी सरकारला मी हवाच होतो. चॅडमधील निर्वासित छावण्यांत जबरदस्तीने राहणे टाळण्यासाठीही मी या नावाचा वापर करीत होतो. मी तेथे अडकलो असतो, तर माझा काहीच उपयोग होणार नव्हता.

"तो हेर नाही. ब्रिटिश टेलिव्हिजनसाठी आम्ही एक फिल्म बनवत आहोत. त्याकरिता मी त्याला काही दिवसांसाठी नेमलं आहे. तुझ्या लक्षात आलं का? हे तुला समजणे अत्यंत आवश्यक आहे." त्याने मला त्याच्या बोलण्याचे भाषांतर करायला सांगितले; जेणेकरून तो काय म्हणतोय, ते त्या कमांडरला कळावे. त्या परिस्थितीत फिलिपच्या वाक्यांचे भाषांतर करण्यात मला आनंदच होता.

फिलिपच्या शब्दांपेक्षाही त्याचा एकंदरीत आविर्भाव बघून तो कमांडर थोडा अडखळला आणि अस्वस्थ झाला. बंदुकीच्या चापाशी त्याची बोटे चाळा करत होती. माझ्या कानशिलावर टेकवलेली बंदुकीची नळी गरम जाणवत होती. नुकतीच कोठे गोळी झाडल्यामुळे ती गरम झाली होती, की सूर्याच्या उष्णतेमुळे – ते माहीत नाही. माझ्या मनातील हे विचार शेवटचेच आहेत, असे वाटत होते. मला याहून काही चांगल्या गोष्टींचा विचार करणे आवश्यक होते. म्हणून मग मी माझ्या

कुटुंबाच्या आठवणींत रमण्याचा प्रयत्न करू लागलो. माझे त्या सर्वांवर किती प्रेम आहे, मी माझ्या भावंडांना लवकरच भेटू शकेन... वगैरे, वगैरे.

"मला एक फोन करायचा आहे." फिलिप एकदम म्हणाला आणि आपल्या खाकी पँटच्या खिशातून त्याने आपला सॅटेलाईट फोन बाहेर काढला. "तुम्ही याला मारणार नाही आहात. तुमचा कमांडर तुमच्याशी याच फोनवर प्रत्यक्ष बोलेल. तुम्हाला समजलं?" खिशातल्या छोट्याशा वहीतून त्याने एक नंबर पाहिला. तो एका संबंधित बंडखोर दलाच्या उच्चपदस्थ कमांडरचा होता. आदल्याच वर्षी फिलिपने त्याची मुलाखत घेतली होती.

"तुमचा म्होरक्या," आमच्याभोवती फायरिंग स्क्वाडसारख्या उभ्या असलेल्या बंदूकधाऱ्यांना उद्देशून तो म्हणाला, "तुमच्या प्रमुखाच्या व्यक्तिगत फोनवर मी संपर्क करतोय – हो, आता तिकडे रिंग वाजू लागली आहे."

परमेश्वर खरंच खूप चांगला आहे. सॅटेलाईट फोनला अतिशय चांगला सिग्नल मिळत होता. फिलिपने लावलेला फोन अजून सुरू होता. दुसऱ्या बाजूने त्या कमांडरने फोन उचलला. त्याला फिलीपबद्दल कृतज्ञता होती, त्याने त्याला चांगलेच लक्षात ठेवले होते. चमत्कारामागून चमत्कार घडत होते.

फिलिप त्या कमांडरशी खूप वेगात बोलत होता आणि मी त्या संभाषणाचे भाषांतर करून माझ्यासमोरील बंदूकधाऱ्याला सांगत होतो.

बोलता-बोलता आपल्या डोळ्यांनी आणि बोटाने एकची खूण करून त्याला क्षणभर थांबायची विनंती करत होता. आपण खूप जवळचे मित्र आहोत, हे दाखविण्यासाठी तो फोनवर बोलताना अधूनमधून हसतही होता.

"ते खूप जुने मित्र आहेत." मी भाषांतर केले.

फिलिपने आपला फोन त्या कमांडरकडे सरकावला. तोच त्याने आपल्या बंदुकीची नळी माझ्या डोक्यात अधिकच जोरात रुतविली.

"प्लीज, तू त्याच्याशी फोनवर बोल. तो म्हणतोय की, हा त्याचा तुला आदेश आहे –"

आम्ही काही तरी खेळी करतो आहोत की काय, असे वाटून पहिल्यांदा तो कमांडर थोडा घुटमळला. पण शेवटी त्याने फोन हातात घेतला. बराच वेळ दोघांची बातचित झाली. बंदुकांच्या चापावरचे त्याचे बोट हळूहळू सैल होत शेवटी ते पूर्ण बाजूला झाले.

त्याने आम्हाला देश सोडून ताबडतोब निघून जायला सांगितले.

खरंच, मारलं न जाणं किती चांगलं आहे – त्यामुळे तुम्ही पुन्हा हसू शकता! काही वेळा मूर्खासारखे, काही वेळा हताश होऊन – पण खूप काळपर्यंत... त्यांनी मला मारले नव्हते... आश्चर्यच होते!

माझ्या बंधूंनो, तुम्हाला अजून काही काळ माझी प्रतीक्षा करावी लागेल.

हे सर्व घडत असताना आमचा ड्रायव्हर मात्र डोळे विस्फारून फक्त पाहत होता. हे ड्रायव्हर लोक अशा परिस्थितीत याहून वेगळे काही करूच शकत नाहीत!

लँडक्रूझरमधून आम्ही आमचा मोर्चा परत वेगाने टाइन नावाच्या गावाकडे वळविला. गाडीत अर्थातच हास्याचे आणि आनंदाचे वातावरण होते. चॅड आणि सुदान यांच्या सीमेवर असलेल्या या गावाला 'टिना' असेही म्हणतात.

''तू नवल घडवून आणलंस!'' मी फिलिपला म्हणालो.

गाडी जरा पुढे गेल्यावर तो म्हणाला, ''हो, नवलच खरं. खरे तर गेले काही आठवडे मी त्या माणसाशी संपर्क साधायचा प्रयत्न करीत होतो. आपण निश्चितच नशिबवान आहोत.''

इंग्रजी जवळपास न येणाऱ्या आमच्या ड्रायव्हरने मला फिलिपच्या बोलण्याचा अर्थ विचारला. मी त्याला सांगितले, ''फिलिप म्हणतोय की, परमेश्वर खूप चांगला आहे.''

मला खात्री आहे की, त्यालाही बहुधा तेच म्हणायचे होते.

◆

आम्ही येथे आहोत

फिलिपने मला विचारले की, माझे नाव दाऊद आहे की सुलेमान? मी त्याला सांगितले की, डारफरमध्ये मी दाऊद असतो आणि चॅडमध्ये मी स्वत:ला सुलेमान म्हणवतो. त्यामागची कारणमीमांसादेखील सांगितली. "येथे प्रत्येक माणसाला अनेक नावे आहेत." तो म्हणाला. त्याने मला विचारले की, मला कोणत्या नावाने हाक मारलेले आवडेल? मी म्हणालो, "दाऊद." तसे बरेचसे जवळचे मित्र मला डेव्हिड म्हणूनही ओळखतात. कदाचित बायबलमधील डेव्हिडपासूनच हे नाव आले असावे.

मी त्याला त्या कमांडरचा फोन नंबर विचारला, तो त्याने मला सांगितला.

आम्ही चॅडची सीमा पार केली आणि सीमेच्या बाजूने पुढे उत्तरेकडे जात राहिलो. तेथे आम्ही पुन्हा डारफरमध्ये प्रवेश केला. एखाद्या सशस्त्र बंडखोर दलाच्या तावडीत पुन्हा न सापडण्याची काळजी घेणे, हेदेखील आमच्यासाठी तितकेच महत्त्वाचे होते. मात्र, येथील घडामोडींची माहिती फिलिपला कोणत्याही मार्गाने मिळणे आवश्यक होते. ती माहिती फिलिपला बाहेरच्या जगापर्यंत पोहोचवायची होती. आपल्याला वाटणाऱ्या भयापेक्षा आपण अधिक कणखर झालो, तरच आपण जीवनात काही कमवू शकतो.

या बंडखोर दलांशी व्यवहार करताना येणारी अडचण म्हणजे येथे कोण कोणाच्या बाजूने आहे, हेच कळत नाही. खार्टुममधील अरब राजवटीचे सुदानी सरकार आज एखाद्या बंडखोर दलाला तात्पुरता शांती समझोता करण्याचे खोटे आश्वासन देते, तर उद्या दुसऱ्या एखाद्या सशस्त्र दलाला तसेच आश्वासन दिले जाते. याचा उद्देश एवढाच की, बिगरअरब वंशाचे लोक सतत एकमेकांशी लढत राहावेत. या दलातील महत्त्वाकांक्षी आणि माथेफिरू नेत्यांना वाटते की, युद्ध संपल्यावर त्यांना सैन्यदलात चांगले हुद्दे मिळतील. पण सरकार नंतर त्यांनाही संपवेल, हेच निखळ सत्य आहे. यातील काही फुटीर कमांडरांना इतर काही बंडखोर दलांवर हल्ला करण्यास सांगण्यात येते, तर काही वेळा युद्धबंदी कराराचे

पालन होते, की नाही यावर देखरेख करणाऱ्या इतर देशांच्या निरीक्षक दलातील किंवा मानवतावादी कार्यकर्त्यांना ठार करण्यासही प्रवृत्त केले जाते. हा नरसंहार असाच सुरू राहिला, की आपसूकच या भूमीतून इथलेच मूळ रहिवासी कायमचे नष्ट होतील, ह्यासाठी ही खेळी. मला जाणवत असलेल्या काही गोष्टींना इतिहास कदाचित खोटे ठरवेल, पण येथील एकंदरीत परिस्थिती हेच सांगते.

असे म्हटले जाते की, सुदानी सरकारच येथील अरबवंशीय लोकांना (ज्यांच्या अनेक टोळ्यांशी आमची खूप जुनी मैत्री आहे) पैसे देते. आणि 'जंजावीड' ('घोड्यावरील दुष्ट आत्मे' किंवा 'दुष्ट बंदुकधारी'.) नावाची अश्वारूढ सैनिकांची खास दले स्थापून त्यांना बिगरअरबी-आफ्रिकी लोकांचा संहार करायला आणि त्यांची गावेच्या गावे जाळून नष्ट करायला सांगते. माझा असा कयास आहे, की एकदा का मूळ बिगरअरबवंशीय लोक येथून नाहीसे झाले की, सरकार मग अरबवंशीयांमध्ये भांडणं लावेल आणि त्यांना एकमेकांशी लढायला भाग पाडेल. एक दिवस ते लोकही या सुंदर भूमीतून नाहीसे होतील. ज्या-ज्या ठिकाणी बिगरअरबवंशीयांचा पूर्ण नि:पात झाला आहे, तेथे आता या नि:पाताला सुरुवात झाली आहे.

"तू नेमका या युद्धांच्या वेळीच डारफरमध्ये परत का आलास?" लँडक्रूझरच्या इंजिनाच्या आवाजात फिलिपने मला ओरडून विचारले. आमची गाडी वाळवंटातील उंच-सखल प्रदेशातून जणू उड्या मारत चालली होती.

"चांगला प्रश्न विचारलास." मी हसत-हसतच ओरडलो.

मृत्यू स्पर्शून गेला की, आपण काय करत आहोत, हे आपल्याला माहीत असायला हवं. पण मला एक महत्त्वाचे कार्य करायचे आहे. खरंतर मी येथून खूप दूर असायला हवं. पण मी वेडा आहे, म्हणूनच या क्षणी मी येथे आहे. खूप दिवसांपासून मृत्यू माझा पाठलाग करतोय – अगदी माझ्या वयाच्या तेराव्या वर्षापासून. जेव्हा मला थोडेसं कळू लागलं होतं, तेव्हाच आगीच्या लोळात मानवी शरीराचे अनेक तुकडे माझ्या डोक्यावरून उडून इतस्तत: विखुरलेले मी पाहिले आहेत.

त्या दिवशी मी दुपारची कामं उरकत होतो. एकीकडे 'अनशील', 'व्ही' या बहुधा चांदण्या रात्री खेळल्या जाणाऱ्या आमच्या रांगड्या गावठी खेळांबद्दल मी विचार करीत होतो. त्या रात्री तो खेळायचा माझा विचार होता. इतक्यात अचानकपणे सरकारी फौजांच्या वीस-एक ट्रक्सनी आमच्या गावाला वेढा घातला. त्यांच्या कमांडरने सर्व गावकऱ्यांना एकत्र केले आणि त्यांतील वयोवृद्ध लोकांना मारायला सुरुवात केली. सरकारविरोधी सशस्त्र दलांना सामील असलेले काही तरुण डोंगरात लपले आहेत, असे त्यांना वाटत होते. त्या तरुणांचा नक्की ठावठिकाणा त्यांना हवा होता. असे काही तरुण डोंगराळ भागात लपले होते, हे खरं होतं; पण त्या वृद्धांना त्यांचा नेमका ठावठिकाणा माहीत नव्हता. त्यांना मारहाण करण्यात फारसा

अर्थ नाही, हे त्या कमांडरच्या लक्षात आले होते. पण आपण कसे योग्य आहोत, हे दाखविण्यासाठी जाता-जाता त्याने गावातील सहा झोपड्या जाळल्या.

हवामानात झालेल्या बदलांमुळे अरबी भटक्या टोळ्यांना आपली जनावरे चारण्यासाठी दक्षिणेकडे म्हणजे झॅघावांच्या प्रदेशात जावे लागत होते. पूर्वी यासाठी झॅघावांची रीतसर परवानगी मागितली जात असे. काही उंटांच्या मोबदल्यात हा सौदा होत असे. जर सौदा पटला नाही आणि अरबांनी झॅघावांच्या हद्दीतील चारा-पाणी वापरले, तर त्यांना युद्धाचे आव्हान देण्यात येत असे. हे युद्ध प्रतीकात्मक असे आणि ते गावांपासून खूप दूर परंपरागत युद्धभूमीवर खेळले जात असे. युद्ध संपल्यानंतर तंटा मिटला, असे समजले जाई. त्यानंतर अरब आणि झॅघावा सदस्य मित्रत्वाने पुन्हा एकत्र येत आणि एकमेकांच्या घरी जेवायला जात.

पण आता सर्व संदर्भ बदलले होते. अरबवंशीय सत्ताधाऱ्यांना आता तेथील मूळ झॅघावा रहिवाशांनाच त्यांच्या भूमीतून हाकलून द्यायचे होते. त्यामुळे अरबी टोळ्यांना उघड-उघड पाठिंबा देऊन त्यांचे तंटे सोडविण्यासाठी (?) ते बंदुका, दारूगोळा, हेलिकॉप्टर्स आणि रणगाडे पुरवत होते. त्यामुळे अनेक झॅघावा तरुण सरकारविरोधी दलांना सामील होण्यास प्रवृत्त होत होते. दुसरीकडे सुदानी लष्कराचे कमांडर गावोगावी जाऊन अशा तरुणांचा शोध घेत होते. ते जर परत आले नाहीत, तर त्यांच्या झोपड्या जाळायच्या धमक्या त्यांच्या कुटुंबातील स्त्रियांना देण्यात येत. अशा कुटुंबांनी 'सुरक्षिततेसाठी' शहरात जाऊन राहावं, यासाठी दबावही आणला जात असे. प्रत्यक्षात मात्र अशा लोकांना शहरात गेल्यावर अत्यंत दारिद्र्यात आणि हलाखीत राहावे लागत होते.

शाळांमध्ये सर्व विद्यार्थ्यांना जबरदस्तीने अरबी भाषा शिकविली जाई, हे त्यांना माहीत होते. आणि, त्यांना अरबी भाषा बोलता येत असल्याने एका कमांडरने तर मला आणि माझ्या दोन चुलत भावंडांना बळेच त्याचे दुभाष्या बनविले होते. तो कमांडर आम्हाला ट्रकसमोरील उंच बोर्डावर उभे करी आणि शस्त्रे खाली ठेवण्याचे त्याचे आदेश आम्हाला झॅघावात भाषांतरित करायला सांगे. जर शाळेत कोणी झॅघावा भाषेत बोललं किंवा त्याने योग्य अरबी शब्दांचा वापर केला नाही, तर उंटाला मारायच्या चाबकाने त्याला फटके मारले जात. आपल्या मुलांना मारू नये आणि त्यांना सोडून द्यावे, म्हणून गावातील स्त्रिया रडत-रडत त्या सैनिकांची विनवणी करत. परिस्थितीचं गांभीर्य ठसावं म्हणून हे कमांडर काही लोकांना सहज जाता-जाता गोळ्या घालत. काही वेळा संपूर्ण गावंच्या गावं जाळली जात.

पण आमचा हा कमांडर फारसा कडक नसावा. त्यानं आम्हाला तिघांना बरोबर घेतले आणि त्याला भेट देणे आवश्यक असलेल्या पुढच्या गावाचा रस्ता दाखविण्यास सांगितले. आम्हाला अर्थातच त्याच्याबरोबर जायचे नव्हते. आम्हाला माहीत होते

की, गावाचे संरक्षण करणारे काही तरुण गावाबाहेरच्याच डोंगरात दरीसारख्या खोलगट भागात लपून बसले आहेत. पण गावात ज्यांना मारहाण होत होती, त्यांना त्याची कल्पना नव्हती. लपून बसलेले तरुण प्रतिहल्ला करण्यासाठी ट्रक्सच्या तापयाची वाट पाहत होते. कमांडरने आम्हाला सर्वांत पुढे असलेल्या ट्रकच्या पुढच्या सीटवर बसविले आणि ट्रक्सचा ताफा गावातून वेगाने बाहेर पडला.

अचानक आमच्याभोवती प्रचंड स्फोटांचा आवाज झाला आणि सर्वत्र मशिनगन्स धडधडू लागल्या. ट्रक्स पटकन थांबले आणि त्यातील सैनिक बाहेर पडले. "आम्ही इथे आहोत, आम्ही आहोत –" असे आम्ही खिडकीतून बाहेर ओरडून सांगू लागलो. कमांडरने आम्हाला तेथून बाहेर काढले. आमचा ढालीसारखा वापर करून तो जवळच्या झुडपांत शिरला. आम्ही आमचे चेहरे वाळूत दडवले. तेवढ्यात समोरच्या काही ट्रक्समध्ये रॉकेट्सचा प्रचंड स्फोट झाला. मागे राहिलेल्या सैनिकांची शरीरे त्या स्फोटाच्या लोळाबरोबर आकाशात फेकली गेली. सर्वत्र रक्ताच्या चिळकांड्या अन् धुराचे लोट उडाले. खरे तर ही धुमश्चक्री अथक सुरू राहील असे दिसत होते; पण ती काही मिनिटेच चालली. अशा चकमकीत लपून-छपून गोळीबार आणि स्फोट करणारे बंडखोर सैनिक पटकन माघारी गेले – पुन्हा पुढच्या चकमकीची तयारी करण्यासाठी. थोड्याच वेळात सर्व शांत झाले आणि कमांडरने आमच्याकडे पाहिले.

"ही तुमची माझ्यासाठीची खेळी होती तर!" त्याने आपले पिस्तूल आमच्यावर रोखले. मृत्यू आमच्यासमोर होता. आम्ही त्याची वाट बघत होतो. तो आमच्याकडे पाहत डोकं हलवत होता आणि काहीतरी पुटपुटत होता. स्फोटाच्या प्रचंड आवाजाने आमची श्रवणशक्ती जवळजवळ नाहीशीच झाली होती, त्यामुळे त्याचं बोलणं आम्हाला ऐकू येत नव्हतं. तो आपल्या साथीदारांकडे गेला. त्या सैनिकांनी त्यातल्या त्यात सुस्थितीत असलेल्या ट्रक्समध्ये आपल्या मृत आणि जखमी सैनिकांना कोंबले आणि आम्हाला तिथेच सोडून ते निघून गेले.

आम्ही आमच्या गावांकडे धावत सुटलो. हल्ल्याचा प्रतिकार करणारे आमचे साथीदार जर अजून झुडपांत लपले असतील तर, आम्ही येणारे आहोतच, हे त्यांना कळावे म्हणून "आम्ही येथे आहोत..." "आम्ही परत आलो आहोत," असे आम्ही ओरडत होतो. आम्ही येताच आमच्या आया-बहिणींनी आनंदाने नाचत, ओरडत आमचे स्वागत केले. आम्ही पुन:पुन्हा परमेश्वराचे आभार मानले.

नंतरच्या काही दिवसांत फारसं काही घडल्याचे, आम्हा तिघांच्या कानावर आले नाही. एवढंच समजले की, त्या चकमकीत अकरा लोकांचा मृत्यू झाला होता आणि त्यापैकी बहुतेक सर्व सरकारी सैनिक होते.

त्यानंतर काही दिवसांतच वडिलांनी मला एल-फाशर येथे शिक्षणासाठी

पाठविले. एल-फाशर हे उत्तर डारफरमधील सर्वांत मोठे शहर. मी सर्वांत धाकटा मुलगा होतो. माझ्या चुलत भावंडांसह आमच्या गावीच राहून माध्यमिक शिक्षण घेऊ शकलो असतो. हे असे अचानक घर सोडावे लागल्याने मी खूपच दु:खी झालो होतो.

एल-फाशरमधील जीवन काहीसे धकाधकीचे आणि झगमगीत असे होते. खूप माणसे, खूप वाहने आणि इतरही खूप काही नवं! मला मात्र सारखी घरची आठवण येत होती. आल्यापासून दोनच आठवड्यांत मी कंटाळलो. हे शहर मातीच्या इमारतींचे आणि वाळू पसरलेल्या रस्त्यांचे आहे. तिथे इतके रस्ते आहेत की, बहुतेक वेळा मी रस्ता चुकायचो. तेथे अनेक सरकारी इमारती आहेत आणि एक प्रचंड तुरुंगही. त्या तुरुंगात अनेक भयानक गोष्टी घडत होत्या, हे प्रत्येकाला माहीत होते.

माझा भाऊ अहमद याला माझ्या चुलत भावंडाकडून समजले की, तिथे राहणे माझ्यासाठी खूप कष्टदायक आहे. म्हणूनच एक दिवस तो मला भेटायला आला आणि मला बरं वाटावे म्हणून आठवडाभर माझ्याबरोबरच राहिला. माझ्या खांद्यावर आपला लांबसडक हात विसावून तो मला शाळेत नेई. त्यामुळे आपण घरी आलो आहोत, असे मला वाटू लागले. तो मला म्हणायचा की, "कष्ट करावे लागले तरी तू शिक्षण पूर्ण कर. परमेश्वराचा तुला आशीर्वाद आहे." शक्य असेल तेव्हा तो मला भेटायला येई. त्याने मला शहरातील अनेक चांगल्या गोष्टी दाखविल्या. हळूहळू मला एल-फाशर आवडू लागले.

शाळा सुटल्यानंतर एका रेस्टॉरंटमध्ये टेबलं स्वच्छ करायचे काम मी करू लागलो. तेव्हा आयुष्यात पहिल्यांदा मी टेलिव्हिजन पाहिला. माझा एक चुलत भाऊ घराबाहेर अंगणात टीव्ही ठेवत असे. त्यामुळे आम्हा सर्वांना आणि शेजाऱ्यांनाही तो पाहता येई. मला मात्र टी.व्ही. फारसा आवडला नाही. कारण त्यावर दाखवण्यात येणारे बहुतेक सर्व कार्यक्रम सुदानी लष्करावर असायचे. मला चित्रपटही फारसे आवडायचे नाहीत. मी पाहिलेला सर्वांत पहिला चित्रपट 'क्लिंट ईस्टवूड' या नटाचा होता. त्यातील गोळीबार पाहून मला वाटले, त्याच्या बंदुकीतील गोळ्या आपल्याच अंगावर येणार! त्या भीतीने मी चक्क रस्त्यावर धावत सुटलो. माझी ही अवस्था पाहून साहजिकच माझे चुलतभाऊ खूप हसत माझ्या मागे धावले.

तेथील एका सुमार चित्रपटगृहात आठवड्यातून एकदा अमेरिकन चित्रपट दाखविला जाई आणि इतर दिवशी भारतीय चित्रपट. रेस्टॉरंटमधील कामातून मिळणाऱ्या माझ्या पैशातून मी तेथे लागणारा प्रत्येक नवीन चित्रपट पाहत असे.

रेस्टॉरंटमधील कामादरम्यान आणि माझ्याहून मोठ्या शाळकऱ्यांकडून मला राजकारणाबद्दल बरंच काही शिकता आले. त्या वेळी झॅघावांविरूद्ध अनेक लष्करी मोहिमा सुरू करण्यात आल्या होत्या आणि त्याचा परिणाम म्हणजे अनेक झॅघावावंशीय तरुण एल-फाशर सोडून सरकारविरोधी दलांना सामील होत होते.

हुकूमशहा ओमर हसन अहमद अल्-बशीर याने सुदानची सत्ता नुकतीच काबीज केली होती. आम्हा सर्वांना याचा खूप राग होता. चॅडमधील एका दलाचा झॅघावावंशीय कमांडर इद्रिस डेबी हा चॅड सरकारविरूद्ध लढून देशाची सत्ता ताब्यात घ्यायच्या प्रयत्नात होता. त्याला आम्ही आमचा मोठा हीरो समजत होतो. त्याला जाऊन मिळण्याची काहींची कामना होती. त्याचे प्रयत्न फळाला येऊन तो पुढे चॅडचा अध्यक्ष झाला. झॅघावांवर होणाऱ्या अत्याचारांविरूद्ध चाललेल्या लढ्यात आपणही सामील व्हावे, असे मला वाटू लागले आणि एक दिवस मी सरळ शाळेला रामराम ठोकला. त्यानंतर पुढे दोन आठवडे मी लपून-छपून काढले. मित्रांबरोबर चॅडमध्ये जाऊन डेबीला सामील होण्याची आमची योजना होती.

जेव्हा अहमदला हे कळले, तेव्हा त्याने मला शोधून काढले. एका झाडाखाली बसून मला समजावले, "आपलं आयुष्य चांगलं घडविण्यासाठी आपल्या बुद्धीचा वापर कर; बंदुकीचा नव्हे." तो म्हणाला की, "परमेश्वराकडून आणि आपल्या पूर्वजांकडून आपल्याला जे मिळालं आहे, त्यापासून अशी फारकत घेऊन चुकीचा मार्ग अवलंबू नकोस."

"दुसऱ्याला गोळ्या घालण्यात पुरुषार्थ नाही दाऊद," तो म्हणाला, "स्वत:ला ओळखून योग्य गोष्टी केल्यास, तरच तू एक चांगला माणूस होशील." म्हणून आम्ही परत गावात आलो आणि मी पुन्हा शाळेत जायला सुरुवात केली.

एका अतिशय चांगल्या शिक्षकामुळे मला इंग्रजी भाषेत खूप रस वाटू लागला. इंग्रजी आवडू लागल्याने ब्रिटिश आणि अमेरिकन लेखकांच्या चांगल्या-चांगल्या पुस्तकांत मी हरवून गेलो. चार्लेट ब्राऊनचे 'जेन आयर', रॉबर्ट लुईस स्टीव्हन्सनचे 'ट्रेझर आयलंड', 'किडनॅप्ड', चार्लस डिकन्सचे 'ऑलिव्हर ट्विस्ट', जॉर्ज ऑर्वेलचे 'द ॲनिमल फार्म', ॲलन पॅटनचे 'क्राय', 'द बिलव्हड कंट्री', वगैरे पुस्तके मला खूपच आवडली. माझा जणू कायापालट झाला. माझ्या मनाची कवाडं सताड उघडली, मी 'मुक्त' झालो. आजूबाजूच्या घडामोडींकडे आणि राजकारणाकडे मात्र माझे लक्ष होतेच.

अशातच एक दिवस वडिलांनी ठरविलेल्या मुलीशी मी लग्न करावे, आमच्या कुटुंबातील अन्य पुरुषांप्रमाणे उंटांचे कळप पाळावेत आणि त्यांची देखभाल करावी, अशी इच्छा त्यांनी व्यक्त केली. उंटावरच्या प्रेमाने कदाचित मी हे केलेही असते; पण आपली पत्नी आपण स्वत: निवडावी आणि तिलाही आपला जोडीदार निवडायचे स्वातंत्र्य द्यावे, अशी माझी धारणा होती. त्याआधी जगाचं थोडंफार दर्शन घ्यावे, अशी इच्छा होती. उंटाच्या संदर्भात सांगायचे झाले, तर आपल्या मालकापासून किंवा कळपापासून वीस वर्षं दूर राहिल्यानंतरदेखील एखादा उंट परत आलाच, तर त्यांना अजिबात विसरत नाही. त्यांची निष्ठा आणि प्रेम वाखाणण्यासारखे असते.

टेलिव्हिजन, चित्रपट आणि पुस्तके यांतून मला जगाचं दर्शन झाले होते.

बाहेरच्या जगात जाऊन काही तरी करून दाखविण्याची तीव्र इच्छा मनात उद्भवली होती. शिक्षण संपवून मी घरी परत आलो. मी वडिलांकडे माझ्या वागण्याबद्दल दिलगिरी व्यक्त केली. आम्ही दोघे एकदा बाहेर फिरायला गेलो असताना ते मला म्हणाले, "जगात एक चांगला माणूस म्हणून तुला जगायचे असेल, तर आपल्या कुटुंबाची काळजी कशी घ्यायची असते, हे तू शिकले पाहिजेस." मी काय समजायचे ते समजलो आणि एखादी चांगली नोकरी मिळविण्यासाठी सरळ लिबियाचा रस्ता धरला.

कधी उंटाची सवारी तर कधी मिळेल तो ट्रक, अशी मजल-दर-मजल करत मी लिबियाला पोहोचलो. योगायोगाने चॅडचे अध्यक्ष डेबी लिबीयाच्या दौऱ्यावर होते. वाळूच्या प्रचंड टेकड्यांमध्ये त्यांच्या मोटारींचा ताफा रस्ता चुकला होता. शेवटी सरकारी हेलिकॉप्टर्सनी त्यांना शोधून काढले आणि योग्य मार्गाने त्यांच्या ताफ्याला बाहेर काढले. त्या वेळी मी प्रवास करीत असलेल्या ट्रकमधील आणि आमच्याबरोबर असलेल्या इतर ट्रक्समधील लोकांनी अध्यक्षांच्या ताफ्यातील काही वाहनांना शोधून काढले, त्यांतील लोकांना पाणी दिले. एका ओॲसिसजवळ अध्यक्ष डेबी विश्रांतीकरिता थांबले असता, मी पुढे जाऊन त्यांच्याशी हस्तांदोलन केले आणि त्यांचे अभिनंदन केले.

सहारा वाळवंटात उंटावरून अथवा मोटारीनं प्रवास करीत असताना रस्ता चुकणे सहज शक्य आहे; कारण तेथे रस्तेच नाहीत! तुम्ही फक्त जात राहता. उत्तर डारफरमध्ये मिळणारे लाल रंगाचे विशिष्ट क्षार पाण्यात मिसळून ते पाणी लोक आपल्या उंटांना पाजतात. त्यामुळे उंटांना वाळवंटातील लांबचे पल्ले गाठणे सोपे जाते. येथे घोड्यांचा काही उपयोग नाही. या वाळवंटातून जाताना एक घोडा बरोबर न्यायचा असेल, तर त्याला लागणारे चारा-पाणी वाहून न्यायला तीन-चार उंट बरोबर न्यावे लागतील; त्यापेक्षा उंटच बरे!

उन्हाळ्यात प्रखर सूर्यप्रकाशाचा आणि उष्णतेचा उंटांना खूप त्रास होतो. हिवाळ्यात तर गोठवून टाकणाऱ्या अतिथंड वाळूची वादळे उठतात. अशा वेळी आपले संरक्षण करण्यासाठी आपले चेहरे जाड कापडानं झाकून घ्यावे लागतात. सहारा वाळवंटातील प्रवास कधीच छोटे नसतात. ते असतात काही हजार मैलांचे. हे म्हणजे कोणत्याही रस्त्याशिवाय आणि वाटेतील निवाऱ्याशिवाय अख्खा सर्बिया, ऑस्ट्रिया आणि झेक तुडवत अथेन्सहून बार्लिनला जाण्यासारखे आहे. किंवा मियामी बीच ते फिलाडेल्फिया – रस्ते वा निवारा नसलेला जणू अंतहीन मार्गच.

या सहारा वाळवंटात – विशेषत: जेथे उत्तर डारफर प्रांताचा भाग सहाराला मिळतो, त्या प्रदेशात – सर्वत्र मानवी हाडे पसरलेली पाहायला मिळतात. त्यांतील असंख्य हाडांना कातडी तर चिकटलेली असतेच, शिवाय काहींना तर

फाटके-तुटके कपडेदेखील चिकटलेले असतात. उन्हाच्या तडाख्यानं हाडं पांढरीफटक पडलेली असतात. वाळवंटातील मृगजळामुळे दूरवर वाळूच्या टेकड्यांवर बसलेले मुठीच्या आकाराचे पक्षी उंटाएवढे मोठे दिसतात, तर जमिनीवरील सपाट भाग तलावासारखे भासतात. इतकेच काय, तर मृगजळामुळे वाळवंटात पसरलेली मानवी हाडं दूरवर असलेल्या एखाद्या शहरातील इमारतींसारखी दिसतात. सहारा हे खरंच एक अतिशय विचित्र ठिकाण आहे. वारा सुटला, की येथील सर्व पाऊलखुणा नाहीशा होतात. तुम्हाला अशक्य वाटलं, तरी हे सारं खरं आहे.

आकाश स्वच्छ असेल, तर रात्री तुम्हाला तारे दिसतील. सूर्य कोठे मावळतो आणि उगवतो, हेही दिसेल. पण इथलं आकाश नेहमी स्वच्छ असेलच, असं नाही. इथल्या वाळूच्या प्रचंड टेकड्यांमुळे तुम्हाला क्षितिजच तिरकं दिसू लागतं आणि आकाश निरभ्र असलं तरी तुम्ही पूर्णपणे दिशाहीन होऊ शकता. साधारण सकाळी दहा वाजल्यापासून दुपारी चार वाजेपर्यंत दिशेचा अंदाज येणे अगदी अशक्य असतं.

तुम्हाला वाटेल की, होकायंत्र किंवा आत्ताच्या आधुनिक जी.पी.एस. सारख्या प्रणालीच्या साह्यानं तुमची या त्रासातून सुटका होईल. पण सहाराच्या कडक उन्हात जी.पी.एस.च्या. बॅटरीज काम तर करत नाहीतच; शिवाय इथल्या अति बारीक वाळूमुळे ती यंत्रसामग्री पूर्ण नादुरुस्त होते. तुमचं होकायंत्र कधी मोडेल, ते देखील सांगता येणार नाही. एखाद्या वाळूच्या वादळानंतर तुमचं सामान आणि बिछाना आवरताना तुमच्या लक्षात येईल की, ते वाळूतच कुठंतरी गायब झालं आहे. म्हणून या वाळवंटातून मार्ग शोधण्यासाठी तुम्हाला येथे हजारो वर्षांपासून चालत आलेल्या पारंपरिक मार्गांचाच अवलंब करावा लागेल.

तुम्ही जर माझ्या वडिलांसारखे किंवा माझ्या भावंडांसारखे हुशार असाल, तर आदल्या रात्री आकाशात दिसणाऱ्या ताऱ्यांच्या साह्यानंच तुम्ही दुसऱ्या दिवशीचा मार्ग ठरवाल. आणि तो निश्चित करण्यासाठी, तसेच दिशा कळण्यासाठी अनेक छोट्या काड्या एका ओळीत वाळूत रुतवून ठेवाल. पूर्वी अनेक लोकांनी दिशेचा अंदाज येण्यासाठी दूरवर दिसणाऱ्या वाळूच्या टेकड्यांचा उपयोग करून घेण्याचा प्रयत्न केला आहे. पण सावधान...! असा वेडेपणा करून अनेक लोकांनी आपले प्राण – देखील गमावले आहेत. कारण एका रात्रीत हे वाळूचे डोंगरच्या डोंगर गायब होतात आणि मग शेवटची घटका मोजेपर्यंत तुम्ही तेथेच गोल-गोल फिरत राहता. म्हणून इथे डोंगरांवरही विश्वास ठेवू नका.

आणि हो, तुमच्या उंटाच्या पायाखाली होणारा कर्रकर्र असा आवाज मानवी हाडांचा आहे – वाळूत गाडल्या गेलेल्या आणि वाऱ्याच्या मर्जीने त्यातून वर येणाऱ्या हाडांचा. या प्रदेशाबद्दल एवढं सांगणं पुरेसं आहे.

◆

मृत नाईल नदी

डारफरपासून दूर असतानाचे माझे दिवस बऱ्यापैकी सुखाचे होते; पण माझ्या या सुखी कालखंडाचा शेवट इजिप्तमधील माझ्या तुरुंगवासात झाला.

मी दक्षिण इजिप्तमधील आस्वान येथील तुरुंगात होतो. तेथील जेलर बऱ्यापैकी प्रौढ होता; जवळजवळ माझ्या वडिलांच्या वयाचा. तो खूप दयाळू होता. गजांच्या पलीकडून रात्री उशिरापर्यंत तो माझ्याशी गप्पा मारायचा. माझ्या अरबी भाषेच्या ज्ञानाचा येथे खूप उपयोग झाला. मलाही त्याच्याशी बोलायला आवडायचे.

"तू लिबियाला का गेलास? तुझ्यासारख्या तरुण माणसांच्या दृष्टीने लिबिया कसा आहे?" स्वत:साठी आणि माझ्यासाठी सिगारेट बनवत त्यानं मला विचारलं.

मी त्याला सांगितलं की, मला तेथे झॅघावा लोकांचा एक मोठा प्रेमळ समुदाय भेटला. त्यात माझे काही मित्र आणि भाऊबंदही होते. ते लोक तिथे समुद्रकिनारी काम करीत होते. त्यांनी माझ्यासाठी रात्री झोपण्यापुरती जागा उपलब्ध करून दिली आणि तेथील मिलिटरी अकादमीच्या रेस्टॉरंटमध्ये कामही मिळवून दिलं. तेथील अरबी विद्यार्थीही खूप चांगले होते. ते मला अभ्यास करण्यासाठी मदत करत आणि अभ्यासासाठी पुस्तकेही देत. मीही त्यांच्याकडे अधिकाधिक पुस्तके मागत असे.

"अच्छा, हे म्हणजे अलेक्झांड्रियामधील त्या जुन्या लायब्ररीसारखे झाले. प्रत्येक प्रवाशाकडून एक पुस्तक उसनं घ्यायचं आणि त्याची नक्कल करून ती प्रत आपल्या लायब्ररीत ठेवायची."

मी त्याला सांगितलं की, तसं काही नव्हतं. शिवाय माझ्या कल्पनेतील लायब्ररीही काही त्याएवढी फार चांगली नव्हती. पण एक गोष्ट खरी की, तेव्हा मात्र मी खूप वाचायचो – तत्त्वज्ञान, इतिहास आणि थोडं राजकारण. मला आवडणाऱ्या आणि सर्वत्र वाचल्या जाणाऱ्या अनेक श्रेष्ठ कादंबऱ्यांसुद्धा.

"पण मग तुझ्याकडे पासपोर्ट नव्हता ना?" त्यानं विचारलं.

मी त्याला सांगितलं की, माझ्याकडे लिबियाचा व्हिसा होता. पण मला तेथून

इजिप्तला जायची परवानगी नव्हती. माझे काही मित्र कामधंद्यासाठी तेथे गेले होते आणि त्यांनी मला सांगितले होते, की त्यांना पगारही चांगले मिळत होते. अनेक लोक घरी जास्तीत जास्त पैसे पाठविता यावेत म्हणून एकाकी आयुष्य जगत होते. जास्त पगाराचा मोह खूप तीव्र असतो. शेवटी या जगात जगण्यासाठी पैसाच सर्व काही आहे. म्हणून मीही इजिप्तला गेलो आणि लाल समुद्राच्या किनारी असलेल्या या रेस्टॉरंटमध्ये काम करू लागलो. इजिप्तमध्ये मी खूप मित्र मिळवले. निरनिराळ्या वंशांचे आणि निरनिराळ्या परिस्थितीतून आलेले. नंतर मला समजले की इस्राईलमध्ये याहून चांगले पगार आहेत. लाल समुद्र ओलांडून इस्राईलमधील खूप रिसॉर्ट्स असलेल्या आयलट या शहरात पोहोचल्यावर माझी मिळकत शंभर डॉलर्सवरून काही हजार डॉलर्सच्या घरात गेली असती. एवढे पैसे मिळाल्यावर तर मला कॉलेजला जाता आले असते आणि सर्व खर्च भागवून घरीही पैसे पाठविता आले असते. मला तेथील बीरशेबासारख्या शहरात नोकरी मिळाली, तर छानच. मग मला तेथील प्रसिद्ध बेन गुरियन विद्यापीठात शिकता येईल. मी समुद्रकिनाऱ्यावरील ज्या रेस्टॉरंटमध्ये काम करीत होतो, ते एका बदाऊनी माणसाचे होते. पुढे मला एका बदाऊनी माणसानेच इस्रायली सीमा पार करण्यास मदत केली. नेमक्या कोणत्या जागेवरून सीमा पार करायची, हे त्याने मला दाखवले. पण ती जागा माझ्यासाठी सुदैवी ठरली नाही.

मी गाझा पट्टीमधून इस्राईलमध्ये प्रवेश करत असतानाच मला पकडण्यात आले. मी खूप दमलो होतो. समोरील एका सुंदर शेतामध्ये पाण्याचे फवारे उडताना बघत मला एकदम झोप लागली. जेव्हा जाग आली, तेव्हा माझ्याभोवती इस्रायली सैनिक आपल्या बंदुका माझ्यावर रोखून उभे होते. माझी इच्छा होती त्याप्रमाणे मी बीरशेबा शहरात पोहोचलो जरूर; पण तेथील विद्यापीठात नव्हे, तर तुरुंगात.

तेथील तुरुंग मात्र खूप छान होता. त्यात टी.व्ही. होता आणि तेथून अगदी आंतरराष्ट्रीय फोनसुद्धा करता येत होते. मला माहीत असलेल्या अनेक चांगल्या हॉटेल्सऐवजी मी तुम्हाला त्या तुरुंगात जायचे सुचवेन!

मला पुन्हा इजिप्तला पाठविण्यात आले आणि तुरुंगात कडेकोट पहाऱ्यात डांबण्यात आले. घाण-दुर्गंधीचे साम्राज्य, अंधार आणि हिंसा यांनी बरबटलेले तुरुंग कसे असतात, याची तुम्हाला कदाचित कल्पना असेल. पण हा तुरुंग त्याहून भयानक होता. तुरुंगाचे वास्तव तिथेच खरे कळले.

आस्वानमधील म्हातारा जेलर मला म्हणाला होता, ‘‘कैरोच्या या तुरुंगात अनेक लोक मरतात.’’ पण ते सांगण्याची जरुरीच नव्हती, कारण त्याची प्रचिती येतच होती. तळपत्या उन्हात गुडघ्यांवर बसून पाण्याची याचना करावी लागत होती, शिवाय जोडीला आडदांड गार्डचा मारही खावा लागत होता. काही कोठड्यांत

कैद्यांची इतकी गर्दी होती, की कैद्यांना आळीपाळीपाळीने बसावे लागे. अशा कोठडीत मी काही महिने काढले. मला डांबलेल्या एका कोठडीतील नव्वद लोकांपैकी काही लोक तेरा वर्षांपासून तिथेच होते. प्रचंड उष्मा आणि घाणीचे साम्राज्य असलेली ही कोठडी होती.

तिथेच जेमतेम दहा वर्षांच्या एका मुलाला इतके मारले होते की, तो मृत्युपंथालाच लागला होता. मी त्याचे सांत्वन करायचा प्रयत्न करत होतो. आपल्या कुटुंबापासून दुरावलेल्या या छोट्याशा मुलाचा असा मृत्यू होणे, खरंच फार क्लेशदायक होते.

आफ्रिकेत आमच्या कुटुंबालाच आम्ही आमचे सर्वस्व मानतो. कुठलाही प्रश्न न विचारता आम्ही त्यांच्यासाठी शक्य ते सारं करतो. माझे भाऊ आमच्या कुटुंबासाठी जेवढं करत होते, तेवढं मी करू शकत नव्हतो, हे मला माहीत होते. अहमदप्रमाणे मला उंट आणि इतर जनावरं राखता येत नव्हती. गावातले प्रश्न त्याच्यासारखे सोडविता येत नव्हते. मी जुमासारखे काबाडकष्ट करू शकत नव्हतो. माझी सहनशक्ती कमी होती, त्यामुळे कुटुंबातील सर्वांना आनंदाने एकत्र बांधून ठेवणे मला जमत नसे. हा एक वसा होता. पण माझ्या शिक्षणामुळे बाहेरच्या जगाबद्दलची माझी जिज्ञासा प्रचंड वाढत होती; तरीही कुटुंबापासून दूर असल्याने मी आनंदात नव्हतो. कायमच्या वास्तव्यासाठी नाही – कारण ते माझे जीवन नव्हते – तरी विरहाच्या जखमा भरेपर्यंत तरी मी माझ्या घरी परतायला हवं, हे मी स्वत:ला बजावत होतो.

या तुरुंगाच्या सगळ्याच बाजू काही वाईट नव्हत्या. आफ्रिकेतील विविध भागांतून आलेले चांगले लोक मला इथेच भेटले. त्यांच्याकडून मला बऱ्याच गोष्टी समजल्या. तुरुंगात मिळणाऱ्या माशांच्या जेवणावर गुजराण करीत अंगावर असंख्य उवा बाळगत रात्रंदिवस ऐकलेल्या गप्पांतून आम्हाला अनेक देशांबद्दल, तिथल्या लोकांबद्दल बरंच काही शिकायलाही मिळत होते.

बराच अनुभव घेतल्यावर इजिप्तमधून मला लवकरच सुदानला पाठविण्यात येणार होते. आस्वानमधील त्या जेलरने सांगितल्याप्रमाणे, माझे नशीब मला तिथेच भेटणार होते. आस्वानला जाण्यासाठी बोटीने मला नाईल नदीमधून खार्टुमच्या दक्षिणेला नेण्यात येणार होते.

"तू येथील जेलमध्ये राहू शकत नाहीस, हे खरंच खूप वाईट आहे." इस्राईलमधील तो जेलर मला म्हणाला. खरं तर मलाही तेथून जाताना खूप वाईट वाटत होते. "येथे जर तुझे काही मित्र असतील, तर त्यांच्याकरवी तू सुदानमध्ये होणारी तुझी हद्दपारी रोखू शकतोस." त्याने मला सुचविले.

गेल्या काही वर्षांपासून अनेक सुदानी नागरिक जॉर्डन मार्गे इस्राईलमध्ये

आपला शिरकाव करून घेत होते. इस्रायली अधिकाऱ्यांच्या हे लक्षात आल्यानंतर ते अशा लोकांना जॉर्डनमध्ये परत धाडू लागले आणि तिथून त्यांची रवानगी पुन्हा सुदानमध्ये होऊ लागली. खार्टुममध्ये आल्यावर मात्र त्यांना सरळ मृत्युदंड दिला जाई. मला वाटते की, स्वत:च्या ढासळलेल्या आर्थिक स्थितीमुळे अरब जगतात आपली छी: थू: होऊ नये म्हणून अरबवंशीय सरकार असे करीत असावे. ही दुष्कृत्ये 'ॲम्नेस्टी इंटरनॅशनल' आणि 'मानवाधिकार समिती'च्या लक्षात आल्यावर त्यांनी या गोष्टीला प्रसिद्धी दिली आणि अशा स्थलांतरित लोकांना सुदानसारख्या देशांत परत न पाठविण्याचे आवाहन इस्राईल आणि इतर काही देशांना केले. त्या देशांनी तसे कबूलही केले. जेव्हा इस्रायली सरकारने मला इजिप्तमध्ये पाठवले, तेव्हा इजिप्त सरकारने मला पुढे सुदानमध्ये न धाडण्याचे वचन दिले होते. ही गोष्ट मानवाधिकारवादी गटांच्या लक्षात आणून दिली नसती, तर त्यांनी मला नक्कीच सुदानला पाठवले असते.

दुसरी मोठी समस्या म्हणजे, इजिप्तमधील तुरुंगातील वास्तव्यामुळे मी खूप अशक्त झालो होतो. त्या म्हाताऱ्या जेलरच्याही ते चांगलेच लक्षात आले होते आणि वडिलकीच्या नात्याने तो माझ्या प्रकृतीबद्दल चिंता व्यक्त करीत होता. त्या परिस्थितीत मी माझ्या आप्तांशी संपर्क साधू शकत नसल्याचे, त्याला सांगितले. त्या जेलरला फोनची सुविधा उपलब्ध करून द्यायची विनंती मी केली. त्यामुळे कैरोमधील माझ्या काही झॅघावा मित्रांशी मला संपर्क साधता आला असता आणि त्यांनी माझी माहिती सरकारविरोधी फौजांना दिली असती.

''इथून फोन करणं खूपच महागडं काम आहे आणि माझ्या मुला, माझ्याकडे खरोखरच तेवढे पैसे नाहीत रे!'' त्यानं मला खेदानं सांगितलं. ''तुझ्याकडे थोडे-फार पैसे असले, तर मी काही तरी करू शकेन.''

यानंतर जे काही घडले, तो माझ्या आयुष्यातला पहिला नसला तरी अविस्मरणीय चमत्कार होता. तुमच्याकडे मदत म्हणून एखाद्याने पैसे मागितले, तर रिकाम्या खिशात उगीचच सारखा हात घालण्यात अर्थ नसतो. तुरुंगाच्या त्या वास्तव्यात माझ्या अंगावर असलेली जिन्स कित्येक महिने मी वापरत होतो. अनेकदा उगीचच पँटच्या खिशात हात घालत होतो. तेव्हाही मी तेच केले. अचानक मला माझ्या पँटच्या उजव्या खिशाच्या वरच्या बाजूस अंगठ्याला काही तरी जाणवले. घड्याळ ठेवण्यासाठी बनविलेला हा चोरकप्पा मी पूर्ण विसरून गेलो होतो. माझ्या अंगठ्याला जाणवलेली ती गोष्ट म्हणजे इजिप्शियन चलनातील चक्क शंभर पौंडांची नोट होती! अमेरिकन चलनात त्या नोटेची किंमत वीस डॉलर तरी असावी. ती नोट मी माझ्या खिशात कधी ठेवली, हे मला मुळीच आठवत नव्हते. दडपलेली आणि काहीशी जीर्ण झालेली ती नोट मी बाहेर काढून हळूच उलगडली. माझ्याकरता

जीवनदायी असा तो फोन करण्यासाठी एवढे पैसे निश्चितच पुरेसे होते.

ती नोट मी त्या म्हाताऱ्या जेलरला दिली आणि त्याला एक फोन करायला सांगितला. उरणाऱ्या पैशातून शक्य झाले, तर त्याच्या आणि माझ्यासाठी काही खायला घेऊन यायला सांगितले. त्या रात्री खूप उशिरा का होईना, तो म्हातारा आम्हा दोघांसाठी छान चिकन घेऊन आला. त्याने फोन खरोखरच केला होता, याच्या खात्रीसाठी मला फोनवर झालेल्या संभाषणाबद्दल त्याने सविस्तर सांगितले. त्याच्याबरोबर जेवताना मला माझ्या वडिलांबरोबरच्या जेवणाची आठवण येत होती. मी माझ्या कुटुंबापासून खूप काळापासून दूर होतो आणि त्या अंधाऱ्या खोलीत माझ्या कुटुंबीयांबद्दलचेच विचार करण्याची मला गरज भासत होती. स्वकीयांपासून दूर राहण्याचा गंभीर परिणाम माझ्या आयुष्यावर होत होता. हा खर्च करूनही बरेच पैसे उरले होते, ते सर्व पैसे मी त्या दयाळू माणसालाच दिले. अशा कठीण प्रसंगी त्याने केलेल्या मदतीपेक्षा कोणाला अधिक काही करणे शक्य नव्हते.

कैरोमधील माझ्या मित्रांनी काही झॅघावा आदिवासी नेत्यांशी संपर्क साधला. त्यांच्यापैकी एक जण तर स्कँडिनेव्हियामध्ये होता. त्यांनी पुढे मानवाधिकार संरक्षण संघटना आणि संयुक्त राष्ट्रांना माझ्याबद्दल माहिती दिली. कसे का होईना, सर्व काही अनुकूल घडत गेले. मला ज्या दिवशी साखळदंडांनी बांधून नाईल नदीमधून बोटीने खार्टुमला पाठविण्यात येणार होते, त्याच दिवशी बोट सुटायच्या काही वेळ आधी मला सोडविण्यात आले. माझी रवानगी पुन्हा कैरोला झाली. कैरोतील त्या भयानक तुरुंगात मला काही काळ राहावे लागले, नंतर मला तेथून सोडून देण्यात आले – हा आणखी एक चमत्कार!

ईश्वरी कृपा कधी आणि कशी होईल, हे खरंच सांगता येत नाही. ते पैसे खरोखरच तेथे योग्य संधीची वाट पाहत माझ्या खिशात होते का? की ती नोट त्या म्हाताऱ्या जेलरनेच मी झोपलो असताना माझ्या खिशात सरकवली असेल, असाही मी विचार केला. पण त्या नोटेची जीर्णावस्था पाहता ती खूप काळ माझ्या खिशातच असावी – आयुष्यात अनेक गोष्टी आपल्यासाठी घडायच्या थांबलेल्या असतात, तशी!

◆

घरी परतण्याची चुकीची वेळ

सन २००३ चा उन्हाळा. एका सरत्या दुपारी इथिओपिअन एअरलाइन्सच्या जेट विमानातून मी लाल समुद्रावरून भरारी मारली. ब्रिटनमधील माझ्या काही दूरच्या भावंडांनी घरी पोहोचण्यासाठी माझ्या विमान तिकिटाची सोय केली होती. विमानाने नाईल नदीचा किनारा ओलांडला आणि ते पुढे दक्षिण दिशेला स्थिरावले. पश्चिमेला सहाराच्या अथांग वाळवंटाचे दर्शन होत होते. इजिप्शियन तुरुंगात मृत्यूच्या इतक्या जवळ जाऊनही आज मी जणू हवेतून उडत माझ्या घरी चाललो होतो. तरंगणाऱ्या जादूई गालिच्यावरूनच आपण सफर करत आहोत, असे मला वाटत होतं. आयुष्यात पहिल्यांदाच मला सहारा वाळवंटाच्या अथांगतेचं दर्शन घडत होते. सर्वत्र पसरलेला वाळूचा समुद्र, त्यात क्वचित दिसणारे मोजकेच हिरवे ठिपके, जराजर्जर पाठीच्या कण्यागत असलेल्या निष्प्राण डोंगरकडा, खडूने मारलेल्या रेघांसारख्या दिसणाऱ्या उंटांच्या कळपांच्या पाऊलखुणा आणि वाळूच्या डोंगरांभोवती रिंगणाकारात असलेली छोट्या-छोट्या प्रवाहांची कोरडी पात्रे.

जसजसे आम्ही वर चढत गेलो तसतशा त्या पाऊलखुणा दिसेनाशा झाल्या. वाळूच्या टेकड्या ओबडधोबड कॅनव्हासवरील ठिपक्यांसारख्या भासू लागल्या. दूरवर क्षितिजापर्यंत पसरलेल्या या वाळूच्या समुद्राचा आकार जवळजवळ संपूर्ण अमेरिका देशाएवढा आहे. माणसाने इतक्या प्रचंड आकाराची पिरॅमिड्स या वाळवंटात का निर्माण केली, याचे उत्तर इतक्या उंचीवर गेल्यावरच मिळते. प्रचंड उंचीवरूनही ती लक्षात यावीत म्हणूनच कदाचित त्यांची निर्मिती झाली असावी. हे विलोभनीय दृश्य पाहण्यासाठीच, तर मी जिवंत राहिलो नसेन ना, असा विचार माझ्या मनात येऊन गेला. शेजारच्या खिडकीला मी डोकं टेकवलं आणि चहाचा घोट घेतला. सूर्यास्ताचा रक्तिमा जमिनीवर सर्वत्र जणू सांडला होता. हे विलक्षण दृश्य पाहण्यासाठीच मी अजून जिवंत होतो. खरोखरच हे अवर्णनीय आहे. मी परमेश्वराची प्रार्थना करून त्याचे आशीर्वाद मागितले. माझ्यासाठी आणि लंडनमधील

माझी भावंडे, कैरोमधील माझे मित्र, मानवाधिकारासाठी झटणारे गट आणि संघटना, आस्वानमधील तो म्हातारा जेलर आणि माझ्या जिन्सला चोरखिसा शिवणारा शिंपी – या साऱ्यांसाठी. अहमद आणि माझे इतर भाऊ, बहिणी, आई, वडील या सर्वांसाठी आशीर्वाद देण्याची मी परमेश्वराकडे प्रार्थना केली.

खूप वर्षे दूर राहून, या सर्वांना मी आता लवकरच भेटणार होतो. माझ्या इतर भावंडांनी सांगितल्याप्रमाणे, 'या भूमीत युद्ध भडकलं होतं. तरीही अहमद भेटणार याचा मला अतिशय आनंद होत होता. तो जणू माझ्या समोर आहे आणि माझ्या आयुष्यातील एकूण एक साहसी प्रसंग जाणण्यास उत्सुक आहे, असं मला वाटू लागलं होतं. खरंच, अहमद माझी प्रत्येक गोष्ट जाणून-समजावून घेण्यास उत्सुक असणारा माझा जिवलग होता. त्याला परमेश्वराने भरभरून आशीर्वाद द्यावेत, हीच माझी इच्छा होती.'

खूप दूरवर जेथे माझी दृष्टी पोहोचत होती, तेथे कोठे तरी खार्टुम शहरातील दिवे लुकलुकत होते. निळसर संधिप्रकाश नाईल नदीच्या किनाऱ्यांवर किंचित चमकत स्थिरावला होता. येथेच नाईल नदी 'शुभ्र नाईल' आणि 'नील किंवा निळी नाईल' या दोन रूपांत उगम पावते. ही निळी नाईल नदी इथिओपिआत जाते आणि आपल्या पाण्याचा बहुतांशी पुरवठा करते. निळ्या नाईल नदीपेक्षा शुभ्र नाईल खूप अधिक अंतर कापत लेक व्हिक्टोरियामधून प्रवास करते आणि आपले बहुतांशी पाणी सुदानच्या दलदलीच्या दक्षिण भागात पसरवते. प्राचीन काळी सुदानमध्ये डारफरच्या पश्चिमेला चॅड सरोवराकडे जाणारी आणखी एक तिसरी नदीही होती. त्या नामशेष झालेल्या नदीमुळे निर्माण झालेल्या खोलगट प्रदेशाला 'वाडी होवार' किंवा 'मृत नाईल' असे म्हटले जाते. उन्हाळी पावसात क्वचित दिसणाऱ्या पाण्याचा अपवाद सोडला, तर या नदीचे पाणी वाळूखालूनच वाहते, असे म्हणतात.

अदिस अबाबा येथे छोटासा मुक्काम केल्यावर आता विमानाने केनिया, युगांडा आणि मध्य आफ्रिकन प्रजासत्ताकावरून दक्षिण डारफरकडे जाणारा मार्ग पकडला होता. एव्हाना सर्वत्र अंधार झाला होता. या भागात वीज जवळजवळ नाहीच. येथील लोक रात्री लवकर झोपी जातात. आकाशात आता तारे आणि नुकताच उगवलेला चंद्र यांचं दर्शन होत होतं. इतक्यात मला खाली चमकणारे दिवे दिसले.

"आपण कोठे आहोत?" मी त्या तरुण अटेंडंटला विचारलं. ती साधारण माझ्याच वयाची होती, सुमारे तिशीतली. प्रवासात माझा तिच्याशी परिचयही झाला होता. आपला हात आधारासाठी अगदी डौलाने माझ्या खांद्यावर ठेवून, तिने वाकून खिडकीतून बाहेर नजर टाकली.

"मला वाटते, अजून कुठेच नाही!" बाहेरील अंधाराकडे शांतपणे पाहत तिने स्मितहास्य केले.

मी घड्याळाकडे नजर टाकून वेळेचा हिशेब मांडला. आम्ही बहुधा दक्षिण सुदान आणि कदाचित त्याच्याही दक्षिणेला डारफर प्रांत पार करीत होतो. खाली दिसणारा लुकलुकता प्रकाश म्हणजे बहुधा युद्धात पेटलेली गावे किंवा आदल्या दिवशीच्या बॉम्बहल्ल्यामुळे जळणारी शेकडो वर्षांची जुनी झाडे होती. अवघा डारफर प्रांतच जळत होता.

माझ्या कानांजवळ असणाऱ्या आमच्या झॅघावा वंशाचे वैशिष्ट्य असलेल्या व्रणांना मी स्पर्श केला आणि विमानातून खाली नजर टाकली. तेथेच खाली कोठेतरी थोडेसे उत्तरेला माझे मित्र, माझे आई-वडील होते. माझी बहीण, माझे भाऊ, माझी असंख्य आते-मामे भावंडे, माझ्या आत्या, मावश्या, मामा, काका, आमचे उंट, आम्ही पाळलेली गाढवे, पक्षी – हे सारे तिथेच होते. आणि या सर्वांबरोबर हजारो वर्षांपासून चालत आलेल्या आमच्या परंपरा, आमच्या चालीरीती – सर्व काही होते. तुम्हीच कल्पना करा – आपल्या घरी परतताना आपलीच मातृभूमी अशी जळत असताना पाहणे किती कष्टदायक असेल! तुमच्या शरीरात जर तुमच्या पूर्वजांकडून आलेले योद्ध्याचे रक्त असेल, तर ते निश्चितच उसळून उठेल.

मी निश्चितच एका विशाल जगाचा अनुभव घेतला होता; या जगात सोपे आणि साधे, सरळ असे काहीच नव्हते. एका अर्थी, इतक्या उंचीवरून प्रतीकात्मकरीत्या मी माझ्या जगाकडे पाहत होतो. आता माझ्या मित्रांमध्ये आणि परिचितांमध्ये केवळ वेगवेगळ्या वंशाच्या आणि वेगवेगळ्या परिसरातील लोकांचा समावेश नव्हता; तर जेन आयर, लाँग जॉन सिल्व्हर आणि ऑलिव्हर ट्विस्ट ह्यांचाही समावेश होता.

उंची ही एक खरोखरच खूप सामर्थ्यशाली गोष्ट आहे. अवकाशयात्री जेव्हा प्रचंड उंचीवरून आपल्या छोट्याशा ग्रहाकडे पाहतात तेव्हा त्यांना देशांचे झेंडे आणि सीमा दिसत नाहीत आणि त्यांच्या मनात कोठेतरी एक शांततापूर्ण दृष्टिकोन तयार होतो. मला खरंच फक्त शांतता हवी होती. मला माझ्या लोकांबद्दल वाईट वाटत होतं, काळजी वाटत होती; पण त्यांचा राग येत नव्हता. कोणाला व्यक्तिश: मारावं, असंही मला वाटत नव्हतं. जो माणूस हे सर्व घडवून आणत होता, त्या सुदानच्या अध्यक्षाबद्दलही माझ्या मनात द्वेषभावना नव्हती. मला मनापासून वाटत होतं, की या माणसाला डारफरमधील गावांमधून पायी फिरवावं आणि जिथं मी माझं बालपण घालवलं, त्या भूमीत काय चाललं आहे, ते त्याला प्रत्यक्ष दाखवावं. त्यामुळे कदाचित त्याचे विचार बदलतील आणि प्रजेची सेवा करणं, तिचं रक्षण करणं, हे जे त्याचं मुख्य काम आहे, त्याची त्याला जाणीव होईल.

पहाटेच्या थोडेसे आधी आम्ही चॅडच्या वाळवंटातील एका ओॲसिसजवळ

वसलेल्या 'जमीना' या शहरात उतरलो. इथे माझे काही मित्र आणि दूरची भावंडं होती. त्यांच्यापैकी कोणाकडे तरी माझी राहण्याची व्यवस्था झाली असती. त्यांच्याकडून थोडेफार पैसे घेऊन चॅडमध्ये प्रवेश करायचा आणि तेथून सुदानी सरकारचा डोळा चुकवून डारफरमधील एखाद्या दुर्गम भागात शिरायचे, असा माझा विचार होता.

पहाटे साधारण पाचच्या सुमारास जमीना विमानतळावर आमच्या विमानाला शिडी लागली. खाली उतरण्यापूर्वी मी क्षणभर तेथेच थबकलो. दुरून येणारा नदीचा दमट गंध मी माझ्या श्वासात भरून घेतला. स्वातंत्र्याचा संदेश घेऊन येणारं आणि चांदण्यांनी भरलेलं हे आकाश जणू माझं स्वागतच करत होतं. 'परमेश्वरा, तू महान आहेस... माझी आफ्रिका, माझे मित्र, माझे सर्व आप्त....'

त्या छोट्याशा विमानतळावर इतक्या पहाटेसुद्धा चॅडियन लष्कराची वाहने आणि विमाने यांची वर्दळ सुरू असलेली मला पोर्चमधून दिसत होती. युद्धमय वातावरणात या शहराला लवकरच जाग आली होती आणि तेथील दैनंदिन व्यवहार सुरू झाले होते. त्या वातावरणाचा तेथील जीवनावर नक्कीच परिणाम झाला होता. विविध प्रकारचे आवाज, गंध, सैनिकांच्या आणि लष्करी वाहनांच्या हालचाली ह्या सर्वांचे बारकाईने निरिक्षण करून, त्याचे आकलन झाल्यावर त्यातून भीतीची आणि धोक्याची जाणीव झाली.

माझी काही भावंडं विमानतळावर मला घ्यायला आली होती. त्यांच्या घरी पोहोचल्यावर नाश्तामध्ये मी अतिशय सुंदर मसालेदार कबाबांचा आस्वाद घेत होतो. शेजारी सुदानमध्ये चाललेल्या युद्धाच्या बातम्यांचा जणू माझ्यावर वर्षावच होत होता. उत्तर डारफरमधील घडामोडी, माझ्या भावंडांबद्दलच्या बातम्या, सेलफोनवरून आणि प्रवाशांकडून मिळालेली माहिती, गावावर झालेले हल्ले, कुटुंबातील व्यक्तींचे मृत्यू, गावाचं संरक्षण करण्यासाठी शस्त्रे घेऊन जाणाऱ्या भावंडांच्या हत्या, बेपत्ता झालेल्या अत्याचारित बहिणी, त्यांच्या आयांचे मृत्यू इत्यादी, सर्व काही त्यात होतं. वातावरणात सर्वत्र एक प्रकारचा उदासपणा भरून राहिला होता, त्याचबरोबर प्रचंड उत्सुकताही होती. जणू आमचे मधमाश्यांचे सुंदर पोळेच कुणीतरी फटकाऱ्याने उडवून लावले होते.

तिथे बरेच दिवस राहिल्यानंतर माझ्या प्रकृतीत थोडी सुधारणा झाली. मग मी तेथे वयाने सर्वांत मोठ्या असलेल्या माझ्या एका दूरच्या भावाजवळ डारफरमध्ये घरी परत जाण्याची इच्छा व्यक्त केली. त्याने माझा हात आपल्या हातात घेतला आणि माझा खांदा प्रेमाने हलकेच असा दाबला की, ती जणू आमची शेवटचीच भेट असावी. आफ्रिकेत गावागावांत लॅंडक्रूझरमधून कराव्या लागणाऱ्या प्रवासासाठी त्याने मला आवश्यक ते पैसे दिले. त्या कुटुंबातील स्त्रियांनी मला बरोबर काही खाद्यपदार्थ दिले. मी त्या गावातील प्रमुख बाजारपेठेत गेलो आणि पुढच्या प्रवासासाठी

चांगला ड्रायव्हर असलेल्या एका बऱ्यापैकी लँडक्रूझरची निवड केली.

गर्दीने खच्चून भरलेल्या लँडक्रूझरमधून, पाण्याने भरलेल्या नाल्यासारख्या खोलगट भागातून; ज्याला आमच्या भाषेत 'वाडी' म्हणतात. तेथून आमचा प्रवास सुरू झाला.

सुदानचा डारफर प्रांत हा चॅड देशाच्या पूर्वेकडील सीमेला लागून आहे. जमीना शहरापासून सुमारे सहाशे मैलांवर असलेल्या या प्रदेशात पोचायला येथील खराब रस्त्यांवरून दोन दिवस लागतात. वाटेत लागणाऱ्या गावांच्या प्रमुख बाजारपेठांत आम्ही थांबत होतो. नवीन प्रवासी गाडीत चढत होते आणि जुने उतरत होते. त्या प्रवाशांच्या कानांजवळ आमच्या झॅघावा वंशातील लोकांसारखे विशिष्ट प्रकारचे व्रण होते. त्यांच्याकडून मला तेथील घडामोडींची, पुढील संकटांची माहिती मिळत होती. गावे जळत होती आणि डारफरमधून चॅडमध्ये प्रवेश करण्यासाठी लोकांनी सीमेवर गर्दी केली होती. एव्हाना माझ्या कुटुंबीयांच्या काळजीने मी व्याकूळ झालो होतो.

झॅघावांमध्ये प्रत्येक जण प्रत्येकाच्या कुटुंबाला, त्यातील प्रत्येकाला ओळखत होता. तुम्ही छोट्या शहरात राहत असाल, तर तिथे राहणाऱ्यांच्या कुटुंबीयांना तुम्ही अगदी जवळून ओळखत असता. जर तुमच्या शहरात टीव्ही आणि त्यासारख्या तुम्हाला लोकांपासून दूर नेणाऱ्या गोष्टी नसतील, तर शहर कितीही मोठे असले तरीही प्रत्येकाबद्दल तुम्हाला थोडी तरी माहिती असतेच. एकूण, हे असे आहे. आणि अर्थात, तुम्ही जेव्हा एवढा लांबचा प्रवास एकत्रित करीत असता, तेव्हाही अनेक लोकांबद्दल तुम्हाला बऱ्यापैकी माहिती मिळते. सरतेशेवटी प्रत्येक जण चांगल्या ओळखीचा होतो.

आम्ही एकदाचे ॲबॅक या शहरात पोहोचलो. या शहरातील बहुतांशी घरे विटांची असून त्यांची छते पत्र्याची आहेत. सुदानमध्ये प्रवेश करण्यापूर्वी आढळणारी चॅडमधील ही शेवटची सर्वांत मोठी वसाहत. युद्धापूर्वी येथे जवळजवळ साठ ते सत्तर हजार लोक राहत होते. पण आता मात्र तेथे सर्वत्र निर्वासितांची आणि सीमेवर तैनात असलेल्या चॅडियन सैनिकांची दाट वस्ती होती. ते सैनिक डारफरमधून चॅडच्या हद्दीत प्रवेश करणाऱ्या निर्वासितांना रोखत नव्हते. बहुधा माणुसकी दर्शविणारी तेवढी एकच गोष्ट तेथे घडत होती. चॅडियन लोकांची आपल्याकडे येणाऱ्या पाहुण्यांना परत न पाठविण्याची परंपरा आहे, त्यानुसारच हे चालले असावे.

ॲबॅकमधून सुदानच्या सीमेकडे जाणारा शेवटचा पण अतिशय खराब प्रवासाचा टप्पा मी पार करणार होतो. तो दहा-एक मैलांचा टप्पा ओलांडून मी टाईन येथे पोहोचणार होतो. या संपूर्ण प्रवासात जवळजवळ मला झोप मिळालीच नव्हती.

टाईनमध्ये मला थोडीफार विश्रांती मिळेल, असे वाटत होते.

आम्ही टाईन शहराजवळ पोहोचताच तेथील घरे आणि राहुट्या दिसण्यापूर्वी त्या वस्तीत येणारा उकळत्या चहाचा आणि अन्नपदार्थ शिजण्याचा सुंदर वास आमच्यापर्यंत पोहोचला. टाईन हे पूर्णत: झॅघावांचे शहर आहे. येथील स्वयंपाकाच्या सुंदर वासांचा आस्वाद मी खूप दिवसांनी घेत होतो.

शहरात पोहोचताच मी तेथील सुलतानाच्या घरी गेलो. सुलतानाचे निवासस्थान म्हणजे अनेक मोठ्या राहुट्यांचा समूह असतो. भेटीला येणाऱ्या लोकांसाठी आणि त्यांना विश्रांती घेण्यासाठी बाहेरच्या बाजूस त्यांच्या स्वागतासाठी चटया ठेवलेल्या असतात. उत्तम खाद्यपदार्थ असतात. सुलतान नेहमीच आपल्या अतिथींची खूप काळजी घेत असतो.

हजारो युद्धग्रस्त लोक रोज सुलतानाकडे मदत मागायला येत असत. आपले सहायक 'ओमदा' आणि 'शेख' यांच्या मदतीने सुलतान त्या लोकांना आवश्यक आणि शक्य तितकी मदत करण्याचा प्रयत्न करीत होता. उत्तर डारफरमध्ये असे पाच सुलतान आहेत. दक्षिण आणि पश्चिम डारफरमध्येही अनेक सुलतान आहेत. त्याचप्रमाणे चॅडमध्येही अनेक आहेत. हा प्रदेश म्हणजे मूळचे डारफर राष्ट्र. डारफर अजूनही सोळाव्या शतकात होते, तसे बऱ्यापैकी संघटित आहेत. सुलतानपद हे वंशपरंपरेने पुढच्या पिढीत जाते. 'ओमदा' आणि 'शेख' या व्यक्तींची नेमणूक सुलतानाकरवी होते, कारण या लोकांनी समाजात खूप प्रतिष्ठा मिळविलेली असते. एका अर्थी ही एक वेगळ्या प्रकारची लोकशाहीच आहे. येथे लोक आपले प्रतिनिधी निवडणुकीद्वारा निवडत नाहीत; तर जे लोक समाजाची सेवा करून आपले वेगळे अस्तित्व निर्माण करतात, अशांना ही पदे दिली जातात. सुलतानाला अशा लोकांची इत्थंभूत माहिती असते. ही व्यवस्था अर्थातच स्थानिक पातळीवर असते. राष्ट्रीय पातळीवर सरकार स्थापन करण्यासाठी निवडणुका घेतल्या जातात. दुर्दैवाने अध्यक्ष बशीरने या पद्धतीमध्ये प्रचंड भ्रष्टाचार आणला आहे आणि निवडून आलेल्या लोकांमध्ये प्रजेचे खरे प्रतिनिधित्व करण्याची पात्रता आणि इच्छा राहिलेली नाही.

भेट होताच सुलतानाने माझ्याशी हस्तांदोलन केले आणि माझा खांदा जोराने दाबला.

"तुझे वडील आणि तुझा भाऊ अहमद कसे आहेत?" त्याने मला विचारले. त्याच्या विचारण्यात एक प्रकारचा आदर होता. त्यामुळे मला उगीचच अहमदची आमच्या गावचा 'शेख' म्हणून नेमणूक होईल असे वाटले होते.

सुलतानाकडून मला कळले की, माझी काही चुलत आणि मावस भावंडं डारफरमधून विस्थापित होऊन या टाईन शहरातच राहत होती. त्याने मला त्यांचा

नेमका ठावठिकाणाही सांगितला आणि मला हवे तितके दिवस त्यांच्याकडे राहण्याची परवानगी दिली. मग तो त्याच्या इतर अनेक महत्त्वाच्या कामांकडे वळला.

त्याच्याकडे येणारे बहुतेक लोक सीमेपलीकडून होणाऱ्या गोळीबारात आणि बॉम्बहल्ल्यात गंभीर जखमी झालेले होते. खूप दूरचा पल्ला चालत पार करून आलेली अनेक अशक्त आणि आजारी मुलेही त्यात होती. स्त्रियांवर आणि मुलींवर लैंगिक अत्याचार झाले होते. त्यांच्या शरीरावर बलात्काराच्या जखमा होत्या. लोक गावोगावी हिंडून आपल्या आप्तांचा शोध घेत होते. सुलतान, ओमदा आणि शेख अशा लोकांना मदत करीत होते आणि त्यांची देखभाल करीत होते.

अशा सर्व पीडित लोकांच्या गर्दीतच मी जमिनीला पाठ टेकली. थोडासा पाऊस पडून गेला होता. लोकांसाठी ठेवलेल्या सतरंज्या ओल्या होऊ नयेत म्हणून त्याखाली ताडपत्र्यांचे तुकडे जोडले होते. लोकांची वर्दळ सतत सुरू होती. लहान मुले रडत होती. या सर्व गोंधळातही मी गाढ झोपी गेलो.

सकाळी मी तेथील इतर लोकांप्रमाणेच कोरा हिरवा चहा घेतला आणि पुढील प्रवासासाठी एखादी लँडक्रूझर मिळते का, हे पाहायला बाहेर पडलो. मला त्या शहरापासून सुमारे पंचेचाळीस मैल उत्तरेला असलेल्या बहाई या ठिकाणी जायचे होते. ते एक बऱ्यापैकी गाव होते आणि कोणाच्याही लक्षात न येता तेथून डारफरमध्ये प्रवेश करणे सोपे होते.

टाईनच्या बाजारपेठेत लोक आपली शस्त्रं साफ करीत बसले होते. ही शस्त्रं म्हणजे मुख्यत: जुन्या रायफली किंवा कॅलाश्निकोव्ह बनावटीच्या मशिनगन्स होत्या. आज या शस्त्रांचा उपयोग कसा आणि कोठे करायचा याबद्दल त्यांच्यात चर्चा सुरू होत्या. दारूगोळा आणि इतर आवश्यक सामग्रीच्या खरेदी-विक्रीचे व्यवहार त्यांच्यात सुरू होते. इतर काही लोक डारफरमध्ये परत जाऊन आपल्या नातेवाइकांचा आणि मित्रांचा शोध कसा घ्यायचा, याचे नियोजन करीत होते. एका अर्थी मीही त्यांच्यापैकीच होतो. लवकरच मी मार्गस्थ झालो.

चॅड आणि सुदान यांच्या सीमेवर असलेली, त्यांना वेगळे करणारी दरी आमच्या उजव्या बाजूस पसरलेली आम्हाला दिसत होती. पांढऱ्या रंगाची बॉम्बहल्ला करणारी विमाने आणि हेलिकॉप्टर्सही दूरवर नजरेस येत होती. याच विमानांतून आणि हेलिकॉप्टर्समधून डारफरमधील गावांवर हल्ले होत होते. दूर क्षितिजावर बॉम्बहल्ल्यांमुळे उठणारे धुरांचे लोळ दिसत होते. आमच्यापासून थोड्याच अंतरावर खाली वाडीमध्ये जाणाऱ्या जंजावीड दलाच्या हालचाली आम्ही पाहत होतो.

मला जेथे पोहोचायचे होते, ते बहाई हे ठिकाण एकदाचे आमच्या दृष्टिपथात आले. तो चॅडमधील माझा शेवटचा टप्पा होता. विखुरलेल्या झोपडीवजा घरांचे

आणि विटांनी बांधलेल्या इमारतींचे ते एक छोटेसे नगर आहे. नदीजवळच्याच सपाट भागात ते वसले आहे. टाईन शहरापासून बऱ्यापैकी दूर असलेले हे नगर पूर्णपणे झॅघावावंशीयांचे असून एका वेगळ्या सुलतानाच्या आधिपत्याखाली येते. टाईनमधील सुलतानाप्रमाणेच तेथील सुलतानाला भेटून मी अभिवादन केले. बहाईमधील परिस्थितीही टाईनप्रमाणेच होती. सुलताना भोवती गर्दी जमा झाली होती आणि विस्थापित कुटुंबे आपल्या हरवलेल्या आप्तांचा शोध घेत होती. त्यात जखमी स्त्री-पुरुषांबरोबर लहान मुलेही होती. त्यांना उपचारांची गरज होती. आपली घरंदारं आणि आप्त हरवून बसलेले लोक भ्रमिष्टासारखे इकडे-तिकडे भटकत होते. सगळीकडे सरकारी फौजांना विरोध करणारी सशस्त्र दले संघटित होत होती.

मी ड्रायव्हरला पैसे दिले आणि गाडीतून उतरून डारफरच्या अंतर्भागात जाणाऱ्या एका ट्रकमध्ये मागच्या बाजूने प्रवेश मिळवला.

विरुद्ध दिशेने म्हणजे डारफरमधून पळून येणाऱ्या असंख्य लोकांच्या गर्दीतून वाट काढत आम्ही नदी ओलांडली. सपाट प्रदेशात गाड्यांच्या वाहतुकीमुळे आपसूकच तयार झालेल्या मार्गांवरून चॅडच्या दिशेने निर्वासित चालत येत होते. आम्ही त्यांना प्रोत्साहित करत होतो, धीर देत होतो. जसजसे आम्ही पुढे सरकत होतो तसतसे आम्ही त्यांना सांगत होतो की, सुरक्षित ठिकाण आता फक्त एक मैलावर आहे किंवा दोन मैलांवर आहे किंवा अर्ध्या दिवसाच्या अंतरावर आहे... वगैरे. पुढे-पुढे मात्र आम्ही त्यांना एवढेच सांगू लागलो की, तुम्ही योग्य मार्गाने चालला आहात. आमच्याजवळ असलेले पाणी आम्ही लहान मुलांना आणि त्यांच्या आयांना देत होतो.

पांढऱ्या रंगाची अँटोनोव्ह जातीची बॉम्बहल्ला करणारी विमाने अधूनमधून दूरवर दिसत होती. दूर टेकड्यांच्या मागून धुरांचे लोळ उठत होते. गावांचे संरक्षण करणारे संरक्षक आणि इतर सरकारविरोधी सैनिक आम्हाला रस्त्यांत अडवत होते. लष्करी वाहनांप्रमाणे आमच्या ट्रक्सचा रंग पांढरा होता. येथील बऱ्याच बिनलष्करी लँडक्रूझर्सचा रंगही पांढराच होता, त्यामुळे आमच्या वाहनांना बॉम्बहल्ला करणारी हेलिकॉप्टर्स आणि विमानांपासून धोका होता; कारण या गोष्टी हेलिकॉप्टर आणि बाँबर विमानचालकांना ठाऊक नसतील, याची सरकारविरोधी दले आम्हाला जाणीव करून देत होती. म्हणूनच आम्हाला खूप काळजीपूर्वक प्रवास करावा लागत होता. आमची नजर प्रत्येक वळणावर सतत आकाशाकडे, दूरच्या टेकड्यांकडे आणि वाड्यांकडे होती. अधूनमधून बाहेर वाकून आम्ही शेजारून गेलेल्या गाड्यांच्या टायर्सच्या खुणा पाहत होतो आणि त्या मार्गावरून कोण कोण गेले असतील, याचा अंदाज बांधत होतो. मोठमोठ्या टायर्सच्या नुकत्याच उठलेल्या ताज्या खुणा म्हणजे लष्करी ट्रक्स – म्हणजे मृत्यू. घोड्यांच्या टापांच्या खुणा म्हणजे अश्वारूढ

जंजावीड दले – म्हणजेही मृत्यूच. आमची ही निरीक्षणे खूपच उपयुक्त होती आणि त्यात आमचा वेळही छान जात होता. परिस्थिती खरंतर परमेश्वराच्या हातात होती; आमच्या नव्हे.

या प्रदीर्घ प्रवासात मधूनच गाढ़ी तंद्री लागत होती आणि तुटत होती. एकंदरीत परिस्थितीचा विचार करता हे सर्व एक दुःस्वप्नच होते. विश्वाचा भाग असलेलं आमचं जग रोज बदलत होतं, क्रूरतेच्या वणव्यात रोज खोल-खोल रुतत होतं. पण मला त्यातून बाहेर पडायचं होतं. आपल्या देशाला एकसंध ठेवणारे सर्व नियम आणि यंत्रणा जर एकाएकी उद्ध्वस्त झाल्या आणि आपल्या कुटुंबातील सर्व सदस्यांना अत्यंत धोकादायक स्थितीला सामोरं जावं लागलं, तर काय होईल याची कल्पना करा. आम्हा सर्वांची हीच स्थिती होती. अशा वेळी आपण फक्त स्वतःचाच विचार करत बसत नाही; तर आपल्याला आपले कुटुंबीय, आप्त, मित्र सर्वांचीच काळजी लागून राहते. त्या सर्वांना आपल्याला कशी मदत करता येईल, एवढा एकच विचार आपल्या मनात येत असतो.

◆

माझ्या बहिणीचे गाव

इजिप्त सोडण्यापूर्वीच मी ठरवलं होतं की, सर्वप्रथम माझ्या मोठ्या बहिणीच्या घरी जायचं, म्हणजे माझ्या गावी पोहोचल्यावर आई-वडिलांना तिचं क्षेमकुशल सांगता येईल.

तिच्या गावाकडे जाणारा रस्ता सुरुवातीला ओबडधोबड डोंगरांतून आणि पुढे कोरड्या पडलेल्या एका नदीच्या पात्राच्या बाजूने जात होता. गावाला पाणी पुरविणाऱ्या विहिरी, छोटे तलाव यांच्या भोवताली बॉम्बहल्ल्यामुळे विवरे तयार झाली होती. गावात एखादं नवीन वाहन आल्यावर नेहमी होणारी पोराबाळांची गर्दी आज दिसत नव्हती. गावाबाहेरील राहुट्या जळून खाक झाल्या होत्या. काही मातीच्या राहुट्या आणि छोटी घरेच काय ती थोडीफार शाबूत होती.

या आधी अनेक वेळा मी या गावात येऊन गेलो होतो, खासकरून लग्न-समारंभांच्या निमित्ताने. आमच्या समाजात लग्न-समारंभांना खूप महत्त्व आहे. चार दिवस चालणाऱ्या या सोहळ्यात नाच-गाण्यांची रेलचेल असते. त्या गावातील भरपूर झाडी असलेला एक परिचित भाग पाहिल्यावर एके काळी तेथे साजऱ्या झालेल्या अनेक समारंभांच्या आठवणी माझ्या मनात जाग्या झाल्या. अशा कार्यक्रमात गावातील स्त्रिया लांब-लांब रांगा करून उभ्या राहतात आणि ग्रामीण जीवनावर आधारित पारंपरिक गाणी गातात. त्यानंतर लांबच लांब रांगेतच खूप वेळ त्यांचा नाच चालतो. शेकोटीच्या प्रकाशात त्यांचे रंगीबेरंगी कपडे चमकतात. ते दृश्य फार सुंदर असते. गावातील पुरुषमंडळी हा नाच पाहतात आणि पारंपरिक पद्धतीने उड्या मारतात. प्राचीन काळी ही क्रीडा करताना त्यांच्या हातात भाले असत. ते पुरुषाचे चिन्हच होते. आता मात्र त्यांच्याकडे बंदुका आल्या होत्या. अलीकडेच मी उपस्थित राहिलेल्या एका लग्नसोहळ्याच्या वेळी स्त्रियांची उत्कृष्ट गाणी आणि नाच यांचे कौतुक करण्यासाठी पुरुषांनी चक्क हवेत गोळीबार केला होता.

हे सर्व घडून खूप दिवस झाले आहेत, असे मला वाटत होते. ते सर्व

कायमचे हरवल्याची जाणीव सतत मनाला होत होती. आम्ही गावात प्रवेश केला, तेव्हा तेथे अनेक राहुट्या जळताना दिसत होत्या. त्यांतील एक राहुटी माझ्या बहिणीची होती.

इतक्या वर्षांनी मला पाहून माझी बहीण हलिमाला माझे बालपण आठवले. कारण तिने मला खूप लहानपणी पाहिले होते आणि माझ्यातही आता खूप बदल झाले होते. आश्चर्य म्हणजे इतक्या गंभीर परिस्थितीतही तिची विनोदबुद्धी कायम होती. ती मला लगेचच म्हणाली, ''हॅरीने युद्धाच्या काळात विश्रांतीसाठी घरी यायचा प्रयत्न करायला नको होता.'' आमच्या भाषेत हॅरी म्हणजे गरुड, आणि आमचे आडनावही हॅरीच. त्यावरच विनोद करत ती पुढे म्हणाली, ''युद्धाची किंवा एकंदरीत संकटाची जाणीव झाल्यावर हे पक्षी आपलं घरटं (गाव) सोडून जातात; तिथे नव्यानं प्रवेश करीत नाहीत!''

तिचा नवरा गावाचे संरक्षण करणाऱ्या एका दलाबरोबर दूरवर कुठेतरी होता. गावातील सर्व गुरेढोरे एकत्र करून त्यांना एखाद्या सुरक्षित ठिकाणी हलवण्याचे कामही ते लोक करत होते. युद्धाच्या परिस्थितीचे चटके अर्थातच स्त्रियांना बसतच होते. पण रोजच्या रोज होणाऱ्या त्रासाची आणि हालअपेष्टांची फारशी जाणीव त्यांना होऊ नये, याकरता पुरुष आटोकाट प्रयत्न करत होते.

पण सांगितलं नाही तरी स्त्रियांना सर्व माहीत होतं. लहान मुलांच्या नजरेस सर्व काही पडतच असे आणि आपली रोजची कामे करता-करता स्त्रिया गावातील मुलांकडून बरीचशी माहिती मिळवत असत.

हलिमाचा नवरा कुठे आहे, याबद्दल मी तिच्याकडे फारशी चौकशी केली नाही. तेथे प्रत्येक जण त्या-त्या क्षणी जे योग्य वाटेल ते करत होता. इकडे स्त्रियांही अचानक हल्ला झाला आणि गाव सोडून जावे लागले, तर उपयोगी पडावे याराठी आपली कागे सांभाळत जमेल तशा अन्नधान्य आणि खाद्यपदार्थ गावाच्या पश्चिमेतील वाड्यांमध्ये लपवून ठेवत होत्या.

हलिमाने मला नुकत्याच झालेल्या एका बॉम्बहल्ल्याबद्दल सांगितले. त्यात सात लोकांचा बळी गेला होता. त्या कुटुंबाला मी चांगला ओळखत होतो. पण त्यांपैकी काही सदस्यांचे आगमन माझ्या अनुपस्थितीत झाले होते. दुर्दैवाने त्यांची माझी भेट कधीच होऊ शकणार नव्हती.

त्या दिवशी संध्याकाळी मी गावातील काही मुलांशी बोललो. जनावरांची स्वच्छता करून, त्यांना गोठ्यात बांधून आणि इतर कामे उरकून नुकतीच ती परतली होती. आम्ही एका झाडाखाली बसलो. हलकासा पाऊस पडत होता.

''काय काय घडलं, ते मला सांग –'' त्यातल्या त्यात वयाने मोठ्या दिसणाऱ्या एका मुलाला मी विचारलं. त्याचे वय साधारण चौदा असावं आणि

लवकरच तो एखाद्या सरकारविरोधी सशस्त्र दलात सामील होण्याच्या तयारीत असावा. त्याच्या अंगावरची जिन्स अगदी जीर्ण होती. त्याच्या अंगावरच्या विटलेल्या टी-शर्टवर UCLA ही आद्याक्षरे छापली होती. काही वर्षांपूर्वी मदत म्हणून अमेरिकेने येथे वाटलेल्या टी-शर्ट्सपैकी तो असावा आणि अल्जीरिया ते एल-फाशरच्या बाजारातून तो इथपर्यंत पोहोचला असावा.

"सर्व पक्षी आकाशात एकदम उडून गेलेले, आम्ही सर्वांत पहिल्यांदा पाहिलं." असं तो म्हणाला. एवढे बोलून अँटोनोव्ह बाँबर विमान गावांवरून उडत जाताना झालेल्या आवाजाची हुबेहूब नक्कल त्याने केली.

"आम्हाला ते विमान दिसलं नाही." तो पोरसवदा मुलगा म्हणाला. बाकीच्या पोरांनी आपल्या माना डोलविल्या.

"पण आमच्या आयांना माहिती होते की, ते अँटोनोव्ह विमानच आहे. पक्ष्यांच्या उडण्यावरून त्यांनी ते ओळखलं. त्यांनी आम्हाला ओरडून वाडीमध्ये लपून बसायला आणि बरोबर काही गुरे-ढोरेही न्यायला सांगितलं. आम्ही पण पटकन आमची काही गाढवे, कोंबड्या आणि शेळ्या आमच्याबरोबर घेतल्या. आम्ही पळून जात असताना आम्हाला लोकांच्या ओरडण्याचे आवाज येत होते. ते गावातील इतर लोकांना झोपड्यांतून पळून जा, त्याला बाहेर काढा, असे ओरडून सांगत होते. आता मात्र आम्हाला विमानाचा आवाज ऐकू येत नव्हता. आम्हाला वाटलं की, ते इथून दूर गेले असावेत आणि आम्ही आता सुरक्षित आहोत. आमच्या आया आम्हाला वेड्यासारख्या उगीचच काही तरी सांगत आहेत, असंही आम्हाला वाटलं. आम्हा सर्वांचे बाप गुराढोरांना घेऊन आधीच दूरवर कोठेतरी गेले होते.

"आम्हाला त्या अँटोनोव्ह विमानाचा माघारी येण्याचा आवाज आला." त्या मुलाने पुढे सांगितले. "ते विमान हळूहळू खाली-खाली येत होते. आम्हाला ते वाडीपासून थोड्याच उंचीवर दिसले. त्या विमानातून गावातील पाणीपुरवठ्याच्या प्रमुख ठिकाणांवर मोठे बॉम्ब टाकण्यात आले. तेथील विहिरी उद्ध्वस्त झाल्या आणि त्या विषारी बॉम्बमुळे तेथील पाणीही विषारी झाले."

त्या मुलाने आपल्या शर्टाची बाही मागे सारून आपल्या हातावर उठलेले लाल-लाल व्रण दाखविले. इतर मुलांनीही आपल्या पाठीवर, गळ्यांवर, पोटावर विषारी रसायनाने त्वचा जळून झालेल्या जखमा दाखविल्या.

"त्या बॉम्बचा स्फोट होताच आगीचे प्रचंड लोळ उठले आणि त्यातून धातूचे तीक्ष्ण तुकडे इतस्ततः फेकले गेले. आम्ही जेथे लपलो होतो, तेथेही त्यांचा वर्षाव झाला. तो बराच वेळ सुरू होता. झाडांनी आणि राहुट्यांनी पेट घेतला आणि आम्ही आमच्या आया, आज्या, आजोबा यांना शोधण्यासाठी सैरावैरा धावू लागलो."

मला असं जाणवलं की, ही मुलं खूपच मोठ्या आवाजात बोलत होती. पण नंतर माझ्या लक्षात आलं की, त्यांची श्रवणशक्तीच कमी झाली होती. मी लहान असताना असाच एकदा रॉकेटच्या हल्ल्यात सापडलो होतो आणि त्या स्फोटाच्या आवाजानं माझीही श्रवणशक्ती दीर्घकाळपर्यंत क्षीण झाली होती, हे मला अचूक आठवलं.

त्या हल्ल्यात सात लोकांचा मृत्यू झाला होता आणि जर गावातील स्त्रियांनी दक्षता घेतली नसती, तर ही संख्या आणखी वाढली असती. याहून महत्त्वाचं म्हणजे, पळून जाणाऱ्या स्त्रियांचा आणि मुलांचा त्या विमानाने पाठलाग केला असता, तर स्थिती याहून भयानक झाली असती. सरकारच्या जंजावीड दलांनी यापूर्वी आसपासच्या अनेक गावांवर हल्ले करून स्त्रियांवर आणि मुलींवर अत्याचार केले होते आणि त्यानंतर अंदाधुंद गोळीबार करून दिसेल त्याला ठार मारलं होतं. ही वेळ या गावावर अजून तरी आली नव्हती. पण कधी ना कधी हे घडणार याची सर्वांना कल्पना होती.

गावातील अनेक मृत जनावरांचं अजून दफन केलं नव्हतं, ते मृतदेह गावापासून दूरही नेण्यात आले नव्हते. मी तेथील लोकांना या कामी शक्य तितकी मदत केली.

बॉम्बहल्ल्यानंतर पसरलेल्या रसायनांचा उग्र वास अजून गावात तीव्रतेने सर्वदूर पसरलेला होता. त्या वासामुळे सर्वांच्याच प्रकृतीवर परिणाम झाला होता. विशेषत: लहान मुले उलट्या-जुलाबांसारख्या तक्रारींने त्रस्त होती. अनेक वृद्धांना आणि तरुणांनाही श्वसनाचा त्रास होत होता. पाणवठ्यांवरचे पाणी पिऊन अनेक पक्षी मृत्युमुखी पडले होते. इतकेच काय, पन्नासहून अधिक उंट आणि इतर जनावरं पाणी पिऊन तेथेच मरून पडली होती.

सुदानी सरकारने त्या बॉम्बगोळ्यांमध्ये भंगार धातूचे तुकडे ठासून भरले होते. बॉम्बचा स्फोट होताच ते तुकडे उडणाऱ्या खंजिरांसारखे सर्वत्र पसरत होते. अशा प्रकारच्या बॉम्बबद्दल मी ऐकलं होतं आणि त्यावर माझा विश्वास बसला नव्हता. पण आज मी हे भंगार धातूचे तुकडे झाडांच्या बुंध्यात आणि खोडांत घुसलेले पाहिले, तेव्हा माझा त्यावर विश्वास बसला. या हल्ल्यात मृत झालेल्या लोकांच्या शरीरांचे अनेक तुकडे झाले होते आणि त्यांच्या अंत्यसंस्काराच्या वेळी त्या तुकड्यांचेच दफन करण्याची वेळ आली होती.

आमच्याकडे स्त्रिया एरवी भडक आणि रंगीबेरंगी कपडे वापरतात, तर शोकाचे प्रतीक म्हणून पांढरे शुभ्र. पण अलीकडे मात्र वाळवंटात दुरून पटकन दिसू नये म्हणून त्यांनी तपकिरी रंगाचे कपडे वापरायला सुरुवात केली होती. शोक व्यक्त करण्यासाठी त्यांनी डोक्याला आणि केसांत वाळू माखून घेतली होती. आपल्या

मुलाबाळांनाही त्यांनी जास्तीत जास्त गडद आणि धुरकट रंगाचे कपडे दिले होते. या परिस्थितीत गावाचा उज्ज्वल रंगच कुठेतरी हरवला होता. आता तो रंग फक्त त्या गाणाऱ्या पक्ष्यांच्या मृत शरीरांवरच शिल्लक होता.

दुसरा दिवस संपल्यावर मी हलिमाला म्हणालो की, आता मला आई-वडिलांच्या आणि इतर नातेवाइकांच्या शोधात आमच्या मूळ गावी गेले पाहिजे. आम्ही जड मनाने एकमेकांचा निरोप घेतला. संकट आपल्याला लवकरच गाठणार आहे, याची जाणीव आम्हाला दोघांनाही होती.

◆

जगाचा शेवट

माझ्या मूळ गावापासून थोड्याच अंतरावर एक थोडे मोठे गाव आहे. पायी गेल्यास तेथे पोहोचायला काही तास लागतात. इतर गावांप्रमाणेच तिथे मध्यवर्ती ठिकाणी एक बाजारपेठ आहे आणि तेथील मुला-मुलींच्या शाळांच्या इमारती विटा आणि मातीने बनविलेल्या आहेत.

जसे आम्ही गावाच्या जवळ-जवळ गेलो तसे आमच्या लँडक्रूझरने थोडेसे जंगल असलेला सपाट प्रदेश सोडून दोन डोंगरांमधील वाडीत प्रवेश केला. आम्ही एका कोरड्या पडलेल्या नदीच्या वालुकामय पात्राच्या बाजूने जात होतो. आजची परिस्थिती पूर्वीसारखीच सामान्य असती, तर आम्हाला समोर हिरवीगार सुंदर झाडी दिसली असती, पक्ष्यांचे गोड कुंजन ऐकू आले असते आणि गावातील स्वयंपाकाचा दरवळदेखील जाणवला असता. तळात वाळू असलेल्या पाणवठ्याच्या ठिकाणी लहान मुले-मुली आपल्या जनावरांना स्वच्छ करताना दिसली असती. मात्र, आता सगळेच बदलले होते. बरीचशी झाडे बॉम्बहल्ल्यात जळून खाक झाली होती. पाणवठे काळे ठिक्कर पडले होते आणि त्यांच्या आसपास मोठमोठे खड्डे पडले होते. पक्षी तर जवळजवळ नाहीसेच झाले होते.

गावातील मुलेबाळे आमच्या दिशेने नेहमी धावत यायची, पण आज मात्र ती आमच्याकडे गंभीर नजरेने पाहत होती. त्यांची गुरेढोरेही कोठे दिसत नव्हती. नुकत्याच जळून गेलेल्या झोपड्यांमधून अजून धूर येत होता.

आमच्याकडे प्रत्येक कुटुंबाच्या आवारात स्वयंपाकासाठी स्वतंत्र राहुटी असते. यात ज्वारी, बाजरीसारखी धान्ये साठविण्यासाठी लाल मातीची तीन-चार भांडी असतात. त्यांना 'नुनूस' म्हणतात. या भांड्यांचा आकार प्रचंड असतो. एखाद्या उंच माणसाच्या उंचीची आणि त्याचा गोलाकार फेरा मारूनच बघता येईल इतकी मोठी ही भांडी दीर्घकाळ धान्य साठविण्यासाठी वापरण्यात येतात. या भांड्यांमध्ये धान्य दहा ते पंधरा वर्षेही सुस्थितीत राहू शकते. अडचणीच्या वेळी आणि संकटप्रसंगी

त्यात साठविलेल्या अन्नधान्याचा उपयोग होऊ शकतो. जळणाऱ्या राहुट्यांमधून येणारा धूर अशा प्रकारे साठवून ठेवलेल्या अन्नधान्यांचाही होता. त्यात खाद्यपदार्थ आणि चादरी, रजया वगैरे वस्तू जळण्याचा वासही मिसळला होता. या सर्व वासांत एक वास कुजलेल्या प्रेतांचाही होता, कारण अनेक मृत जनावरांचे दफन अजून झाले नव्हते.

सर्वप्रथम मी तेथील शेखच्या राहुटीत गेलो. मी त्याला चांगला ओळखत होतो आणि म्हणूनच मला त्याच्याकडून जास्तीत जास्त अचूक माहिती मिळविणं शक्य होतं. त्याच्या राहुट्याही अंशतः जळून गेल्या होत्या. उघड आहे की, त्याच्या राहुट्यांना आग लागल्यावर ती विझविण्याचा सर्वांनीच प्रयत्न केला असणार, कारण शेखचे घर हे सर्वांचेच घर होते. तेथे लोकांची सतत वर्दळ होती. त्यांच्याकरवी मृतांना दफन करण्याची आणि जखमींना शक्य तेवढी मदत पुरविण्याची व्यवस्था केली जात होती. कोणत्या कुटुंबात कोणत्या व्यक्ती मरणाच्या दारात आहेत, हे मला सांगण्यात आले. त्यामुळे त्या व्यक्तींना मृत्यूपूर्वी मी भेटू शकणार होतो. या गावात ना डॉक्टर होते, ना औषधे होती. एखाद्या गंभीर जखमी व्यक्तीला मरण्याशिवाय पर्याय नव्हता. जखमी अवस्थेत शक्य तितक्या धीराने वेदना सहन करणे आणि मृत्यूची वाट पाहणे, एवढेच तिच्या हातात होते. अशा वेळी जवळचे लोक त्या व्यक्तीच्या सान्निध्यात राहायचा प्रयत्न करीत. गावातील लहान मुले सोडली तर मी बहुतेक सर्वांनाच व्यक्तिशः ओळखत होतो. गंभीररीत्या जखमी झालेल्या आणि मृत्यूच्या दारात असलेल्या अशा सतरा व्यक्तींना मी त्या दिवशी भेटलो. बॉम्बस्फोटात त्यांपैकी कोणाचे हात तुटले होते, तर कोणाचे पाय. त्यांच्या शरीरावरील जखमा लोकरी धाग्यांनी किंवा प्राण्यांच्या लांब केसांनी कशाबशा शिवण्यात आल्या होत्या. वेदनाशामक म्हणून चहाच्या कपाव्यतिरिक्त काहीच उपलब्ध नव्हते.

मी ज्यांच्याबरोबर लहानाचा मोठा झालो, त्यांच्यापैकीच हे सर्व लोक होते. रात्रीच्या वेळेस आम्ही एकत्र खेळायचो, कारण दिवसा आम्हाला अनेक कामे करावी लागत आणि दुसरे म्हणजे दिवसभर उष्माही खूप असायचा.

त्या जखमींमधील एका तरुण स्त्रीला मी भेटलो. लहानपणी तीही आमच्याबरोबर खेळायची आणि ती मला आवडायचीसुद्धा. तेव्हा ती किती आनंदी होती! क्षणभर तिचा हात हातात घ्यावा, असं मला वाटलं; पण ते योग्य ठरलं नसतं. अशी घटना जर तुमच्याबाबतीत घडली, तर मला त्या वेळी नेमके काय वाटले असेल, याची तुम्ही कदाचित कल्पना करू शकाल.

मी गावात येण्याच्या दोनच दिवस आधी तेथील पाणवठ्याची सात ठिकाणे बॉम्बहल्ल्यात उद्ध्वस्त झाली होती. अनेक राहुट्यांना आग लागली होती. हा काही

तेथील पहिलाच हल्ला नव्हता. मुलांना रोज कोठेतरी दूर सुरक्षित ठिकाणी धाडण्यात येत होते. वापरता येण्याजोग्या काही मोजक्याच पाणवठ्यांच्या ठिकाणी जनावरांना रात्री उशिरा पाणी पाजण्यासाठी नेण्यात येत होते. कारण दिवसा कोठेही हालचाल दिसली, तर कधीही हेलिकॉप्टरमधून बॉम्बहल्ला होऊ शकत होता. या गावावर अजून तरी जमिनीवरून थेट हल्ला झाला नव्हता.

माझ्या भाऊबंदांच्या सर्व कुटुंबांत मिळून आजपर्यंत कमीत कमी दहा तरी मृत्यू झाले होते. आमच्या गावाच्या पूर्वेकडील बहुतेक सर्व गावांवर हल्ले झाले होते आणि येणाऱ्या संकटांपासून बचाव करण्याची धडपड लोक करीत होते. गावातील स्त्रिया जखमींची काळजी घेत होत्या; अन्न आणि इतर खाद्यपदार्थ बनवून, ते गाढवांच्या पाठीवर लादून जवळच्या वाडीमध्ये लपविण्यासाठी पाठवत होत्या.

गावातील काही पुरुष संघटित होऊन संभाव्य हल्ल्यापासून गावाचं संरक्षण करण्याची तयारी करीत होते, तर इतर काही जण सरकारविरोधी दलांमध्ये सामील होऊन आपला उपयोग होईल अशा ठिकाणी वाहनांमधून फिरत होते. सरकारी फौजांकडून होणारे हल्ले एकाच वेळी अनेक गावांमध्ये होत असल्यामुळे त्या लोकांची संख्या कमी पडत होती आणि ते प्रचंड थकलेले होते. उत्तर डारफरमधील डार-कोबे, डार-गाला, डार-अरताझ, डार-सुएनी आणि आम्ही राहत होतो तो डार-तुआर या पाचही प्रांतांवर एकाच वेळी हल्ले होत होते. पश्चिम आणि दक्षिण डारफर प्रांतांतसुद्धा हल्ल्यांचे थैमान सुरूच होते. सरकारविरोधी सेनांचे सैनिक (त्यांच्यापैकी काही तर जेमतेम चौदाच वर्षांचे होते) लँडरोव्हर गाड्यांमधून गावात येत आणि तेथून अन्न-पाणी घेऊन लगेचच पुढच्या मोहिमेवर निघून जात. जाताना ते आपल्या जखमी साथीदारांना गावातील स्त्रियांजवळ शुश्रूषेसाठी सोडून जात. आमच्या प्रांतात सुलतान, ओमदा आणि शेख यांनी राबविलेली व्यवस्था जरी लष्करी संघटनपद्धतीचा एक उत्कृष्ट नमुना असली, तरी सध्याच्या परिस्थितीत कोणी कोणाला कसलेही आदेश देत नव्हते. याचे कारण म्हणजे, येणारा प्रत्येक दिवस आधी आखलेल्या सर्व योजना उधळून टाकणारा होता.

माझ्या स्वत:च्या गावावरही नुकताच बॉम्बहल्ला झाल्याचे, पण त्यात फारसे नुकसान न झाल्याचे मला तेथील शेखकडून समजले. त्यात माझ्या जवळच्या कुटुंबीयांपैकी कोणाची फारशी हानी झाली नसल्याचेही मला त्याने सांगितले. त्यामुळे थोडा निश्चिंत होऊन त्यानंतर मी तेथून जवळच्या एका काहीशा मोठ्या गावात काही दिवस राहिलो आणि मला शक्य होईल तितकी मदत मी देऊ केली. त्या गावातून मोठ्या प्रमाणावर लोक विस्थापित होत होते आणि त्यांना अनेक प्रकारच्या मदतीची आवश्यकता होती. अनेक पुरुष सरकारविरोधी सेनांना सामील होत होते. विशीच्या आत असलेली तरुण मुले घरात मिळतील ती शस्त्रे घेऊन

ट्रक्समध्ये बसून निघून जात होती. त्यांना कोणीच रोखत नव्हते, अगदी त्यांचे कुटुंबीयसुद्धा. आपल्याला कधी ना कधी मरायचेच आहे, हे जणू काही सर्वांनी स्वीकारलेच होते. प्रत्येक जण आपला मार्ग शोधायला मोकळा होता. आमच्यासाठी जणू काही हा आमच्या जगाचा शेवटच होता.

"चॅडमध्ये प्रवेश करण्यासाठी आता आम्ही येथून निघत आहोत." हेच ब्रीद वाक्य शेखचा निरोप घेताना प्रत्येकाच्या तोंडात होते. चॅडमध्ये प्रवेश मिळविण्यासाठी वाळवंट तुडवीत जास्तीत जास्त चांगल्या मार्गाने कसे जायचे, याबद्दल त्यांना माहिती मिळत होती. चॅड तेथून खूपच दूर होते. प्रवासात त्यांच्यावर जंजावीड दलांकडून किंवा हेलिकॉप्टर्समधून जरी हल्ला झाला नसता, तरी त्या रणरणत्या उन्हातून शंभरभर मैलांचा वाळवंटातील रस्ता तुडवत जाताना अनेकांचा मृत्यू अटळ होता. पावसाचे मोजके दिवस लवकरच संपणार होते आणि त्यानंतर वाळवंटातील झाडे-झुडपे सुकून जाणार होती. पण दुसरा मार्गच नव्हता. काही लोक म्हणत होते की, आम्ही जवळच्या वाड्यांमध्ये लपून राहू आणि शांतता प्रस्थापित होण्याची वाट पाहू. तेथील डोंगरांमध्ये लपून राहण्याजोग्या अनेक गुहा होत्या आणि त्या मलाही माहीत होत्या. काही जणांना तसे करणे शक्यही होते. पण बहुतेकांना चॅडमध्ये जाणेच अधिक सुरक्षित वाटत होते. याचे कारण म्हणजे, डारफारला परतण्यापूर्वी तेथील झॅघावा नातेवाइकांकडून त्यांना आश्रय आणि मदत मिळणे शक्य होते.

लहान मुले मोठ्यांचे संवाद काळजीपूर्वक आणि शांतपणे ऐकत होती. मोठ्या माणसांच्या मनात एक विचित्र उदासपणा भरून राहिला होता आणि त्यात काही झालं तरी आता आपलं जग नष्ट होणार असल्याची एक जाणीव एकवटलेली होती. जणू काही प्रत्येक जण म्हणत होता, की परमेश्वरा, हे जग आता उद्ध्वस्त झालेच आहे. तुझे हात कोमल असोत, की कठोर; आम्ही स्वत:ला तुझ्याकडे सोपवत आहोत.

"तुझ्या गावावरदेखील आता लवकरच हल्ला होणार, असे दिसते." शेख चहाचा घोट घेत मला म्हणाला. लोक गाव सोडून जाताना आम्हाला दिसत होते. तो निर्वासित लोक कोठून येतायत याच्या हालचालींची नोंद ठेवून होता. सरकारी फौजांचे हल्ले कोठून कसे पसरत आहेत याचीही त्याला कल्पना होती.

मी त्याचा निरोप घेतला. त्याने मला आणि माझ्या कुटुंबीयांना केलेल्या मदतीबद्दल त्याचे आभार मानले. आम्हाला मदत करण्यात तो स्वत:लाच धन्य मानत होता. माझे आई-वडील, भाऊ अहमद आणि माझी बहीण या सर्वांबद्दलच त्याला खूप आदर होता.

बंदुका आणि माणसे यांनी ठासून भरलेल्या त्या लँडक्रूझरमध्ये मी चढलो

आणि माझ्या छोट्या गावाच्या दिशेने मार्गस्थ झालो. खोलगट आणि उंचसखल भागांतून जाताना गाडीला खूप धक्के बसत होते आणि प्रवासात कोणीच एकमेकांशी फारसे बोलत नव्हतं. समोरच्या हिरवळीत कोठेतरी एखाद्या घरट्यासारखं दडलेलं माझं गाव होतं. माझ्या कुटुंबाच्या राहुट्यांच्या भागात गाडी येताच मी पटकन गाडीतून उतरलो आणि माझ्या सहप्रवाशांचा शेवटचा निरोप घेतला.

"लवकरच भेटू, दाऊद –" त्या सहप्रवाशांमध्ये असलेला माझा एक शाळकरी मित्र मला म्हणाला. 'म्हणजे पुढच्या जन्मात,' असं त्याला म्हणायचं होतं का?

◆

स्वगृही

इतकी वर्षे दूर राहिल्यानंतर माझे असे स्वगृही परतणे मला नको होते, पैसे वा छान छान भेटवस्तू न घेता; अगदी प्रतिकूल परिस्थितीत मी माघारी आलो होतो.

"अरे, दाऊद परत आलाय!" ठिकठिकाणी घोळक्याने उभे असलेले लोक मला पाहून म्हणत होते. मी फक्त मान हलवून त्यांच्या बोलण्याची दखल घेतली. कारण आनंदाने हसून स्वागत करण्याची आणि एकमेकांना भेटण्याची ती वेळ नव्हती.

चालत-चालत मी आमच्या घराच्या आवारात पोहोचलो. एक गाढव, काही शेळ्या आणि कोंबड्यांनी मला येताना पाहिले. माझे वडील त्या वेळेस गावाच्या दुसऱ्या टोकाला इतर काही लोकांसमवेत होते. माझे भाऊही तिकडेच होते. माझी आई घराच्या स्वयंपाकाच्या राहुटीला जोडलेल्या छपरीच्या सावलीत उभी होती. माझी बहीण आयेशा आणि गावातील काही इतर स्त्रियाही तेथेच होत्या. सर्वच जण शोकग्रस्त होते. आई आता खूप म्हातारी दिसू लागली होती. शोकाचे प्रतीक म्हणून तिने आपल्या केसांना माती माखून घेतली होती. तिच्या अंगावरचे कपडे गडद रंगाचे होते आणि तिने आपल्या डोक्याला तशाच गडद रंगाची शाल गुंडाळली होती. मला पाहताच दोन्ही हातांनी आपला चेहरा झाकून तिने रडायला सुरुवात केली. माझे घरी येणे अशा विचित्र परिस्थितीत व्हावे, हे फारच दुःखदायक होते.

"फताह!" कसेबसे तिच्या तोंडातून शब्द बाहेर आले. दुःखद प्रसंगी एकमेकांना भेटताना आमच्याकडे 'फताह' असे म्हणायची पद्धत आहे.

"फताह!" मीही म्हणालो. मी तिच्यापासून काही अंतरावर उभा होतो. प्रथेनुसार आम्ही ना एकमेकांना बिलगलो, ना स्पर्श केला. ती काहीतरी बोलायचा प्रयत्न करीत होती, पण तोंडातून शब्द फुटायच्या आधीच चेहऱ्यावर शाल झाकून तिने रडायला सुरुवात केली.

गेल्या काही दिवसांत माझी चुलत, मावस, मामे आणि आते – अशी वीस एक भावंडं मृत्युमुखी पडली होती. माझे ते सर्व भाऊ माझ्या आईला

तिच्या स्वत:च्या अपत्यांसारखेच होते. आमच्या आदिवासी कुटुंबात अशी नात्याने दूरची भावंडंसुद्धा सख्ख्या भावंडांइतकीच जवळची असतात आणि त्यांचा वियोग खरोखरच वेदनादायक असतो. त्या पांढऱ्या अँटोनोव्ह विमानाने केलेल्या बॉम्बहल्ल्यात गावातील एक स्त्री आणि तिच्या तीन मुलांचा मृत्यू झाला होता. पन्नास घरांपैकी सहा घरे आगीत भस्मसात झाली होती. ही घटना मला माहीत होती. मी आईसमोर मान खाली घालून उभा असताना एका स्त्रीने मला पुन्हा ती घटना सांगितली.

प्रत्येक मृत व्यक्तीचा मृत्यू कसा झाला, त्या कुटुंबाची अवस्था काय झाली यावर पुन:पुन्हा बोलले जात होते. त्या सर्वांच्या आठवणींना उजाळा दिला जात होता. शोक पाळण्याचा ठराविक कालावधी किंवा सुतक संपताच त्या व्यक्तीचा फोटो किंवा अन्य वस्तू तेथून हटविल्या जात होत्या. त्या व्यक्तीचे कपडे एखाद्या दुसऱ्या गावात पाठविले जात होते. शेवटी भूतकाळ हा गेलेलाच काळ होता. एकही डॉक्टर किंवा कोणतीही वैद्यकीय सेवा नसलेल्या या प्रदेशात एवढ्या मोठ्या प्रमाणावरील मृत्यूंशिवाय वेगळे काही घडणारच नव्हते.

कोणीतरी धावत येत असल्याचा आवाज आला, म्हणून मी त्या दिशेला पाहिले. तर, अहमद आमच्या दिशेने येत होता. त्याला शोककाल किंवा सुतक पाळण्याची प्रथा मान्य नव्हती. तो चक्क हसत-हसतच आला आणि त्याने माझ्याशी जोरात हस्तांदोलन केले.

''दाऊद,'' तो म्हणाला, ''फताह! म्हणजे तू खरेच परत आलास तर!''

''फताह.'' मी न हसताच त्याला उत्तर दिले.

बायकांच्या कुजबुजाण्यापासून त्याने मला थोडं बाजूला उन्हात नेलं. मी आतापर्यंत केलेली साहसं, माझ्या नोकऱ्या, माझं तुरुंगात जाणं आणि तेथून निसटणं – या सर्व घडामोडींची त्याला इत्थंभूत माहिती होती. त्यामुळे मी त्याला नव्याने काही सांगणं म्हणजे वेडेपणाच होता. तो माझ्याशी बोलत असताना आम्ही पाळलेली गाढवे, शेळ्या त्याला येऊन बिलगत होत्या.

अहमद आता पूर्वीपेक्षा थोडा प्रौढ पण तरीही छान दिसत होता. गावातील ज्या पुरुषांचे मृत्यू झाले होते, त्यांच्या कुटुंबांची तो काळजी घेत होता.

''चल, आपण आता बाबांकडे जाऊ.'' आमच्या बोलाचाली झाल्यानंतर तो म्हणाला. माझी आई, बहीण आणि गावातील इतर स्त्रियांना नमस्कार करून मी त्यांचा निरोप घेतला. त्याने मला गावाबाहेर नेले. आपला लांबलचक हात त्याने माझ्या खांद्यावर टाकला होता. इतका वेळ माझी अवस्था डारफरला भेट देणाऱ्या एखाद्या त्रयस्थ प्रवाशाची होती. अगदी माझ्या स्वत:च्या गावातसुद्धा मी कोणीतरी बाहेरचा आहे, असे माझे मलाच वाटत होते. पण अहमदचा हात माझ्या खांद्यावर

पडल्यावर मात्र मला खरोखरच आपल्या 'घरी' आल्यासारखे वाटले.

"दाऊद, तुला भेटून खरंच किती छान वाटलं रे!" तो मला पुन:पुन्हा म्हणत होता. शेखने माझ्याकरवी अहमदला नमस्कार कळविला होता. मी त्याला ते सांगितलं. शेखने आपल्या गावावर लवकरच हल्ला होण्याची शक्यता वर्तविली आहे, असंही मी त्याला सांगितले.

"हो, येत्या काही दिवसांत हल्ला होईल, असं दिसतं." तो म्हणाला. "कदाचित लगेच उद्या नाही व्हायचा, पण हे कधीही घडू शकतं. आम्ही लोकांना गावातून बाहेर काढण्याची जवळजवळ सगळी तयारी केली आहे. तुला हवं तर तू त्यांना मदत करू शकतोस." तो मला म्हणाला.

"निश्चितच." मी म्हणालो.

काही वयोवृद्ध माणसं एका जुन्या-पुराण्या झाडाखाली बोलत उभी होती. आम्ही त्या दिशेला निघालो.

"फताह –" त्यातील सर्वांत वृद्ध व्यक्तीस मी म्हणालो. ते माझे वडील होते. त्यांचं वय जवळजवळ ऐंशीच्या घरात होतं. आमच्या प्रदेशाच्या दृष्टीने ते खूपच म्हातारे होते. गुरे राखायच्या काठीचा आधार घेऊन ते उभे होते. मी जवळ जाताच आपले दोन्ही हात पसरून त्यांनी मला कवेत घेतलं.

"फताह!" ते माझ्या कानात कुजबुजले. "एवढी सगळी साहसं करून तू परत आलास तर!" ते म्हणाले. "तुझ्या साहसाबद्दल ऐकून आम्हाला एकूणच बाहेरच्या जगाबद्दल आणि तेथील तुरुंगाबद्दल बरंच काही माहीत झाले आहे!" ते मिस्किलपणे म्हणाले.

"तू सुरक्षित घरी परत आलास, त्याबद्दल परमेश्वराचे आभार मान. पण मला वाटतं, तू यायच्या वेळेस नेमकी आणखी काही संकटं आपल्यासमोर उभी ठाकली आहेत. परमेश्वर तुझे रक्षण करो."

माझ्या वडिलांबरोबर असलेल्या इतर वृद्धांनीही माझ्याशी हस्तांदोलन केलं आणि मला आलिंगन दिलं. आमची ही गाठ-भेट संपायच्या आधीच अहमद तेथून गायब झाला होता. मी त्याच्या शोधात निघालो. आमच्या घराजवळच तो मला सापडला. साधारण पस्तीस ते पंचेचाळीस वयाच्या वीसेक लोकांबरोबर बोलत तो तेथे उभा होता. गावातील वृद्धांना आणि लहान मुलांना पुढील दोन दिवसांत सुरक्षितपणे कसं बाहेर काढायचं, याबद्दल त्यांचं नियोजन चाललं होतं. त्यांना त्यांच्या बंदुकाही तयार ठेवायच्या होत्या. अहमदला मी नंतर विचारले की, ते लोक नेमके काय करणार आहेत?

"हे आपल्या गावाचं संरक्षक दल आहे." त्याने मला सांगितले. "गावातून लोक बाहेर पडायच्या आतच जर हल्ला झाला, तर तो थोपवून धरण्याची आमची

योजना आहे. हे करण्यासाठी आम्ही प्रशिक्षण घेतले आहे. पण तू तसा प्रशिक्षित नाहीस.''

त्यानं मला पुढं सांगितलं की, आमच्या गावातील अनेक तरुण सरकारविरोधी बंडखोर दलांना सामील झाले होते. इतर गावांमधील काही संरक्षक दलं डोंगराळ भागात होती. आवश्यकता वाटल्यास आम्ही त्या दलांना मदतीसाठी बोलावू शकत होतो.

पूर्वीच्या काळी प्रत्येक प्रदेशाच्या किंवा परगण्याच्या सुलतानाकडे युद्धाच्या वेळी वाजविले जाणारे ढोल असत. ते एवढे प्रचंड होते की, एका वेळी दहा-दहा लोकांना आपल्या काठ्यांनी ते वाजवावे लागत. मी लहान असताना अनेक वेळा त्या ढोलांचे आवाज ऐकले आहेत. दोन-तीन दिवस पायी चालून जेवढे अंतर कापले जाईल, तेवढ्या अंतरापर्यंत त्या ढोलांचा आवाज ऐकू येई. पावसाळ्याच्या दिवसांत, जेव्हा ढग थोडे खाली उतरत, तेव्हा तो आवाज आणखीच दूरवर ऐकू येई. ढोलांचा आवाज ऐकल्यावर त्या सुलतानाच्या परगण्यातील लोकांना कळायचे, की काहीतरी संकट येत आहे, आणि आपण त्याचा सामना केला पाहिजे. अशा वेळी सुलतान आपले प्रतिनिधी ओमदा आणि गावातील शेख यांच्याकडे पाठवायचा आणि त्यांच्याकडून माहिती मिळवायचा. त्या परिस्थितीत काय पवित्रा घ्यायचा याची आखणी तो करायचा. उदाहरणार्थ, जर काही अरबांनी गावातील जनावरे जबरदस्तीनं पळवून नेली, तर गावाबाहेरील छोट्याशा युद्धभूमीवर दोन्ही पक्षांमध्ये युद्ध होई. तंटा सोडविण्यासाठी तेथे यापेक्षा मोठे कोर्ट वगैरे नव्हते. गावातील स्त्रिया आणि लहान मुले यांच्या दृष्टीस पडणार नाहीत, अशा तऱ्हेने ती युद्धे लढली जात.

अशा युद्धांसाठी आम्ही मुले त्यातल्या त्यात सशक्त नर उंटांची निवड करीत असू; जेणेकरून आमच्या पक्षातील ज्येष्ठ व्यक्तींना (वडील किंवा मोठे भाऊ) व्यवस्थित वार करता येतील. स्त्रियांना अथवा मुलांना कोणतीही कल्पना न देता, आपल्या बंदुका आणि तलवारी सरसावून ते गावातून बाहेर पडत. आमच्या उंटांना या सर्व हालचालींचा अर्थ बरोबर कळे आणि ते आपले दात एकमेकांवर जोरजोरात घासत. त्यांच्या दातांच्या करकरण्याचा आवाज हा युद्धाची नांदी असे, तर स्त्रियांचा आक्रोश ही युद्ध संपल्याची निशाणी असे. दमले-भागलेले उंट आणि मोठ्या कष्टाने उरलेले लोक परतण्याआधीच धारातीर्थी पडलेल्यांची नावे गावात कळत. युद्धानंतर गावातील लोक युद्धात मारल्या गेलेल्या पुरुषांच्या कुटुंबात एक-दोन आठवडे राहत आणि त्यांच्या विधवांना आधार देत. मृत व्यक्तींचा अशा प्रकारे आदर राखला जाई. अनेक वेळा मृत व्यक्तीचा भाऊ किंवा मित्र त्या विधवेचा आपली पत्नी म्हणून स्वीकारही करी.

मी हे सर्व सांगतो आहे, कारण भेदरलेल्या उंटांच्या दातांचा करकरण्याचा आवाज मला पुन्हा ऐकू येऊ लागला आहे. पक्षी दिशाहीन उडू लागले आहेत.

कोणते ठिकाण सुरक्षित आहे, हे त्यांनाही कळत नाहीये.

रात्री जेवणाच्या वेळी अहमदने मला वाडीमधून जाणाऱ्या सर्व छोट्या-छोट्या रस्त्यांची, दुर्गम भागातील पाणवठ्यांची आणि आम्ही लहानपणी लपत असू त्या गुहांची आठवण करून दिली.

"या सर्व लोकांना गावातून पटकन बाहेर काढणे तेवढे सोपे नाही." तो म्हणाला. "तू लहानपणी जनावरे राखायला वाळवंटात दूरवर गेला आहेस; तेव्हा तुला ते जमेल; पण सर्वांनाच हे रस्ते सापडणार नाहीत." मी मदतीला यावे, असे त्याला नक्कीच वाटत नव्हते; पण मी येथेच थांबून धोका पत्करावा, मृत्यूला कवटाळावे, असेही त्याला वाटत नव्हते. माझ्याकडे बंदूकही नव्हती. अहमदचे विचार स्पष्ट होते. त्याने आम्हा भावंडांपैकी आणखी एकाला एल-फाशर या उत्तर डारफरमधील सुरक्षित ठिकाणी पाठविले होते. त्याच्या दृष्टीने तो एक कौटुंबिक विमाच होता. आमचे काही बरे-वाईट झाले, तर कुटुंबातील एखादी व्यक्ती तरी स्त्रियांची आणि मुलांची काळजी घ्यायला मागे जिवंत राहावी, हा त्याचा हेतू होता. कुटुंबातील सर्वांना तिकडे जाणेही शक्य नव्हते, कारण मग घरच्या जनावरांचे काय करायचे, हाही प्रश्न होताच.

त्या आणि नंतरच्याही काही रात्री आम्ही जेवणात चिकन खाल्लं. सहसा खास प्रसंगी केला जाणारा हा पदार्थ त्या काळात आम्ही सारे जण खात होते.

अहमदकडून मी 'जलाबिया' नावाने ओळखले जाणारे पारंपरिक झगे वापरायला घेतले होते. मी हे झुळझुळीत झगे कित्येक वर्षांत वापरले नव्हते. पण आता ते अंगावर घालायला मला खूप छान वाटत होतं. उन्हात वापरायला माझ्या पाश्चिमात्य खाकी कपड्यांच्या तुलनेत ते आल्हाददायक होते. ते वापरताना आपण नेहमी सावलीत असल्याची जाणीव होत होती. अहमदकडून मी एक उंटही मागून घेतला आणि त्यावरून पाणवठ्यावर गेलेल्या जनावरांची देखरेख केली. वाळूतून चालताना उंटाने थोडे वेगात चालावे म्हणून मी माझ्या चाबकाचा हलकेच वापर केला. मी तिथेच राहिलो आणि रुजलो असतो तर काय बनलो असतो, याची चुणूक मला माझ्याच सावलीवरून दिसली.

त्या माझ्या विस्तारित आणि प्रेमळ कुटुंबात माझे स्थान पुन्हा गवसल्याचा मला खूप आनंद झाला. स्वर्ग याहून वेगळा नसावा. संकटकाळात आपल्या प्रियजनांना भेटणे, तेही दीर्घ वियोगानंतर – आयुष्यातील रोचकता कायम ठेवणाऱ्या या घटना होत्या.

अहमदनं मला सांगितलं की, गावातील काही वयोवृद्ध मंडळी गाव सोडायला तयार नव्हती. जेथे जन्म घालवला तेथेच मरण यावं, यावर ते वृद्ध ग्रामस्थ ठाम होते. आपलं गाव सोडून पळून जाणं, असं त्यांना सांगणं म्हणजे एक प्रकारे त्यांचा

मानभंग होता. "आपल्या आई-वडिलांचं काय?" मी त्याला विचारलं. अहमद त्यांनाही गावापासून दूर धाडायचं म्हणत होता. आई-वडिलांचीही तशी तयारी होती.

काही कुटुंबं आधीच गाव सोडून गेली होती. त्यांच्यापैकी काहींनी दुसऱ्या गावात जाऊन संसार थाटण्यासाठी वाहनांची व्यवस्था केली होती. पण बहुतेकांच्या बरोबर लहान मुलं, जनावरे आणि सामानसुमान होते. त्यामुळे त्यांना अर्थातच पायी प्रवास करावा लागणार होता.

आम्ही आमची जनावरे एका दूरच्या ठिकाणी आधीच धाडली होती. ते ठिकाण फक्त आम्हालाच माहीत होतं. इतर अनेक लोकांनीही तसंच केलं होतं. माझ्या तेथील मुक्कामात मी लोकांना आवराआवर करायला मदत करीत होतो. गावापासून थोडं दूर आणि बाहेरील बाजूस फेरफटका मारून तेथे राहणाऱ्या लोकांना गाव सोडून जाण्यास उद्युक्त करीत होतो. काहींना तेथून जाण्याची इच्छा नव्हती. ते म्हणत, "आमच्या पूर्वजांचेच नाही तर मुलांचे दफनदेखील इथंच झालं आहे; मग आम्हालाही मरायला हीच जागा काय वाईट आहे?" या मुद्द्यावर पुढे वाद घालणं शक्यच नव्हतं. त्याउलट स्त्रिया, लहान मुलं आणि तरुणांना मदत करण्याचे मार्ग आम्ही शोधू लागलो.

दूरच्या प्रवासाला निघण्यासाठी स्त्रिया आपल्या मुलांना तयार करत होत्या. त्या गंभीर परिस्थितीत ते काम किती अवघड असेल, याची कल्पना तुम्ही करू शकाल. काय काय बरोबर घ्यायचं, काय काय तिथंच सोडून द्यायचं – हे सर्व ठरविणं त्यांच्या दृष्टीनं खूप अवघड काम होतं.

एका रात्री मला खूप विचित्र स्वप्न पडलं. त्यात अहमद गावाच्या मधोमध उभा होता. गावाचे संरक्षण करणारे दोन सैनिक त्याच्या शेजारी उभे होते आणि ते अहमदला ओरडून तेथून पळून जायला सांगत होते. मी डोंगराच्या बाजूनं ओरडत त्या सैनिकांना हल्लेखोरांवर गोळ्या घालायला सांगत होतो. मी त्यांना सांगत होतो की 'तुम्ही अहमदवर ओरडू नका; हल्लेखोरांना आधी टिपा, ते तेथे आहेत... त्या तिथे –' मी बोटाने त्या दिशेकडे इशारा करीत होतो, कारण हल्लेखोरांनी अहमदवर नेम धरला आहे, हे मला दिसत होते. पण तोपर्यंत खूप उशीर झाला होता. गोळी लागून अहमद कोसळला होता. "तुम्ही त्या हल्लेखोरांना गोळ्या का नाही घातल्या?" मी पुन:पुन्हा ओरडून त्यांना विचारत होतो. पण अहमद मरण पावला होता आणि त्यानंतर बहुधा मीही.

त्या स्वप्नाने मी जागा झालो आणि गावाबाहेरील टेकडीकडे चालत निघालो. पहाटे-पहाटेच मी त्या टेकडीवरील झुडपात पोहोचलो.

मी माझ्या वडिलांच्या राहुटीत चहा आणि नाश्ता घेतला. (आमच्या जमातीत पती, पत्नी स्वतंत्र राहुट्यांत राहतात. त्यामुळेच बहुधा येथील विवाह दीर्घकाळ

टिकतात.) अहमदही तिथंच होता. एखाद्या मृत व्यक्तीकडे पाहावं तसं मी त्याच्याकडे पाहिलं. मी माझं स्वप्न त्याला सांगू शकत नव्हतो. त्याने वडिलांना सांगितलं की, चहा घेऊन लगेचच त्यांनी उरलेली जनावरे घेऊन तिथून बाहेर पडावं. त्यांनी आदल्या रात्री गोळीबाराचे आवाज ऐकले होते. अहमदचं म्हणणं त्यांना पटलं आणि ते तेथून निघाले.

सकाळी नऊच्या सुमारास गावात फेरफटका मारून तेथील एकंदरीत व्यवहार कसे चालले आहेत, हे मी पाहिलं. मला कुठून तरी पक्ष्यांचा मंजूळ आवाज ऐकू आला. पुढील काही तास तरी सुरक्षित असतील, असा मी त्याचा अर्थ लावला. पण तेवढ्यात एक विचित्र आवाज मला ऐकू आला. तो नीट ऐकण्यासाठी मी चालता-चालता थांबलो. एखादा मोठा ढोल बडविल्यासारखा तो आवाज होता. हळूहळू तो मोठा होऊ लागला आणि जलदही. आकाशात वेगाने वळसा घेणाऱ्या हेलिकॉप्टर्सचा तो आवाज होता. मी एका झाडाच्या आडोशाला जाऊन वर पाहिलं. हिरव्या रंगाची दोन हेलिकॉप्टर्स गावाच्या दिशेनं आमच्या वाडीच्या बाजूला येत होती. त्यातून होणाऱ्या गोळीबाराच्या आवाजानं वातावरण हादरून गेलं. कोणत्या दिशेला पळावं, तेच मला कळेना. मी तिथंच वेड्यासारखा स्तब्ध उभा राहिलो. गोळ्यांच्या वर्षावानं उडलेली धूळ फवारा मारल्यासारखी सर्वत्र भरून राहिली.

हातात बंदूक घेऊन धावत जाणाऱ्या अहमदला मी पाहिलं. माझा आणखी एक भाऊ जुमाही त्याच्याबरोबर होता. जुमा खूप शांत आणि मेहनती होता. त्याला असं उत्तेजित होऊन बंदूक घेऊन जाताना पाहायची मला सवय नव्हती. अहमद आणि जुमा धावत त्या दरीच्या दिशेनं निघाले. जमिनीवरून प्रतिहल्ला करण्यासाठी त्याच बाजूला जाणं आवश्यक होतं. त्यामुळे हेलिकॉप्टर्सनाही त्यांचा पाठलाग करत गावापासून दूर जावं लागलं. आमच्या संरक्षक दलातील इतर सैनिक गावाच्या दोन्ही बाजूंस असलेल्या टेकड्यांकडं धावत जाऊ लागले. बहुतेक पूर्वेच्या दिशेने, कारण त्याच बाजूने जमिनीवरून हल्ला होत होता. दरीच्या जास्तीत जास्त खोलगट भागात जाऊन हल्ला रोखण्याचा कडवा प्रयत्न ते करणार होते.

मशिनगन्सच्या धडधडणाऱ्या आवाजात ते 'चला, चलाऽ' असे ओरडून एकमेकांना साद घालू लागले. ते आवाज ऐकून स्त्रिया किंचाळू लागल्या, आपल्या मुलांना मोठमोठ्याने हाका मारून बोलावू लागल्या. संपूर्ण गावात धूळ आणि गोंधळ यांची वावटळ उठली. जनावरांनी भेदरून डोळे विस्फारले आणि गाढवे ओरडू लागली. बंदुकीच्या फैरी कोणत्या बाजूस झडत होत्या, ते मला दिसत नव्हतं. एरवी गाणारे पक्षी घाबरून, गोंधळून इकडे-तिकडे उडू लागले. त्यातील काही माझ्या झग्यामध्ये शिरून आसरा शोधत आहेत, असं मला वाटलं. पण नंतर

माझ्या लक्षात आलं की, माझ्या अंगावर पडणारी त्या चिमुकल्या पक्ष्यांची ती मृत शरीरं होती. प्रचंड आवाजाने त्यांची चिमुकली हृदयं विदीर्ण होत होती. मी धावत-धावत माझ्या आईच्या राहुटीकडे गेलो. ती, माझी बहीण आणि तिची मुले तिथून निघायच्या तयारीत होती. आपल्या राहुट्या सोडून गावाच्या पश्चिमेला असलेल्या वाडीच्या बाजूच्या झाडीत आश्रय घ्यायचा त्यांचा विचार होता. "चला, चलाऽऽ" तिने आपल्या नातवंडांना बोलावलं. ती त्यांना घेऊन गावाच्या पश्चिमेला असलेल्या झाडीच्या दिशेनं गेली. मी गावातील इतर पुरुषांना सामील झालो. मी पटकन एका मुलाला कडेवर घेतलं, इतर काहींना गाढवांवर बसविलं. 'चला, चला', म्हणत आम्ही गाढवांना पुढे हाकललं. चुकलेल्या मुलांचा शोधही आम्ही सुरूच ठेवला होता. त्या मुलांच्या आया किंचाळत होत्या, वेड्यासारख्या रडत होत्या. मुलांनी बरोबर यावं, म्हणून विनवणी करत होत्या.

"तुम्हाला रडायचं असेल तर खुशाल रडा; पण थांबू नका, चालत राहा... तुमच्या मुलांना त्या झाडीत घेऊन जाणं आवश्यक आहे... चालत राहा, चलाऽ चला...."

हल्ला होण्यापूर्वी गावातील शंभर एक सूज्ञ लोक गाव सोडून निघून गेले होते. आम्ही उरलेले दीडशे लोक तेथून बाहेर पडायची धडपड करीत होतो. आमच्या समवेत असणाऱ्या वृद्धांना मदतीची खूप आवश्यकता होती. त्यांना मदत करण्यासाठी आम्ही पुन:पुन्हा माघारी येत होतो. जवळच्या झाडीत गोळ्यांचा वर्षाव सुरूच होता. गावाच्या मधोमध रॉकेट्सचा मारा होत होता. आमच्या राहुट्या आगीच्या भक्ष्यस्थानी पडत होत्या. पेटलेल्या झोपड्यांत आणि राहुट्यांत शिरून आत कोणी अडकलं आहे का, याचा आम्ही शोध घेत होतो. ज्यांना धावता येत नव्हतं, अशांना उचलून आणत होतो.

'आता मी मेलो... तर मी असा मेलो... असो! फार काही वाईट मरण नाही हे!' माझ्या मनात विचार येत होते. मी माझ्या स्वत:च्या शरीराकडे पाहायलाही घाबरत होतो. कारण माझ्या आसपास गोळ्यांचा इतका वर्षाव होत होता की, मी जिवंत कसा काय आहे, असाच प्रश्न मला पडला होता. मी धावत सुटलो. लोकांना झाडीकडे आणि त्या खडकाळ खोल दरीच्या दिशेने घेऊन जाऊ लागलो. माघारी येऊन पुन:पुन्हा मागे राहिलेल्यांना मदत करत होतो.

झाडीतून पटकन नजरेस पडणार नाही, अशा प्रकारे रंगविलेल्या हल्लेखोरांच्या छोट्या लँडरोव्हर गाड्या आता गावाच्या खालच्या बाजूला दिसत होत्या. आमच्या संरक्षक दलाच्या लोकांनी केलेल्या जलद हालचालींमुळे आम्हाला थोडी फुरसत मिळाली होती. शेजारच्या गावातील बचावदलांनीही हेलिकॉप्टर्सचा आवाज ऐकला होता आणि ते आम्हाला मदत करण्यासाठी टेकडीच्या बाजूस येत होते. सुदानी लष्कराचे आणि जंजावीड दलाचे सैनिक क्रूर जरूर आहेत, पण मूर्ख निश्चितच नाहीत. त्यांनी दरीच्या दिशेने आतील भागात त्वरेने घुसून

स्वत:ची नाकेबंदी करून घ्यायची जोखीम पत्करली नाही. आमच्या बऱ्याच दलांनाही त्याची कल्पना होती.

मोठ्या कॅलिबरच्या मशिनगन्समधून गावावर गोळीबार होत होता. हल्लेखोर खूप दूर अंतरावरून गोळ्या झाडत होते. लोकांना प्रत्यक्ष न पाहताच मारण्याचे त्यांचे प्रयत्न होते. पूर्वेकडे आमच्या प्रतिकार दलावर हेलिकॉप्टर्समधून हल्ला होत होता. पश्चिमेच्या बाजूस पळून जाणाऱ्या लोकांकडे त्यांचं अजून लक्ष गेलं नव्हतं. त्यांना संपवून हल्लेखोरांनी आपला मोर्चा निश्चितच आमच्याकडे वळविला असता, त्यामुळे आम्हाला पुढे चालत राहणं भाग होतं.

लोकांना डोंगराळ भागात सुरक्षित ठिकाणी धाडायचं आमचं काम पंधरा ते वीस मिनिटंच चाललं असावं, पण आम्हाला मात्र तो कालावधी काही तासांचा वाटत होता. तो खडा चढ चढून आम्हाला जास्तीत जास्त पुढे जायचं होतं, जेथे जंजावीड दलाचे घोडेस्वार सैनिक आम्हाला गाठू शकले नसते.

मागे राहिलेल्या गावातील शेवटच्या काही लोकांना आम्ही बाहेर काढले. तेवढ्यात मी जंजावीड दलाच्या काही सैनिकांना गावातील राहुट्यांवर गोळ्या झाडताना पाहिले. आमच्या प्रतिकार दलातील काही लोक वगळले, तर आम्ही गावातील बहुतेक सर्व लोक एव्हाना बाहेर पडलो होतो. दगडांच्या मागे लपून डोंगरावरून आम्ही क्षणभर खाली नजर टाकली आणि पुढे सरकत राहिलो, मागे राहिलेल्या लोकांना पुढे ढकलत राहिलो.

आधीपासून बाहेर पडण्याच्या तयारीत राहिल्याचा आम्हाला फायदा झाला. जणू काही एखादा चमत्कार घडल्याप्रमाणे आमच्या प्रतिकार दलातील लोक एव्हाना बाहेर निसटले. मी मागे वळून पाहिलं. मला स्त्रियांचे किंवा लहान मुलांचे मृतदेह वाळूत पडलेले दिसले नाहीत. माझ्या दृष्टीने त्या परिस्थितीत ते निश्चितच एक चांगलं दृश्य होतं.

आमच्या मागे प्रतिकार दलांनी हल्लेखोरांना अजूनही रोखून धरलं होतं. गोळीबाराचा आवाज येतच होता. पुढील तासाभरात तो हळूहळू कमी कमी होत गेला आणि शेवटी शांत झाला. आम्ही तो दिवस आणि त्यानंतरची रात्र चालतच राहिलो. आमच्याबरोबरच्या वृद्धांसाठी आणि लहान मुलांसाठी तो प्रवास फारच कष्टमय होता. आम्हाला भीती वाटत होती, ती त्या हेलिकॉप्टर्सची. हल्ला केल्यानंतर लोकांना शोधायला बहुधा ती पुन्हा माघारी येत.

चालताना लोक रडत होते. असंख्य आठवणी, मागे काही राहिलेलं सर्व काही त्यांना खुणावत होतं. शिवाय प्रतिकार दलामधील लोकांबद्दलची काळजी त्यांना पोखरत होती. त्यांचे अनेक वृद्ध साथीदार मागे गावात राहिले होते. त्यांच्यासाठीदेखील त्यांचा जीव तिळ-तिळ तुटत होता.

आम्ही लहान मुलांची समजूत घालायचा प्रयत्न करीत होतो. "ही महान गोष्ट एक दिवस तुम्ही तुमच्या मुलांना सांगाल...!" तरुण मुलींना आणि स्त्रियांना सांगण्याजोगं मात्र काहीच नव्हतं. आमचं गाव बेचिराख झालं होतं, नष्ट झालं होतं आणि त्याबरोबर त्याचं भविष्यदेखील. आमच्यातील अनेक चांगली माणसं या जगातून कायमची निघून गेली होती. डोंगरातून चालणाऱ्या त्या अनेक रांगांना अश्रूंची आणि त्या मागच्या कारणांची कमतरता नव्हती.

बचाव दलातील जे लोक जिवंत राहिले होते, त्यांनी काळोख पडता-पडता आम्हाला गाठले. जुमा त्यात होता, पण अहमद मात्र कुठेच दिसत नव्हता.

जुमा माझ्याजवळ आला आणि दु:खी नजरेनं त्यानं माझ्याकडे पाहिलं... मी काय समजायचे ते समजलो.

"फताह! आपला भाऊ अहमद मारला गेलाय... आणि कदाचित लवकरच आपलीही तीच गत होईल." आम्ही एकमेकांना मिठी मारली. त्यानं मला सांगितलं की, आमच्या मागे साधारण तीनेक तासांच्या अंतरावर जखमी झालेले खूप लोक आहेत. त्यांना स्त्रियांच्या आणि लहान मुलांच्या नजरेस पडायचे नाही. खंबीर आणि कणखर राहून संकटांचा सामना करणं ज्याचं काम आहे, त्या पुरुषानं असं जखमी आणि असहाय अवस्थेत स्त्रियांसमोर जाणं, हे आमच्या समाजात असभ्यपणाचं लक्षण मानलं जातं.

मला मनाच्या कोपऱ्यात उगीचच कुठेतरी वाटत होतं की, अहमद आणि जुमा दोघंही या हल्ल्यातून वाचणार नाहीत. त्यामुळे जुमाला जिवंत पाहून मला खूप आनंद झाला. पण अहमदच्या मृत्यूचा आघात मात्र खूप मोठा होता. माझ्या आईला आणि बहिणीला ती बातमी सांगणं आवश्यक होतं. त्यांच्या दृष्टीनंही ते दु:ख फार मोठं होतं.

शेवटी जुमाने ती बातमी त्या दोघींना सांगितली. त्या दोघींनी ती उभ्यानेच ऐकली. "परमेश्वरा... आम्हाला ताकद दे!" एवढीच प्रार्थना त्या दोघींनी त्या चांदण्या रात्री केली.

दुसऱ्या दिवशी सकाळी आणि त्यानंतरही दूरवर आम्हाला हेलिकॉप्टर्सचा आणि बॉम्बहल्ल्याचा आवाज येत होता. आसपासची इतर गावंही मृत्युपंथाला लागली होती. प्रवासाच्या तिसऱ्या दिवशी आम्ही एका पाणवठ्याच्या ठिकाणी पोहोचलो. तिथे काही लोक आमची वाट पाहत होते. त्यांत माझे वडीलही होते. त्यांच्याबरोबर काही उंट आणि इतर जनावरे होती. इतके दिवस ते त्या सर्वांची काळजी घेत होते. अहमदच्या मृत्यूची बातमी त्यांना समजली होती. ती ऐकून ते अधिकच जर्जर दिसू लागले होते.

आमच्यापैकी पंधरा तरुणांनी उंटावरून गावात परत जाऊन मृतांचं दफन करायचं आणि हाताला लागेल तेवढं धान्य आणि कपडे घेऊन परत यायचं, असं

ठरलं. हल्लेखोरांनी आतापर्यंत लुटालूट करून गाव जाळून टाकलं होतं आणि ते निघूनही गेले होते. जंगली कुत्री आणि लांडगे यांनी लचके तोडण्यापूर्वी आम्हाला मृतदेहांचं दफन करायचं होतं. त्यासाठी आवश्यक ती हत्यारे बरोबर घेऊन आम्ही उंटांवरून गावाकडे गेलो.

गाव जवळजवळ संपूर्ण उद्ध्वस्त झालं होतं. जिथं गांवातील जीवन समाधानानं, आनंदानं व्यतीत होत होतं, तेथे असे साठ ठिकाणी जळाल्याचे अवशेष होते. ती गावातली घरांची निशाणी होती. धान्य साठवणीचे मातीचे नुनूस, अनेक सतरंज्या, ब्लँकेट, जळलेल्या झाडांची टेकाडं आणि झोपड्यांचा काही राहिलेला भाग अजूनही जळत होता. वाडीत शिरण्याआधीच त्याचा वास आम्हाला जाणवला.

गावाच्या पूर्वेकडील भागात आम्हाला तेरा मृतदेह मिळाले. त्याच ठिकाणाहून आम्ही हल्लेखोरांचा प्रतिकार केला होता. सुदानी फौजा आणि जंजावीड दल यांनी त्यांच्या सैनिकांची प्रेते तेथून हलविली होती. त्यामुळे तेथील मृतदेह आमच्याच बचाव दलातील सैनिकांचे आणि त्यांना मदत करायला आलेल्या लोकांचे होते, हे उघड होतं.

मला अहमद सापडला. मोठ्या कॅलिबरच्या बंदुका आणि रॉकेटच्या हल्ल्याने त्याचं शरीर ओळखता येणं शक्य नव्हतं. पण मला माहीत होतं की, तो अहमदच आहे. मी त्याच्या दफनासाठी खड्डा खणला आणि उजव्या कुशीवर पूर्वेकडे चेहरा करून त्यात त्याला अलगद ठेवले. त्या भल्या माणसाच्या शरीराचे तुकडे वाळूत कायमचे विसावले.

मी अहमदला निरोप दिला. इतरांना मदत करण्याऐवजी मी तेथेच गुडघ्यांवर बसून राहिलो. तेवढ्यात हलकासा पाऊस पडू लागला....

शेवटी एकदाचा मी तेथून उठलो आणि इतरांच्या मदतीला गेलो. जी थोडीफार सामग्री मिळाली, ती आम्ही उंटांवर लादली आणि तेथून निघायच्या तयारीला लागलो. ज्या वृद्ध माणसांनी गावातून बाहेर पडायला नकार दिला होता, त्यांच्या अस्थी त्या जळलेल्या राहुट्यांच्या राखेत खोलवर मिसळून गेल्या होत्या. आम्ही असहाय होतो. काही दिवसांनी पावसामुळे ती हाडे कदाचित कोणाच्या तरी नजरेस आली असती. कारण जंगली जनावरांना त्या अर्धवट जळून गेलेल्या हाडांत फारसा रस असणं शक्य नव्हतं.

काही मोजके पक्षी अजून झाडाझुडपांत गात होते... अगदी थोडे. मला वाटलं, त्यांच्याबरोबरचे इतर पक्षी पुन्हा परत येतील आणि गावातील लोकही.

पण एके काळच्या या सुंदर गावात आता उरली होती फक्त राख आणि थडगी.

◆

आमच्यातील सात जण

आमच्या लोकांना गाठल्यावर आम्ही प्रतिकार दलातील आमच्या जखमी साथीदारांसमवेतच बहुतांशी राहिलो. स्त्रियांचा समूह आमच्यापासून काही अंतरावर होता. आम्हाला लागणारं अन्न, पाणी आणि आमची पारंपरिक औषधं तसेच चहा इत्यादी आणण्यासाठी आम्ही त्यांच्याकडे येरझाऱ्या घालत होतो. अगदी पूर्वीप्रमाणेच आमच्या गावातील लोक एकमेकांना मदत करत होते. फरक एवढाच होता की, आता आमचं अख्खं गावच वाळवंटातून प्रवास करत होतं.

इतर गावांतील लोक वाटेत निरनिराळ्या ठिकाणी आमच्या समूहात सामील होत होते. त्यामुळे आमचा तांडा आता आकाराने खूपच मोठा झाला होता. आदल्या रात्री मृत झालेल्या जखमी लोकांचे आम्ही दुसऱ्या दिवशी सकाळी दफन करत होतो. हे रोजचंच झालं होतं. त्यांना मृत्यू येणं एका अर्थी चांगलंच होतं. कारण त्यांना देण्यासाठी आमच्याकडे मॉर्फिन किंवा इतर वेदनाशामक औषधं नव्हती. दुसऱ्या दिवशी सकाळी ज्याच्यावर मृत्यूची कृपा होणार, त्याच्या डोळ्यांत आदल्या दिवशी त्याचं मरण दिसत होतं.

पाचव्या दिवशी आम्ही एका दुर्गम, पण बऱ्यापैकी हिरवळ असलेल्या दरीजवळ पोहोचलो. ज्यांच्याकडे थोडीफार जनावरे होती, त्यांनी तिथेच लपून तात्पुरता मुक्काम करायचं ठरविलं. ज्यांच्याकडे जनावरे नव्हती, त्यांना चॅडपर्यंत पोहोचण्याशिवाय गत्यंतर नव्हतं. तेथे मुक्काम करणाऱ्यांमध्ये माझी बहीण आणि आईही होती. त्यांना तेथून पुढं जायचं नव्हतं. माझ्या वडिलांनी मात्र काही जनावरं घेऊन आणखी थोडं पुढे सरकायचं, असं ठरविलं; कारण त्यांच्याबरोबर असलेल्या लोकांना ते हवे होते. त्याचे कारण म्हणजे, प्रवासात त्यांना उंटिणींचे छान दूध मिळू शकत होते. लहान आणि आजारी मुलांना उंटांवरून प्रवासही करता येत होता. जेव्हा शक्य होईल तेव्हा ते जनावरांना घेऊन आई ज्या ठिकाणी होती, तेथे परत येणार होते. अशा तऱ्हेने माझी आई आणि बहीण दोघीही इतर अनेकांप्रमाणे

आपल्याच भूमीत 'निर्वासित' झाल्या होत्या. जग अशा लोकांना 'अंतर्गतरीत्या विस्थापित व्यक्ती'(internally displaced persons) म्हणून ओळखतं.

आणि अशा तऱ्हेने आम्ही सर्व जण पुढील सात दिवस वाटेवर जागोजागी असंख्य थडग्यांची निशाणी मागे ठेवत, चॅडच्या दिशेने चालत राहिलो....

प्रवासात मी आणि माझे सहा जुने मित्र उंटांवरून थोडे-थोडे पुढे जायचो आणि आम्हाला माहीत असलेल्या पाणवठ्याच्या ठिकाणाहून पाणी भरून आमच्या-बरोबरच्या लोकांना द्यायचो. पावसाचे दिवस आता सरले होते आणि पाणी भरता येईल अशी वाळवंटातील जी थोडी फार ठिकाणे शिल्लक राहिली होती, तीही पटापट कोरडी पडू लागली होती. आमच्याबरोबरच्या इतर तांड्यांनाही शक्य तेवढं पाणी पुरवून त्यांना मदत करायचा प्रयत्न आम्ही करीत होतो. आम्ही त्यांना पुढे- पुढे सरकण्यासाठी, सुरक्षित मार्ग शोधण्यासाठी आणि वाटेत चुकलेल्यांना शोधून काढण्यासाठीही मदत करत होतो. ज्यांच्याकडे काहीच शिल्लक नव्हतं, त्यांना अन्नपाणीही पुरवत होतो.

ही सर्व कामं करत आम्ही तीनेक महिने काढले. त्या काळात आम्ही झाडा-झुडपांतच झोपत होतो. ती पांढरी विमाने आणि जंजावीड दले आमच्यावर आक्रमण करतात की काय, यावर आम्ही सतत लक्ष ठेवून होतो. जे पुरुष-स्त्री वा मुले चॅडपर्यंत पोहोचू शकली नाहीत, पण ज्यांना मृत्यूनं गाठलं – अशा अनेकांचं दफन आम्ही त्या कालावधीत केलं.

विस्थापित होऊन एकत्र प्रवास करणारे इतर समूहही तेच करत होते. चॅडच्या सीमेनजीकच अनेक निर्वासित छावण्या उभ्या राहत होत्या. सर्व जण एकमेकांना मदत करत होते, कारण बाहेरच्या जगातून येणारी मदत अजून आमच्यापर्यंत पोहोचली नव्हती.

त्या कालावधीत माझी दोन स्त्रियांशी ओळख झाली. त्यापैकी एकीचं वय पंचवीसच्या आसपास, तर दुसरीचं साधारण पंचेचाळीस होतं. त्यांच्या गावावर झालेल्या हल्ल्यातून त्या कशाबशा निसटल्या होत्या. त्यांनी आपला जीव वाचवला होता; पण वैधव्य त्यांच्या वाट्याला आले होते. हेलिकॉप्टरमधून झालेल्या गोळीबारात गावातील पुरुष मारले जात असताना त्यांनी पाहिले होते. गावातून बाहेर पडताना त्यांनी पत्र्याच्या दोन पेट्या बरोबर आणल्या होत्या, त्याही एव्हाना पूर्णपणे चेपल्या होत्या. बाळंतपणासाठी वापरली जाणारी पारंपारिक सामग्री त्या पेट्यांमध्ये होती. घाईघाईने उभ्या केलेल्या एका छावणीमध्ये आपला तात्पुरता दवाखाना सुरू करून त्यांनी नडलेल्यांना मदत करायला सुरुवात केली. वैद्यकीय साह्य पुरविणारे पांढऱ्या रंगाचे ट्रक तिथे पोहोचण्यापूर्वीच त्या दोघींनी आपलं काम सुरू केलं. आपल्या वेदना विसरण्यासाठी इतरांना मदत करणे आणि त्या कामात स्वतःला झोकून देणे,

हाच मार्ग उत्तम होता. आणि बहुतेकांमध्ये हीच भावना होती.

पाण्याशिवाय खूप वेळ राहिल्याने जवळजवळ शुद्ध हरपलेल्या लोकांच्या दृष्टीने आमच्यापैकी सात जणांचे वाळवंटातील मृगजळातून अचानक टपकणं खूपच विचित्र होतं. त्यांची तहान भागविण्यासाठी पाणी मिळावं, यासाठीच ते प्रार्थना करीत होते आणि नेमकं तसंच घडणं, हा त्यांच्या दृष्टीनं चमत्कार होता. मात्र, हवाहवासा वाटणारा. आम्हालाही 'चमत्कार' बनून त्यांना मदत करण्यात आनंदच होता आणि तसं करण्यापासून आम्ही स्वतःला कसं रोखू शकत होतो? पण कधी कधी हा चमत्कार वेळ टळून गेल्यावर घडत असे.

"त्या बाळाला आधी तिच्यापासून बाजूला करायला हवं –" पाण्याचा पहिला घोट तोंडात घेत त्या स्त्रियांनी एकट्याच उभ्या असलेल्या तरुण मुलीकडे बोट दाखवत मला सांगितलं.

"तिचं बाळ मृत झालं आहे आणि ती त्याला सोडायला तयार नाही. ती कालपासून त्याला घेऊनच फिरते आहे. ती आम्हाला त्या बाळाचं दफन करू देत नाहीये." त्यांच्यापैकी एक जण म्हणाली.

मी कपातून दिलेल्या पाण्याचे दोन घोट घेताना; त्या कोवळ्या वयाच्या मातेनं माझ्याकडे करुणेनं पाहिलं.

"तुझं बाळ माझ्याकडे दे... ते आता या जगात नाही." मी तिला म्हणालो. शेवटी काही वेळानं तिनं आपलं बाळ माझ्या हातात दिलं.

अपत्याचा मृत्यू पाहणं किती क्लेशदायक असतं, हे तुम्हीही जाणता. तुम्ही जगाच्या कोणत्याही कोपऱ्यात असलात, तरी हे दुःख सगळीकडे सारखंच असतं. डारफरमध्ये मुलाच्या जन्मानंतर अनेक दिवस किंवा अनेक आठवडे त्याचं नामकरण केलं जात नाही. कारण, डॉक्टर किंवा कोणतीच वैद्यकीय सेवा नसल्यामुळे येथे अनेक मुले मृत्युमुखी पडतात. ते जगत नाहीत, ते राहण्यासाठी नव्हे, तर उडून जाण्यासाठी, स्थलांतरासाठी आलेले पक्षी असतात. म्हणून त्या मुलाचं या जगात राहणं नक्की झाल्यावर त्यांचा नामकरण विधी करतात.

वेदनेनं ओतप्रोत भरलेल्या त्या विचित्र परिस्थितीत आम्ही शक्य तेवढ्यांचे प्राण वाचविले आणि इतरांचं दफन केलं.

चॅडच्या सीमेपासून थोड्याच अंतरावर एका झाडाजवळ एक स्त्री आपल्या दोन मुलांसह मृत्युमुखी पडली होती. तिच्या तिसऱ्या मुलाचा मृत्यू आमच्या हातातच झाला. त्या तीन कोवळ्या मुलांची त्वचा सुरकुतलेल्या नाजूक तपकिरी कागदासारखी दिसत होती. तहानेनं आणि भुकेनं व्याकूळ होऊन मृत झालेल्या मुलांचे फोटो कदाचित तुम्ही पाहिले असतील... सुरकुतलेल्या शरीरातून बाहेर डोकावणारी हाडे आणि मोठ्या आकाराची डोकी. तुम्हाला वाटेल, त्या कोवळ्या मुलांची तशी

अवस्था व्हायला खूप दिवस लागत असतील. पण प्रत्यक्षात ते खूपच पटकन घडतं – अगदी काही दिवसांतच. आणि त्यांची ती अवस्था बघून त्यांच्या आयांची होणारी तगमग पाहून, तर आपलं हृदयही पिळवटून जातं. त्या स्त्रीनं स्वतःच्या शालीनंच झाडाला फास लावून घेतला होता, तिचा मृतदेह आम्ही झाडावरून अलगद खाली उतरवला आणि तिच्या मुलांच्या शेजारीच तिचं दफन केलं. त्या प्रसंगाच्या आठवणी आजही माझ्या सोबत आहेत.

तिला ओळखत असलेल्या कोणाकडून तरी तिच्याबद्दल अधिक जाणून घ्यावं, असं मला वाटलं. संबंधित व्यक्तींकडून मला नंतर तिच्याबद्दल जे कळलं ते असं होतं –

ती तीस-एक वर्षांची होती. जंजावीड दलांनी तिच्या गावावर हल्ला केला होता. तिच्या दोन मुली (मोठी फक्त सहा वर्षांची) आणि मुलासह तिला बंदी बनविण्यात आलं. जंजावीड सैनिकांनी तिच्यावर अनेक वेळा बलात्कार केला. शेवटी त्या नराधमांनी तिच्या मुलांसह तिला वाळवंटात, गावांपासून दूर अशा एका निर्जन ठिकाणी सोडून दिलं. गोळ्या घालून तिला मारण्यापेक्षा ते सोपं होतं. आपल्यापैकी कोणाचा तरी वंश तिच्या उदरात वाढावा, असंही त्यांना वाटलं असेल. आपल्या मुलांना घेऊन अन्न-पाण्याशिवाय त्या वाळवंटात ती सलग पाच दिवस चालत राहिली. त्या झाडाजवळ ती पोहोचली, तेव्हा तिच्यातलं बळ संपलं होतं. आपल्या बाळांना स्वतःच्या डोळ्यांदेखत मरताना पाहण्याशिवाय ती काहीच करू शकत नव्हती. शेवटी तिनं आपली शाल त्या झाडावर उंच टांगून स्वतःला फास लावून घेतला. आम्हाला ती त्याच दिवशी सापडली; पण आम्हाला काही तासांचा उशीर झाला होता.

काही महिन्यांनी वाडीच्या चॅड सीमेलगतच्या भागात वैद्यकीय मदत पुरविणारे ट्रक आम्हाला हळूहळू दिसू लागले. तप्त वाळवंटात त्यांच्या लांबलचक रांगा दूर अंतरावरूनही नजरेस येऊ लागल्या. आता त्या मदत दलांशी बोलायला हवं होतं. त्यांची मदत मिळाली, तर परिस्थिती खूपच बदलणार होती. पण माझे मित्र त्याबद्दल अनभिज्ञ होते. ती वैद्यकीय दले काय करू शकतात याची त्यांना कल्पना नव्हती. पण इजिप्तमध्ये त्यांनीच माझे प्राण वाचविले असल्यामुळे त्यांच्याबद्दलच्या माझ्या भावना चांगल्या होत्या.

असंच एकदा रात्रीच्या जेवणानंतर आम्ही शेकोटीजवळ बसून चहा घेत असताना मी त्यांना म्हणालो की, आपण चॅडमध्ये जाऊन त्यांच्याशी बोलून ते काय करू शकतात ते पाहू. आपणही त्यांना मदत करू शकू.

"दाऊद, तू जाऊन तुझ्या मित्रांना मदत कर. कारण तू इंग्रजी बोलतोस ना! तू दुसरं काय करणार?" त्यातील वयाने सर्वांत मोठा मित्र मला काहीशा

अधिकारवाणीने म्हणाला.

त्याच्या बोलण्यात मला अहमदचा भास झाला. नाही तरी लहानपणापासून माझं प्रारब्ध नेहमीच माझ्याबरोबरच्या मित्रांपेक्षा वेगळं राहिलं आहे.

आपले मार्ग आता वेगळे होणार, हे आम्हा सर्वांच्याच लक्षात आलं.

आम्ही लहानपणी चांदण्यांत खेळायचो, तो 'अनशील' नावाचा खेळ खेळण्यासाठी आम्ही एक छोटंसं हाड हवेत उडविलं. खरं तर या खेळासाठी प्रत्येत संघात आठ-आठ खेळाडू असावे लागतात. पण त्या रात्री आम्ही तीन विरुद्ध चार इतकेच होतो. कोणीतरी एकाने ते हाड वाळूत दूरवर फेकायचं आणि ते शोधायला इतरांनी धावायचं. ज्याला ते सापडेल, त्यानं स्वत:ला पकडू न देता आणि कोणाशीही झटापट न करता ते गोलवर पोहोचवायचं, असा तो खेळ होता. आपल्या 'गोल'पर्यंत ते हाड पोहोचवताना आपल्या संघातील खेळाडूंकडे ते फेकून प्रतिस्पर्ध्याला चकवा देण्याची त्यात मुभा असे. आमच्याकडे फावल्या वेळात चांदण्या रात्री हा खेळ खेळला जायचा. पण त्यासाठी किमान अर्ध्या चंद्राचा प्रकाश तरी आवश्यक असे आणि थोडी थंड हवाही. हा खेळ मुले-मुली एकत्र खेळत.

'व्ही' नावाचा दुसरा एक खेळही आम्ही खेळत असू. पण त्या रात्री आम्हाला वाटलं की, तो खेळ खेळण्याइतके लहान आपण राहिलो नाहीत. म्हणून मग आम्ही अनशीलच खेळत राहिलो. पण तुम्हाला 'व्ही'बद्दलही थोडं सांगायला हरकत नाही. त्यातही आठ-आठ खेळाडू असतात. एका संघानं दुसऱ्याच्या सीमारेषेच्या आत घुसायचं. प्रतिस्पर्धीही तुमच्या हद्दीत घुसतात. यात मध्यरेषेवर बरीच झटापट होते. त्या संघातील एखाद्याला बाद करण्यासाठी त्याचा पाय पकडायचा आणि मग त्याने एका पायावर लंगडत निसटून जायचं, असा तो खेळ होता. हा खूप कठीण आणि मजेशीर खेळ आहे आणि तो तासन् तास चालतो. अर्थात, तो खेळण्यासाठी तुम्ही तरुण आणि ताकदवान असायला हवं. आमच्या खेळात मुली नेहमीच जिंकायच्या, कारण सतत पाणी भरून आणि जळण आणून त्या अधिक काटक अन् चपळ होतात.

त्या रात्री शेवटी एकाला ते अनशील हाड 'गोल'पर्यंत पोहोचवता आलं. आम्हा मित्रांचा तो शेवटचा खेळ होता.

या सर्वांचं वर्णन-नावं मी सविस्तरपणे सांगू शकत नाही; कारण मी आता जे सांगणार आहे, त्यासाठी त्यांना ठार मारलं जाऊ शकतं. अर्थात, आत्तापर्यंत त्यांतील काही मृत्यूच्या मार्गावर गेलेही असतील. गावांचं संरक्षण करण्यासाठी बंदुका खरेदी करणं गरजेचं होतं. त्यासाठी ते उंट विकणार होते. त्यांच्याशी वाद घालण्याची माझी इच्छा नव्हती.

त्या सकाळी आम्ही सर्व जण शेवटचे भेटलो. एकमेकांशी प्रेमानं हस्तांदोलन करून परस्परांना आलिंगन दिलं. लालभडक सूर्य अजून पूर्णपणे उगवायचा होता. आपापल्या उंटांवरून माझे सर्व मित्र पूर्वेला एल-फाशरच्या दिशेने निघाले आणि मी पश्चिम दिशेला.

◆

दुभाष्या

माझा उंट मी टाईन शहरात साधारण चारशे अमेरिकन डॉलर्सला विकला आणि तेथील निर्वासित छावण्यांत शक्य तितकी मदत करत फिरू लागलो. मला झॅघावा, अरबी आणि इंग्रजी या तीनही भाषा बोलता येत असल्यामुळे चॅडमध्ये मदत करण्यासाठी येणाऱ्या लोकांच्या दृष्टीने मी खूप उपयुक्त होतो. अशी मदत करणाऱ्या दलांना 'स्वयंसेवी संघटना' (NGO's) म्हणतात. त्या बिगरसरकारी असतात.

मी अशा दलांमध्ये संपर्काचे जाळे तयार केले आणि एक दुभाष्या या नात्याने निर्वासितांना लवकरात लवकर मदत मिळवून देऊ लागलो. चॅड सरकारची भूमिका निर्वासितांबद्दल सकारात्मक असेपर्यंत त्यांना सीमेपलीकडून येऊ दिले जात होते. पण अशांना निर्वासित छावण्यांमध्येच राहण्याचे बंधन होते. त्यांना अवांतर कामे किंवा नोकऱ्या करण्याची अनुमती नव्हती. माझ्याप्रमाणे विनामोबदला काम करण्याचीदेखील अनुमती नव्हती. कारण त्यामुळे चॅडियन नागरिकांची रोजगाराची संधी हुकली असती. आणि ते बरोबरही होते. खरंतर मी चॅडियन नसल्याने मला कोणतेही काम करता येणार नव्हते. पण नैतिकदृष्ट्या मला योग्य वाटले, म्हणून ते काम मी करत राहिलो.

जशा अधिकाधिक स्वयंसेवी संघटना येऊ लागल्या तसा निर्वासित छावण्यांचा आकार झपाट्याने वाढू लागला. त्याचप्रमाणे तेथील अधिकाऱ्यांनीही माझ्या नागरिकत्वाबद्दल फारशी चौकशी करायचे सोडून दिले. नंतर काही वृत्तपत्र प्रतिनिधीही तिथे येऊ लागले. त्यांतील बहुतेक इतर आफ्रिकन राष्ट्रांमधील होते. त्यांना डारफरमध्ये घेऊन जाऊन तेथे काय चालले आहे ते दाखवणं, हे माझं काम होतं. त्या पत्रकारांना सोबत घेऊन सीमा ओलांडण्यासाठी मला चॅडियन कागदपत्रांची आवश्यकता होती. त्याकरता मी जमीना शहरातील माझ्या मित्रांना आणि नातेवाइकांना भेटण्यासाठी गेलो. उंट विकून मिळालेल्या पैशांपैकी काही अद्याप शिल्लक होते. तेदेखील मी बरोबर घेतले. या पैशांच्या आणि माझ्या मित्रांच्या मदतीने आवश्यक

कागदपत्रं मिळवायचा माझा मानस होता.

अशा तऱ्हेने मी चॅडवासी (?) 'सुलेमान अकबर मुसा' झालो. कानशिलाखाली असलेल्या माझ्या व्रणांना फारसे महत्त्व नव्हते, कारण झॅघावावंशीय लोक सुदानप्रमाणे चॅडमध्येही राहतात. फक्त चॅडमधील लोक फ्रेंच बोलतात, त्यामुळे मला फ्रेंच न येणं काहीसं विचित्र होतं. पण तेथे बहुतांशी अरबी भाषाच बोलली जात असल्यामुळे मला काही अवघड वाटलं नाही.

पण अशा तऱ्हेनं खोट्या नावानं वावरणं खूपच जोखमीचं होतं. होय, कारण इजिप्तच्या तुरुंगात झालेली मारहाण माझ्या चांगलीच लक्षात होती. इस्राईलमध्ये चोरून प्रवेश करताना मला पकडण्यात आलं होतं, तेही मी अजून विसरलो नव्हतो. पण दुसऱ्याला मदत करण्यासाठी जे काही करता येणं शक्य आहे, ते आपण करावं, असं मला वाटत होतं.

सीमा भागात जाण्याची तयारी झाल्यावर मी प्रथम जमीनामधील एका मोठ्या हॉटेलात गेलो. या भागात येणारे बहुतेक वृत्तप्रतिनिधी आणि स्वयंसेवी कार्यकर्ते प्रथम याच हॉटेलात उतरतात. मी असे ऐकून होतो की, तेथे येणाऱ्या पत्रकारांना डारफरमध्ये आणि निर्वासित छावण्यांमध्ये जाण्यासाठी दुभाष्यांची आवश्यकता असते. चॅड सरकारच्या एका मंत्रालयातील माझ्या मित्राने मला डॉ. जॉन नावाच्या व्यक्तीस नोव्होटेल हॉटेलमध्ये भेटण्यास सांगितले होते. त्या आणि दुसऱ्या एका मोठ्या हॉटेलात तीन दिवस चकरा मारल्यानंतर मला पूर्वी ॲबॅकमध्ये परिचय झालेले काही लोक भेटले. ते लोक 'मस्सलित' या पश्चिम डारफरमधील एका जमातीचे होते. झॅघावा लोक मुख्यत्वे उत्तर डारफरमध्ये राहतात, 'फर' जमातीचे लोक डारफरच्या दक्षिण भागात, तर मस्सलित पश्चिम भागात वास्तव्य करतात. नोव्होटेल हॉटेलच्या कॉफी हाऊसमध्ये दोन व्यक्ती एका गोऱ्या माणसाशी बोलताना मला दिसल्या. मी तिकडे गेलो आणि अरबी भाषेत त्यांना विचारलं, "हा गोरा माणूस कोण आहे? कोण आहे हा हवाल्या?" आमच्या भाषेत गोऱ्या माणसाला 'हवाल्या' म्हणतात. त्यांच्याकडून मला कळले की, तो माणूस निर्वासित छावण्यांना भेट देण्यासाठी दुभाष्याच्या शोधात आला होता. ते दोघे त्याच्याबरोबर दुभाष्या म्हणून चालले होते आणि त्यांना एक झॅघावा दुभाष्याही हवा होता. म्हणजे, आम्ही दोघेही एकमेकांच्या शोधात होतो!

"बहुधा आपण डॉ. जॉन आहात!" मी म्हटलं. सुरुवात तर छान झाली होती.

डॉ. जॉन हा अमेरिकन तरुण, खरं तर पत्रकार नव्हता. संयुक्त राष्ट्र आणि अमेरिकन परराष्ट्र खात्याच्या लोकांबरोबर तो निर्वासितांच्या मुलाखती घेण्यासाठी आला होता. डारफरमध्ये खरोखरच वंशविच्छेद होतो का, हे कायदेशीररीत्या सिद्ध करणे त्याचे काम होते. वंशविच्छेदाऐवजी ते एक यादवी युद्ध आहे, हे जर

तांत्रिकदृष्ट्या सिद्ध झाले, तर आंतरराष्ट्रीय राजकारणात त्याचे वेगळे पडसाद उमटले असते. येथे होणाऱ्या हत्या हा वंशविच्छेद आहे, हे सिद्ध होण्यासाठी त्यात बळी पडणारे लोक एका विशिष्ट वंशाचे आहेत, हे दाखवणं महत्त्वाचं होतं.

डॉ. जॉनचे केस भुऱ्या रंगाचे होते आणि त्याची दाढी एखाद्या झुडपासारखी वाढलेली होती. त्याचे वय साधारण पंचवीस ते तीसच्या दरम्यान असावे. तो खरोखरचा डॉक्टर वगैरे नसून, ते त्याचे टोपण नाव आहे, असं त्यानं नंतर मला सांगितलं. चॅडमधून आलेल्या आणि झॅघावा, अरबी आणि इंग्रजी या तीनही भाषा बोलणाऱ्या, या सुलेमान अकबर मुसाला म्हणजे मला, भेटून त्याला खूप आनंद झाला होता.

वंशविच्छेदाच्या गुन्ह्यांची चौकशी करण्यासाठी आलेल्या दलाच्या दुभाष्यांपैकी तू एक होशील का? असे सुरुवातीच्या काही प्रश्नांत त्याने मला विचारले. त्याला अर्थातच मी होकार दिला.

मला माझे नशीब गवसले होते.

◆

निवारे

वंशविच्छेदाची चौकशी करण्यासाठी आलेल्या दलाच्या पांढऱ्या गाड्यांच्या ताफ्याला लवकरच निरोप देण्यात आला. ब्रेजिंग निर्वासित छावणीच्या लष्करी तपासणी नाक्यावरूनच त्या गाड्या परतल्या. चॅडच्या पूर्वेकडील सीमेवर वसविलेल्या त्या छावणीसारख्याच आणखी दहाएक छावण्या त्याच भागात होत्या.

या छावण्यांमध्ये निवाऱ्यासाठी आणि सावलीसाठी काठ्यांना गुंडाळलेले ताडपत्रीचे तुकडे आणि प्लॅस्टिकचे कागद पार क्षितिजापर्यंत फडफडताना दिसत होते. त्यात फाटके-तुटके हिरव्या रंगाचे तंबूही होते. ते दृश्य थोडंसं दुरून आणि उंचावरून पाहिलं, तर ती फडफडणारी लक्तरं म्हणजे; नैराश्याची मूर्तिमंत प्रतीकं वाटत होती. जणू काही जगातील सर्व दुःखं आणि दारिद्र्य एका अमर्याद भांडारातून येऊन इथं स्थिरावलं होतं. गेल्या काही आठवड्यांतच त्या छावणीचा आकार तिप्पट झाला होता. कसेबसे उभारलेले आसरे वाऱ्याने अखंड फडफडत होते. त्यातील काही रवांडा (Rwanda) मधून पोहोचलेल्या कॅनव्हासचे अवशेष होते, तर काही सिएरा लिऑन (Sierra Leone) आणि इतर ठिकाणाहून मदत म्हणून आलेल्या कापडापासून बनविले होते. जणू त्या आणि इतर ठिकाणी घडलेल्या दुर्दैवी घटनांची पुनरावृत्ती होऊन इथं छोट्याशा फांदीवर चिंध्यांनी बांधलेल्या या घरट्यांत जवळपास तीस हजार पक्षी आसऱ्यासाठी आले होते!

इतक्या प्रचंड प्रमाणात तिथं जमलेल्या प्रत्येकाची अवस्था इतकी हलाखीची होती की, त्यापुढे मी माझ्या विवंचना साफ विसरून गेलो. मात्र हेही खरं की, त्या छावणीत मी पूर्वी राहिलो होतो. तिथे जर काही परिचित लोक मला भेटले, तर ते मला 'दाऊद' म्हणून हाक मारतील, अशी भीती वाटत होती. मी ज्या लोकांसाठी काम करत होतो, ते आता मला 'सुलेमान' म्हणून ओळखत होते आणि त्यांच्या दृष्टीने मी चॅडचा नागरिक होतो. मी देशांतराच्या आंतरराष्ट्रीय नियमांचा भंग केल्यामुळे इजिप्तच्या ताब्यातून परत मिळविण्यासाठी सुदानी सरकार माझ्यावर

डोळा ठेवून होतं. माझ्याकडील कागदपत्रं बनावट आहेत आणि निर्वासित छावणीत राहून मी बेकायदारीत्या काम करतोय, हे जर उघडकीस आले असते, तर चॅड सरकारने मला ताबडतोब अटक करून सुदानला पाठवलं असतं. तसं झालं, तर माझ्या जीवनाचा शेवट निश्चित होता. प्रवासात हेच सर्व विचार माझ्या डोक्यात घोळत होते.

आम्ही गाडीच्या खिडकीच्या काचा खाली करताच अनेक परिचित वासांनी आमचे स्वागत केले. बाहेर सर्वत्र प्रचंड गर्दी होती. लोकांच्या बोलण्याचे आवाज सर्वत्र भरून राहिले होते. छोटी-छोटी मुले रडत होती आणि थोडी मोठी मुले हसत-खिदळत आमच्या गाडीच्या मागे धावायचा प्रयत्न करत होती. हात लांब करून आमच्या हातांना स्पर्श करत होती. त्यांच्या आया त्यांच्यावर ओरडत होत्या आणि जपून राहायला सांगत होत्या. गाढवांवर लादलेल्या जळणाच्या मोळ्या उतरवल्या जात होत्या. ती गाढवे ओरडत होती. छावण्यांत पेटवलेल्या हजारो चुली आणि शेकोट्या यांचा धूर आणि वास सर्वत्र भरून राहिला होता. त्यातच उकळणाऱ्या चहाचा, अति तापलेल्या स्वयंपाकाच्या तेलाचा आणि कळकट मुलांचा वास मिसळून गेला होता. नजर पोचेल तिथवर निरनिराळे आवाज, छावण्यांतून येणारे धूर आणि धूळ याचं अजब मिश्रण पसरलं होतं. स्त्रियांनी परिधान केलेल्या कपड्यांचे सुंदर रंग मात्र या सर्व परिसरात खूपच उठून दिसत होते. लाल, नारिंगी, पिवळ्या, निळ्या आणि हिरव्या रंगांच्या असंख्य छटा सर्वत्र दृष्टीस पडत होत्या. आफ्रिकन स्त्रिया रंगांच्या बाबतीत खूपच चोखंदळ आहेत, असे म्हणतात! तो संपूर्ण परिसरच त्या नानाविध रंगांनी त्यांनी शोभिवंत केला होता – जे त्या स्त्रिया नेहमीच करतात. गावावर हल्ले होण्याच्या काळात त्यांनी त्यागलेले त्यांचे सुंदर रंगीबेरंगी कपडे त्यांच्या अशक्त शरीरावर पुन्हा एकदा प्रकर्षाने उठून दिसत होते. जणू काही ते आयुष्यातील आनंदाचेच प्रतीक होते.

आपला महिन्याचा शिधा उचलण्यासाठी हजारो स्त्रिया आणि मुलं दिवसभर लांबलचक रांगांमध्ये उभे राहून आपली पाळी केव्हा येते याची वाट पाहत होती. संयुक्त राष्ट्रांच्या जागतिक अन्न कार्यक्रमांतर्गत त्यांना गहू, खाद्य तेल आणि मीठ यांचा पुरवठा केला जात होता. दुसरीकडे तितकेच लोक हातात पाण्याचे मोठमोठे कॅन्स घेऊन पंपावर पाणी भरण्यासाठी रांगेत उभे होते.

रोजच्या स्वयंपाकासाठी मुली आणि स्त्रिया आसपासच्या जंगलात जाऊन काट्याकुट्या जमा करत. बऱ्याच वेळा त्या अंतर्भागात नको त्या ठिकाणी जाऊन आपली कामे पटकन आवरून घ्यायच्या प्रयत्नात स्थानिक टोळ्यांचा रोष ओढवून घेत. आपले जळण मिळविण्यासाठी अनेक वेळा त्या स्त्रियांना बलात्कारचीही किंमत मोजावी लागे. स्त्रियांच्या संरक्षणासाठी जर अशा वेळी पुरुष सोबत आले,

तर त्यांना सरळ मारलं जाई. म्हणून मग स्त्रिया आणि मुले छोटे-छोटे घोळके करून एकत्र जात. तरीही त्यांच्यावर स्थानिक लोकांकडून बलात्कार होतच असत. डारफरमध्येही हेच चालले होते. कधी बलात्कार करणाऱ्यांमध्ये जंजावीड दलांचे सैनिकही सहभागी आहेत. यातून उद्‌भवलेल्या आणि त्या स्त्रियांना नको असलेल्या गरोदरपणाची समस्या त्यांच्यासाठी अतिशय क्लेशदायक होत्या. त्यांच्या नजरांमधून ती दारुणता आम्हाला रस्त्यावर उडणाऱ्या धुळीतूनही स्पष्ट दिसत होती.

निर्वासितांना मदत म्हणून अन्नधान्य पुरविले जात होते. लहान मुलांना करमणूक अन् विरंगुळा म्हणून कागद आणि पेन्सिलीही पुरवल्या जात होत्या. त्या लहान मुलांनी काढलेल्या चित्रांमध्ये राहुट्या आणि गाई होत्या. लोकांवर गोळ्या झाडणारी हेलिकॉप्टर्स होती. बॉम्बहल्ले करणारी विमाने होती अन् संदुकीने भोसकणारी माणसे होती. त्यात बळी गेलेल्या माणसांमध्ये त्या मुलांना आपले काका, भाऊ, बहिणी आदी आप्त दिसत होते. हे सोडलं तर, जगातील सर्व दयाळूपणाच जणू काही लोप पावला होता. जगातील समस्त श्रीमंत राष्ट्रे बहुधा कंगाल झाली होती आणि येथील समस्यांचे निवारण करण्यासाठी जसे काही त्यांच्याकडे काहीच उरले नव्हते. काही स्वयंसेवी संघटना मात्र तेथे खरोखरच चांगले काम करत होत्या. 'मेडिसिन्स सॅन्स फ्रंटियर्स', 'ऑक्सफॅम' आणि इटलीमधील 'इंटरसॉस' अशा काही संघटना शक्य तेवढी मदत पुरवत होत्या. हे सोडून फार काही मदत होत असल्याचे आम्हाला प्रथमदर्शनी तरी दिसले नाही. पण विस्थापित आणि बेघर झालेल्या त्या लोकांच्या पार क्षितिजापर्यंत पसरलेल्या हालअपेष्टा नक्कीच हेलावून टाकणाऱ्या होत्या.

ताडपत्र्या आणि प्लॅस्टिक यापासून बनविलेले आसरे वाळवंटात अतिशय गैरसोईचे असतात. कारण ते खूप तापतात. पण जगाने मदत म्हणून पाठविलेल्या साहित्यामध्ये नेमका याच वस्तूंचा समावेश होता. त्या पाठविण्यास अगदी अयोग्य अशा वस्तू होत्या आणि त्याही अत्यंत तोकड्या. कदाचित तेथे पाठविण्यास योग्य वस्तूच उपलब्ध नव्हत्या. डारफरमधील आमच्या गवती झोपड्या उन्हाळ्यात किती थंड असतात आणि थंडीत उबदार; पण त्या तेथे बांधणे अशक्यच होते. कारण त्यासाठी ना तेथे पुरेसे गवत होते, ना बांबू, ना त्या बांधायला पुरेशी जागा. मुख्य म्हणजे त्या झोपड्या बनविणारे तरुण हातही आता शिल्लक राहिले नव्हते. खरं तर इतक्या सगळ्या लोकांना राहण्यासाठी पुरेसा, योग्य आणि पटकन बनविता येणारा दुसरा कोणता आसरा होता? एकीकडे आपण 'वसुधैव कुटुंबकम्' असे म्हणत असताना जगातील समस्त श्रीमंत लोकांच्या अफाट संपत्तीतून अशा संकटप्रसंगी दयाळूपणा म्हणून एक साधा आसराही पुरवता येऊ नये? जर भविष्यात कोणी हे महान काम केलं, तर खरंच त्याला शांततेचं नोबेल पारितोषिक

द्यायला हवं.

माझे आई-वडील, बहीण आयशा आणि तिची मुलं कुठे लपली होती याची मला बऱ्यापैकी कल्पना होती. माझे अजून हयात असलेले भाऊही इकडे-तिकडे विखुरले होते. माझ्या इतर चुलत आणि मावस भावंडांकडून मला त्यांची बातमी कळत होती. माझी दुसरी एक बहीण हलिमा तिच्या मुलांसमवेत एका विशिष्ट ठिकाणी वास्तव्य करत होती. पण मला त्या ठिकाणाचा उल्लेख करावयाचा नाही. मी नियमितपणे या सर्वांच्या संपर्कात होतो. पण त्याचं श्रेय माझ्या सर्व चुलत आणि मावस भावंडांना जातं.

दक्षिण डारफरमध्ये राहाणारी माझी तिसरी बहीण 'हवा' मात्र हल्ला झालेल्या दिवसापासून बेपत्ता होती. तिच्या नवऱ्याचा आणि मुलांचाही काही ठावठिकाणा लागत नव्हता. ते सर्व अजून जिवंत असतील, तर माझ्या आताच्या कामादरम्यान त्यांचा तपास लागेल, असं मला वाटत होतं. मी सतत त्यांच्या शोधात होतो. डारफरमध्ये झालेल्या हल्ल्यात चार हजारांहून अधिक गावं पूर्ण नष्ट झाली होती. त्यामुळे त्यांचा तपास लागणं तसं कठीणच होतं.

आमच्या दलात आम्ही वीस जण होतो. त्यांपैकी दहा दुभाषे आणि दहा वंशविच्छेद चौकशी पथकाचे सदस्य होते. ते सर्व जण अमेरिका, कॅनडा, ऑस्ट्रेलिया आणि युरोपातून आले होते. त्या शोधपथकातील लोकांच्या संवेदशीलतेने मी खरोखरच भारावून गेलो होतो. त्यांच्यापैकी काही जण तर नुकतेच विद्यापीठांमधून बाहेर पडलेले तरुण होते. वयस्क मंडळींपैकी काहींनी बोस्निया, रवांडा इत्यादी देशांत अत्यंत कठीण कामगिरी पार पाडली होती.

छावणीच्या व्यवस्थापकाने आमचे स्वागत केले. तो एका मोठ्या सहायता दलासाठी काम करत होता. त्याने मला ओळखू नये आणि माझे नवे नाव फारसे कोणाला माहीत होऊ नये, म्हणून मी थोडा मागेच राहिलो होतो. आमची नेतेमंडळी तेथील प्रशासकीय कार्यालयात शिरली आणि मला क्षणभर हायसं वाटलं. पण तेवढ्यात आमच्या दलातील एका प्रमुख स्त्रीच्या सेलफोनवर माझ्या एका दूरच्या भावाचा फोन आला. त्याने इकडून-तिकडून माहिती काढून तो फोन नंबर मिळविला होता. आदल्याच दिवशी आमच्या काही भाऊबंदांवर हल्ला झाला होता आणि ते त्याला मला कळवायचे होते. मी कार्यालयातून बाहेर आलो आणि तिने ''दाऊदसाठी फोन आहे. येथे कोणी दाऊद आहे का?'' अशी विचारणा केली.

आमच्याबरोबरच्या इतर काही दुभाष्यांना माझ्या नावाचे गुपित माहीत होते. त्यांनी माझ्याकडे चमकून पाहिले. मी खोलवर श्वास घेतला आणि तिच्या दिशेनं निघालो.

''माझे काही मित्र आणि माझे काही भाऊही मला त्याच नावाने हाक मारतात.

'दाऊद' हे नाव काहीसे बायबलमधील डेव्हिड या नावासारखेच आहे. मला मोठ्या माणसांशी लढण्याची भीती वाटत नाही, हे त्यांना माहीत आहे, म्हणून ते मला त्या नावाने हाक मारतात.'' तिच्या चेहऱ्यावर मला काहीशी उत्सुकता दिसत होती.

''हो, आम्हा सर्वांना खूप टोपण नावे असतात.'' माझा एक दुभाष्या मित्र पटकन म्हणाला. सर्व जण मोठ्याने हसले. त्या स्त्रीने आपल्या भुवया उंचावल्या आणि माझ्या हातात फोन देत, ती मला म्हणाली, ''ठीक आहे, मला समजले.'' आणि ती आत गेली. या सर्व प्रकाराबद्दल आपण शांत राहावं, असंच जणू तिनं ठरवलं असावं.

◆

पंचवीस लाख गोष्टी

काम सुरू करण्यापूर्वी आम्ही आमची विभागणी छोट्या-छोट्या गटांत केली. माझ्या गटाबरोबर मी माझ्या एका परिचित शेखच्या शोधात निघालो. येथील प्रत्येक निर्वासित छावणी म्हणजे, अनेक गावांचा समूहच होता आणि त्यात त्या गावाचे शेखही होते. जे पीडित आपले अनुभव-कथन करू इच्छित होते, अशा लोकांना शोधून काढण्यासाठी आम्ही या शेखची मदत घेत होतो. आमच्याबरोबरच्या शेखला मी माझ्या बहिणीबद्दल आणि तिच्या गावाबद्दल विचारलं. पण त्याला त्याबद्दल काहीच माहिती नव्हती.

"इथे इतरही बऱ्याच छावण्या आहेत. ते लोक कदाचित जिवंत असतील आणि तुला सापडतील." त्याने मला हळुवारपणे सांगितले. हेच शब्द मला पुढे अनेक चिंताक्रांत लोकांशी बोलताना किती वेळा वापरावे लागतील, याचा विचार मी करत होतो. निर्वासितांच्या नावांच्या नोंदी प्रत्येक छावणीच्या रजिस्टरमध्ये ठेवल्या जात होत्या आणि प्रत्येक वेळेस मी त्या पाहतही होतो. पण लोकांचे नवीन लोंढे रोज येत होते. भीती, अशिक्षितपणा यामुळे एकच गोंधळ उडत होता. निर्वासितांची संख्या आता पंचवीस लाखांपर्यंत पोहोचली होती. स्वयंसेवी संघटनांपेक्षा अधिक अचूक माहिती तेथील शेखनांच होती.

मी आमच्या शेखबरोबर त्या लोकांच्या लोंढ्यात शिरलो. अंगात मळके टी- शर्ट आणि फाटक्या चड्ड्या घातलेली काही लहान मुले आमच्या मागेमागे आली. ती आमच्या मागे धावत होती, उगीचच उड्या मारत होती आणि गोऱ्या लोकांशी 'शेक हँड' करायला धडपडत होती. जळून गेलेल्या शाळांत, भट्टीसारख्या गरम होणाऱ्या ताडपत्रीच्या किंवा तंबू उडून गेल्यामुळे झाडाखाली भरणाऱ्या वर्गात मोडक्या-तोडक्या इंग्रजीचा सराव करत त्यांचे 'हॅलो', 'गुड मॉर्निंग', 'थँक्यू', 'हाऊ आर यू', 'व्हॉट इज युवर नेम' वगैरे चालले होते.

काही आठवड्यांपूर्वी मी त्या छावणीला भेट दिली, तेव्हा मला एक मुलगा

भेटला होता. तो कुठे दिसतो का, ते मी पाहत होतो. तो साधारण आठेक वर्षांचा होता आणि त्याने आपल्या डोळ्यांवर एक मोठा गॉगल लावला होता – एखाद्या सिनेमातील बाल-कलाकारासारखा. तो मला कुठं दिसला नाही. अर्थात तो न दिसणं, ही फार मोठी आश्चर्याची बाब नव्हती. त्या प्रचंड वाळवंटात तो वाळूच्या एका खड्यासारखाच होता. तोच काय, तर माझी बेपत्ता बहीणसुद्धा – असली तर!

उड्या मारणाऱ्या मुलांना आता काही धीट मुलीही येऊन सामील झाल्या होत्या. पण बहुतेक जणी आमच्या घोळक्याच्या बाजूने अंग चोरून चालल्या होत्या. त्यांनी आपल्या भडक रंगाच्या शालीची टोके घट्ट धरून ठेवली होती आणि आपल्या टपोऱ्या तपकिरी डोळ्यांखेरीज सर्व काही झाकून टाकले होते. काही मोठ्या मुली अन् स्त्रिया पाणी किंवा जळण घेऊन जा-ये करीत होत्या आणि काहीशा थबकून आमच्याकडे एखादा कटाक्ष टाकत होत्या. काही मोजक्या नशीबवान लोकांकडे ही ओझी वाहायला स्वत:ची गाढवं होती. ही गाढवे म्हणजे त्या निर्वासितांचे सर्वांत चांगले मित्र. त्यांच्या जनावरांपैकी आता फक्त काही गाढवं तेवढी उरली होती. उंटाची तुलना एखाद्या चांगल्या ट्रकशी करता येईल. पण त्या तुलनेत गाढव मात्र एखाद्या छोट्या आटोपशीर गाडीचे काम करते. त्याच्यावर खूप प्रेम केलं जातं आणि त्याच्याकडून तेवढंच कामही करून घेतलं जातं. लहान मुलं तर त्याला प्रेमाने मिठी मारून त्याचा मुकासुद्धा घेतात.

मी लहान असताना आमच्या कुटुंबात माझं एक लाडकं गाढव होतं. माझं त्याच्यावर खूप प्रेम होतं; पण माझ्या लाडक्या आणि चपळ 'केल्गी' उंटापेक्षा थोड्या वेगळ्या प्रकारचं. केल्गी तर एखाद्या बुद्धिमान माणसाइतका हुशार होता. एकदा त्याला कोणीतरी चोरून नेलं. पण केल्गीनं त्या चोराला वाळवंटात रात्रभर इतकं गोल-गोल फिरविलं की, दुसऱ्या दिवशी सकाळी आम्ही त्या चोराला सहजच पडकला! माझे वडील त्या माणसाला खूप रागावले आणि दंड म्हणून त्यांनी त्याच्या कुटुंबाकडून काही जनावरांची मागणी केली. ती त्याने मान्यही केली. त्यातीलच काही जनावरं माझ्या वडिलांनी नंतर विकली आणि त्या पैशातून त्यांनी मला नवीन कपडे आणि पहिल्यांदाच बूट घेतले. जाता-जाता सांगतो की, उंटांचे खूर आपल्या हाताच्या ठशासारखे असतात. एका-सारखे दुसरे नाहीत. त्या खुरांवर काही भेगा आणि इतर खुणा असतात, ज्या फक्त त्याच उंटाच्या असतात. त्यामुळेच उंटाचा छडा लांब अंतरावरूनही लावता येतो. उंटाच्या हालचालीसुद्धा ठशांवरून ओळखता येतात. उंटाबद्दल जेवढे बोलावे तेवढे थोडेच आहे. मात्र, मी त्यांच्याबद्दल फार काही सांगू शकत नाही. त्याचे दूध म्हणजे तर वाळवंटातील एक सुंदर पेय – पाणीदार, चवदार आणि अगदी भरपूर. वाळूच्या वादळानंतर डोके आणि हात-पाय स्वच्छ करण्यासाठीही त्याचा वापर करतात आणि उंटाचे मांससुद्धा

खूप चविष्ट असतं. ते शिजवताना त्यात मीठ घालावे लागत नाही. अर्थात असा प्रसंग म्हणजे खरंतर दु:खदच.

उंटाप्रमाणेच ही गाढवंही मालकाशी अगदी मरेपर्यंत एकनिष्ठ असतात. डारफरमधून बाहेर पडताना असंख्य मुलांनी गाढवांवरून प्रवास केला आहे. 'ना अन्न, ना पाणी' अशा अवस्थेत ती गाढवं मैलोन्‌मैल चालत राहतात. गाढवाला तीन दिवस पाणी मिळाले नाही, तर ते मरतं. त्या तुलनेत उंट अनेक दिवस पाणी न पिता राहू शकतो. अशा वेळी तो आकाराने छोटा होतो, क्षीण होतो आणि थोडा वयस्कही दिसू लागतो. अशक्तपणाने त्याचं डोकं खाली झुकतं. पण त्याला पाणी आणि चारा मिळाल्यावर तो पुन्हा एकदम ताजातवाना आणि तरुण दिसू लागतो. गाढवांच्या बाबतीत असं होत नाही.

विस्थापितांच्या त्या दीर्घ प्रवासात त्यांच्या असंख्य गाढवांना तीन दिवसांहून अधिक काळ पाण्याशिवाय चालावं लागलं. जे काही थोडेफार पाणी लोकांजवळ होतं, ते त्यांनी गाढवांवर बसलेल्या आपल्या मुलाबाळांना पाजलं. ती गाढवं मुलांना घेऊन निर्वासित छावण्यांपर्यंत पोहोचली. ज्या क्षणी मुलांना त्यांच्या पाठीवरून उतरविण्यात आलं, त्याच क्षणी जणू काही आपल्याला दिलेलं काम पूर्ण झालं, असं मानून अनेक गाढवं तिथंच गतप्राण झाली. स्वयंसेवी संघटनांनी अशा अनेक छावण्यांतील असंख्य गाढवांचे ढीग करून त्यांचं एकत्र दहन केलं. ते दृश्य त्या लोकांच्या दृष्टीने फार दु:खदायक होतं – विशेषत: मुलांच्या दृष्टीनं. ते प्राणी त्यांच्या कुटुंबातील सदस्यांप्रमाणेच होते; नम्र आणि त्या कुटुंबाच्या सेवेसाठी स्वत:ला वाहून घेतलेले जणू सेवकच.

त्या प्रवासात तग धरून जिवंत राहिलेली गाढवं आता निर्वासित छावण्यांत लाकूड आणि पाणी यांची वाहतूक करत मोठ्या मजेत इकडे-तिकडे फिरत होती.

आमच्याबरोबरचा चौकशी अधिकारी आणि मी, एका छोट्या झाडाच्या आल्हाददायक सावलीत काड्यांनी बनविलेल्या चटईवर बसलो होतो. शेखने एकत्र आणलेले सात लोक आपले अनुभव सांगण्यासाठी आमच्यासमोर बसले होते. त्यांच्यापैकी काहींची अशी इच्छा होती, की त्यांनी सोसलेल्या हालअपेष्टा आणि त्यांचे अनुभव जगाला कळावेत. ती सर्व माहिती आम्ही थेट संयुक्त राष्ट्रांच्या सरचिटणीसांना व्यक्तिश: सांगावी, असं त्यांना वाटत होते. त्यांना त्यांचं नावही माहीत होतं. काहींना तर असं वाटत होतं की, जसे ते आपल्या शेखला जवळून ओळखत होते, तसेच आम्हीसुद्धा सरचिटणीसांना ओळखत असू! इतर काही लोक मात्र इतक्या वेदना सोसूनही शांत होते आणि केवळ आपल्या शेखच्या विनंतीला मान द्यायचा म्हणून आमच्याशी बोलत होते.

बऱ्याच वेळा त्यांच्यावर झालेल्या अत्याचाराच्या गोष्टींचा आमच्यावर अगदी

भडिमार व्हायचा, तर काही वेळा त्या हळूहळू उलगडत जायच्या. त्या हळूहळू उलगडत जाणाऱ्या गोष्टी इतक्या संयमाने आणि भावनाविवश न होता सांगितल्या जायच्या की, त्यांचे भाषांतर करताना माझाच गळा दाटून यायचा आणि डोळे ओले व्हायचे. ते सर्व कथन करताना जणू काही त्यांच्या सर्व भावनाच नष्ट झाल्या होत्या आणि म्हणूनच कदाचित त्या समजून घ्यायला आम्हाला आमच्या भावनांचा आधार घ्यावा लागत होता.

आपण अनुभवलेल्या हालअपेष्टा कोणीतरी ऐकाव्यात, लिहून घ्याव्यात आणि कोठेतरी त्यांची नोंद व्हावी, अशी अनेकांची इच्छा होती. तेवढं झालं तरी त्यांना आपलं दुःख काहीसं हलकं झाल्यासारखं वाटे. पण अत्याचारित मुलींना आणि स्त्रियांना असा दिलासा देणं फार कठीण होतं. ती वेदना त्यांच्या भावनाविरहित डोळ्यांतून आणि कसलेही चढ-उतार नसलेल्या आवाजातून स्पष्ट जाणवत होती. त्यांच्यासाठी या जगात काहीच उरलं नव्हतं. आम्ही त्यांचे अनुभव मान खाली घालून ऐकत होतो आणि त्यांची इच्छा असली, तर काळजी घेऊनच पुढचा प्रश्न विचारत होतो.

आमचा पहिला दिवस खूपच कठीण होता – सांगणाऱ्यांसाठी आणि ऐकणाऱ्यांसाठीही. छावणीतून उडणाऱ्या धुळीने आमच्या शोध पथकातील चौकशी अधिकाऱ्यांसह सर्वांचेच चेहरे माखून गेले होते.

पुढे येणारे दिवस निश्चितच कठीण होते. निरनिराळ्या गावांवर झालेल्या हल्ल्यांचे वृत्तांत बरेचसे माझ्या गावावर झालेल्या हल्ल्यासारखेच होते. तरीही मला वाटते की, आमचं गाव त्यातल्या त्यात नशीबवानच होतं. याचं कारण म्हणजे, आम्हाला अहमदसारखं नेतृत्व मिळालं होतं. अनेक गावांवर अचानकपणे हल्ले झाले होते आणि हल्लेखोरांनी गावाला चहूबाजूंनी वेढून लोकांना जिवंत जाळले होते. वरून हेलिकॉप्टर्समधून हल्ला आणि खाली जंजावीड दले – अशा कात्रीत लोक सापडले होते. त्यातून फारच थोड्या लोकांची सुटका झाली होती. बाहेरगावी गेलेले लोक जेव्हा गावात परतले, तेव्हा तेथे अर्धवट जळलेल्या प्रेतांचा खच पडला होता. आपल्या चिमुकल्या बाळांचे प्राण वाचविताना अनेक आयांचा बळी गेला होता. आपल्या कुटुंबातील स्त्रियांचे रक्षण करताना असंख्य पुरुष मृत्यूच्या खाईत लोटले गेले होते. लाखो लोक मरण पावले होते आणि काही दशलक्ष बेघर झाले होते. सारंच हृदय पिळवटून टाकणारं होतं.

आमच्या कामाचा पहिला दिवस संपला. त्या भल्या मोठ्या छावणीच्या दुसऱ्या टोकाला गेलेल्या इतर गटांची वाट पाहत असताना एक प्रशासकीय अधिकारी आपल्या कार्यालयातून बाहेर आला. मला पाहताच त्यानं "अरे दाऊद, तू येथे काय करतो आहेस?" असं विचारलं.

मी तिथे करत असलेलं काम चॅडच्या निर्वासित कायद्याचा भंग करणारं होतं. याची त्याला माहिती होती. स्वत:ला विचार करायला थोडा अवधी मिळावा म्हणून मी त्याच्या दिशेला काहीशा धीम्या गतीनेच चालत राहिलो. मी अर्ध्या रस्त्यात असतानाच तिशीतला एक माणूस अचानकच माझ्यासमोर आला. त्याचा झगा अतिशय मळलेला होता आणि आपल्या डोक्याला त्याने शाल गुंडाळून घेतली होती. तो थोडासा वेडसर वाटत होता, पण त्याच्या चेहऱ्यावरची वेदना मात्र स्पष्ट दिसत होती. त्यानं माझा हात हातात घेतला आणि आपल्या हातात घट्ट दाबून घेतला. दुसऱ्या हातानं तो माझा हात थोपटत राहिला.

''तू झॅघावा आहेस ना? मला एकांतात तुला काही सांगायचं आहे.'' तो म्हणाला.

मला जवळच्याच एका झुडपात नेऊन त्याने मला त्याच्या शेजारी वाळूत बसायची खूण केली. मी तिथं बसायला आनंदानं तयार झालो. तेवढ्यात त्याची पत्नी तिथं आली आणि म्हणाली, ''त्याचं डोकं ठिकाणावर नाही, त्याला कृपया काही प्रश्न विचारू नका.'' पण माझ्या लक्षात आलं होतं की, त्याला काही तरी व्यक्त करायचं आहे. मी तिला म्हणालो की, तो जे काही सांगेल ते फक्त मी ऐकेन, आम्ही दोघेही झॅघावाच आहोत – अगदी मित्रासारखे. शेवटी ती तयार झाली आणि आमच्यापासून काही अंतरावर जाऊन आमच्याकडे पाहत उभी राहिली.

ते दोघे उत्तर डारफरमधील होते. माझं गाव बेचिराख झालं त्याच्या काही महिने आधी त्यांच्या गावावरही हल्ला झाला होता आणि ते पूर्णपणे नष्ट झालं होतं.

''सर्व जण शक्य तितक्या वेगात तेथून पळून गेले. आमच्या अडीच वर्षांच्या बाळाला आपल्या हातात घट्ट पकडून माझी बायको झुडपांमधल्या एका वाटेनं पळून गेली. सुदैवानं तिला वाट सापडली. मी आमच्या चार वर्षांच्या मुलीला – अम्माला, उचललं आणि वेगाने झुडपातून धावत सुटलो. जंजावीड सैनिकांनी मला पकडलं. मी अम्माचा हात सोडला आणि तिला धावायला सांगितलं. पण ती तेथेच थांबली; मला होणारी मारहाण झुडपातून पाहत. माझे हात मागे नेऊन त्यांनी मला एका झाडाला 'असं' बांधलं.'' कसं ते त्याने दाखवलं.

''एका जंजावीड सैनिकानं मला अत्यंत क्रूरपणे मारायला सुरुवात केली. माझ्या मुलीला ते पाहवेना आणि ती अब्बाऽ अब्बाऽऽ असं ओरडत माझ्याकडे धावत येऊ लागली.'' त्याचा गळा दाटून आला आणि तो काही काळ बोलायचं थांबला.

''ज्या जंजावीड सैनिकाने मला झाडाला बांधलं होतं, त्यानं माझ्या मुलीला धावत येताना पाहिलं. त्यानं आपली रायफल खाली झुकविली आणि संदुकीचं पातं तिच्या दिशेला वळवून खस्‌कन तिच्या पोटातून आरपार घुसवलं. अजूनही ती

अब्बाऽ अब्बाऽऽ असं ओरडतच होती.

"त्याने आपली रायफल वर उचलली – माझ्या मुलीसह. तिच्या शरीरातील रक्त खाली ओघळू लागलं. तिला हवेत गरागरा फिरवत तो इकडे-तिकडे नाचू लागला आणि त्याच्या साथीदारांकडे पाहून ओरडला. 'पाहा – मी किती भयंकर आहे!' मग ते सर्व जणही ओरडले, 'हो, तू खूप भयंकर आहेस.' ते सर्व जण दिसेल त्याला मारत सुटले होते. तिनं अत्यंत वेदनेनं माझ्याकडे पाहिलं. मला अब्बा म्हणून हाक मारायचा तिनं प्रयत्न केला... पण तिच्या तोंडातून शब्द बाहेर आलाच नाही.

"तिचा प्राण जायला खूप वेळ लागला. तिच्या शरीरातील लालभडक रक्त त्याच्या अंगावरून सर्वत्र ओघळत होतं. तो कोण होता? माणूस की सैतान? माझ्या छकुलीच्या रक्तानं स्वत:ला रंगवून घेऊन नाचणारा तो कोण होता....?"

या माणसानं जे काही पाहिलं होतं, ते त्याच्या कल्पनेच्या पलीकडचं होतं. त्याच्या मुलीच्या बाबतीत जे काही घडलं होतं... त्याची छकुलीला दिलेली शिक्षा योग्य होती का? त्याचं उत्तर शोधण्याचा प्रयत्न तो करत होता. काही वेळ तो न बोलता फक्त रडतच राहिला आणि मग मला म्हणाला, "मी कोण आहे, तेच मला आठवत नाही."

तो पुढे म्हणाला, "मी स्त्री आहे का, की जिनं या छावणीतच राहावं? की मी पुरुष आहे, ज्यानं आपल्या बायकोपोरांना उघड्यावर सोडून लढायला जावं?" जसं काही त्याच्या आयुष्यातील प्रश्नांची उत्तरं माझ्याकडेच होती! माझ्याकडे नसलेल्या उत्तरांची तो वाट पाहत राहिला.

"तू तरी निदान जिवंत राहिलास... त्यांनी तुला मारलं नाही." मी म्हणालो.

"हे असं जिवंत राहण्याइतक्या भयानक यातना काय असू शकतात? ती घटना माझी पत्नी आणि मुलगा यांना सांगणं माझ्यासाठी मरणप्राय होतं."

त्याची पत्नी पुढे आली आणि त्याच्याजवळ बसली. त्यानं डोक्याला गुंडाळलेल्या शालीवर छोटी-छोटी सुकलेली पानं पडली होती. ती तिनं वेचली. तिनं मला सांगितले की, त्या घटनेनंतर त्याची मन:स्थिती पूर्वीसारखी राहिली नव्हती. "मी परमेश्वराची खूप आभारी आहे की, निदान आमचा मुलगा तरी आमच्याजवळ आहे आणि तो खूप चांगला आहे. मी माझ्या पतीला सांगते की, जरी आपली लाडकी अम्मा आपल्याजवळ नसली, तरी आपण आपल्या भविष्याचा विचार केला पाहिजे. पण त्यानं जे काही पाहिलं आहे, ते तो विसरू शकला नाही."

तिनं मला नंतर सांगितलं की, त्यांनी त्या छावणीतून एक असा माणूस शोधून काढला होता की, जो शाई आणि पीस यांचा वापर करून एका लाकडी पट्टीवर कुराणातील काही निवडक भाग लिहायचा. शाई ओलसर असतानाच ती तो

पाण्याने धुवायचा आणि ते पाणी तो अशा पीडितांना प्यायला द्यायचा. लोकांवर उपचार करण्याचा तो खूप जुना उपाय होता म्हणे. पण या माणसाच्या बाबतीत मात्र त्याचा फारसा उपयोग झाला नव्हता, म्हणून पुन्हा एकदा तो उपचार करून घ्यायचा त्यांचा विचार होता.

तिच्या पतीनं मान डोलावून तिच्या बोलण्याला दुजोरा दिला.

बऱ्याच कालावधीनंतर त्या छावणीत आल्यावर त्या कुटुंबाला शोधण्यासाठी मी शेखची मदत मागितली. पण तो माणूस कुठेतरी दूर निघून गेला होता आणि त्याच्या बायकोला माझं विस्मरण झालं होतं. ती पूर्वीपेक्षा अधिकच गोंधळलेली आणि भ्रमिष्ट दिसत होती. त्यांचा मुलगा छावणीतल्या शाळेत गेला होता, असं तिनं सांगितलं. जी गोष्ट त्या माणसाच्या डोक्यातून जात नव्हती, ती आता माझ्या डोक्यात घर करून बसली होती; म्हणूनच मी त्यांच्या शोधात होतो. इतर अनेक घटनांप्रमाणेच ती घटनासुद्धा स्वप्नातही माझी पाठ सोडत नव्हती. रोज रात्री मला वाटायचं की, त्या माणसाशी बोलल्यावर मला बरं वाटेल आणि त्यालाही. पण तो कुठेतरी निघून गेला होता – बहुधा लढण्यासाठी! मीसुद्धा माझ्या परीने तेच करत होतो.

लोकांना यातना देऊन मारण्याचे, दहशत पसरून गावे जाळण्याचे, कोवळ्या मुलांनी वाळवंटात प्राण सोडण्याचे आणि तरुण आयांनी यातना भोगण्याचे किती प्रकार आहेत; ते कळत नव्हते. ते सर्व शब्दांनी सांगण्यापलीकडचं होतं. पण तरीही त्याबद्दल बोललं जात होतंच.

पुढील काही आठवड्यांत आम्ही एक हजार एकशे चौतीस लोकांशी संवाद साधला. त्यांनी सांगितलेल्या गोष्टी ऐकून माझं डोकं चक्रावून गेलं. रात्र-रात्र मला झोप येत नव्हती. त्या वृत्तांताची जर छोटी-छोटी रेखाटनं केली, तर आपलं डोकं थोडं हलकं होईल आणि आपल्याला झोप येऊ शकेल, असं मला वाटू लागलं. मग रात्री-अपरात्री उठून मी रेखाटायला सुरुवात केली. त्यानंतर माझा थोडासा डोळा लागायचा. लोकांकडून ऐकलेल्या भयानक गोष्टी आणि मी प्रत्यक्ष पाहिलेल्या घटना यांची सरमिसळ मला अस्वस्थ करायची. फासावर लटकलेली ती तरुण आई आणि तिची मुले... पोटातील गर्भ मृत झालेल्या स्त्रिया... सुदैवानं माझी रेखाटनं फार काही चांगली नव्हती – खरंतर केवळ रेखाचित्रंच होती; पण ती कागदावर उतरवल्यावर मला थोडं बरं वाटायचं.

◆

संपर्क

वंशविच्छेदाच्या चौकशीचे काम पूर्ण झाल्यावर मी चॅडमधील जमीना शहरात गेलो. तेथे आम्ही सर्वांनी डॉ. जॉनसोबत आमचं शेवटचं एकत्र जेवण घेतलं.

वंशविच्छेद सिद्ध करणं फार कठीण असतं. आम्हाला पुरेशी माहिती गोळा करण्यासाठी अनेक लोकांच्या मुलाखती घेणं आवश्यक होतं. अमेरिका आणि इतर काही देशांनी या शोधकार्यातून असा निष्कर्ष काढला की, सुदानी सरकारच हा वंशविच्छेद घडवून आणत आहे. अमेरिकन सरकार यापेक्षा वेगळं काही करणार नव्हतं. पण अमेरिकन जनतेने मात्र नेहमीप्रमाणे बरीच मदत देऊ केली. युरोप आणि इतर अनेक ठिकाणांहूनही खूप साह्य मिळालं. एखाद्या देशाचं सरकार खरोखरच तेथील जनतेचे प्रतिनिधित्त्व करतं किंवा नाही, यावरूनच त्या देशात खरोखर लोकशाही आहे की नाही ते समजतं.

या वंशविच्छेद चौकशीदरम्यान मला जे मानधन मिळालं, त्यातून मी एक सेलफोन घेतला. माझ्या कुटुंबाबद्दल (विशेषत: माझ्या बेपत्ता बहिणीबद्दल) काही माहिती मिळालीच, तर ती माझ्यापर्यंत पोहोचावी आणि मला माझ्या भाऊबंदांशी संपर्क साधता यावा, यासाठी मला एक सेलफोन हवाच होता. याच कारणासाठी मला माझा फोन नंबर निर्वासित छावण्यांमध्येही द्यायचा होता. येथे चौकशीसाठी येणारे इतर शोधकर्ते आणि पत्रकार यांना पुन्हा सीमा पार करून छावण्यांमध्ये आणि डारफरमध्ये घेऊन जाता यावं म्हणूनही मला सेलफोन हवा होता. मी माझा फोन नंबर अमेरिकन दूतावासातील कर्मचाऱ्यांना आणि इतर काही ठिकाणांच्या लोकांनाही दिला होता.

"हा माझा फोन नंबर आहे. मी इंग्रजी, अरबी आणि झॅघावा भाषा बोलू शकतो. पत्रकारांना आणि शोधपथकांना मी निर्वासितांच्या छावण्यांमध्ये आणि डारफरमध्ये घेऊन जातो. यापूर्वी मी वंशविच्छेदाची चौकशी करणाऱ्या पथकांबरोबर काम केलं आहे. तुम्ही त्यांच्याशी माझ्याबद्दल बोलू शकता." असा माझा सर्वांना संदेश होता.

त्यानंतर लवकरच मला दक्षिण आफ्रिका आणि आफ्रिकेतील इतर काही राष्ट्रांतील पत्रकारांचे फोन आले. त्यांपैकी चार कृष्णवर्णीय होते आणि एक जण गोरा होता. ज्या ठिकाणी हिंसाचार सुरू होता, अशा सर्व ठिकाणी त्यांना प्रत्यक्ष जायचे होते. त्याबाबत त्यांच्या मनात यत्किंचितही भीती नव्हती.

त्या धोकादायक प्रदेशात सुरक्षित प्रवास कसा करायचा, कुणाशी संपर्कात राहायचं, त्यांचे फोन नंबर्स काय, याबद्दल मी माझ्या भाऊबंदांना, मित्रांना, बातमीदारांना आणि काही परदेशी लोकांना – तिथे संपर्क असलेल्या सर्वांना विचारू लागलो. माझ्या सेलफोनमध्ये अनेक फोन नंबर्सची भर पडू लागली. त्यामध्ये शेख, ट्रक-ड्रायव्हर्स, चॅड लष्करातील काही लोक आणि अगदी बंडखोर दलांचे कमांडर्स यांचाही समावेश होता. एखाद्या पत्रकाराला डारफरमध्ये आणून त्याला पुन्हा सुरक्षितपणे जिवंत बाहेर काढण्यासाठी ज्या कोणाची म्हणून मदत मिळू शकली असती, अशा सर्वांचे नंबर्स त्यात होते.

स्वयंसेवी संघटनांच्या कार्यकर्त्यांपेक्षा हे पत्रकार खूपच वेगळे होते. एखाद्या गोष्टीबद्दलचे लेखी पुरावे किंवा पत्रव्यवहार अथवा प्रदेशांच्या सीमारेषा इत्यादी गोष्टींबद्दल त्यांना फारसं देणं-घेणं नव्हतं. त्यांना फक्त तेथील घटनांचे वृत्तांत लिहायचे होते आणि पीडितांना शक्य तेवढी मदत करायची होती. आणि हो, ते लोक खूप दारूही प्यायचे.

वंशविच्छेदाची चौकशी करणारे लोक तेथील पीडितांच्या दृष्टीने जर स्वर्गातील देवदूत होते, तर हे पत्रकार त्यांना गुराख्यांप्रमाणे भासले. जे तेथील जमीन जणू स्वच्छ करायला आले होते. त्या आफ्रिकन पत्रकारांबरोबर मी अनेक छावण्यांमध्ये गेलो. डारफरमधील एका उद्ध्वस्त गावालाही मी त्यांच्याबरोबर भेट दिली. त्या वेळी आमची बातचित विस्थापित गावकरी आणि काही बंडखोर दलांशी झाली. त्यांच्याबरोबरचे काम संपल्यावर त्यांना निरोप देताना मी त्यांना म्हणालो की, त्यांनी आणखी काही पत्रकारांना डारफरमध्ये येऊन तेथील घटनांवर वृत्तांत लिहिण्यास सांगावं. ते मला म्हणाले की, आम्ही तुझा संपर्क नंबर जगातील आमच्या काही पत्रकार मित्रांना नक्कीच देऊ.'

मी चॅडियन आहे की सुदानी, याबद्दल काही लोक चौकशी करत आहेत, असे मला माझ्या एका मित्राकडून समजले. अशा ठिकाणी आपण जे काही करतो, त्याचा सुगावा कोणाला ना कोणाला लागतोच. आम्ही सीमा पार करून काही सरकारविरोधी संघटनाशी बोललो आहोत, हे एव्हाना बऱ्याच लोकांना माहीत झालं होतं. प्रेम आणि द्वेष यांच्या मिश्रणावर चॅड आणि सुदान यांचे संबंध आधारित आहेत. त्या कालावधीत मात्र ते एकमेकांना सहकार्य करत होते. मी सीमा पार करून पत्रकारांना तिकडे घेऊन जात असावा, अशी माहिती सुदानने चॅडला दिली

होती. त्यामुळे माझ्या एका मैत्रिणीनं मला सुचविलं की, मी अशा ठिकाणी काम करावं की, जेथे मला कोणी ओळखणार नाही. जर कोठे काही गडबड दिसलीच, तर तिनं मला लगेच फोन करावा, असं मी तिला सांगितलं. कदाचित माझ्या मागावर काही लोक असतीलही; पण आपण त्याबद्दल खूप काळजी करू लागलो की, आपल्याला उगीचच तसं वाटत राहतं.

ते आफ्रिकन पत्रकार गेल्यानंतर मेगॅन आणि लोरी या न्यूयॉर्कमधील दोन महिलांबरोबर मी संयुक्त राष्ट्रांच्या विमानातून जमीनाहून अ‍ॅबॅक येथे आलो. त्या दोघी पत्रकार नव्हत्या, पण साहसी होत्या. तरीही वेगळ्या वाटा जोखण्याच्या त्यांच्या आवडीतून त्या निर्वासित स्त्रिया आणि मुले यांना मदत करणाऱ्या एका आंतरराष्ट्रीय संस्थेमध्ये काम करत होत्या.

जळणासाठी लाकडे गोळा करायला जाणाऱ्या छावणीतील स्त्रियांच्या समस्यांबद्दल मी त्यांना सांगितलं. अशा स्त्रियांच्या आणि मुलींच्या शक्य तितक्या मुलाखती त्यांना घ्यायच्या होत्या. निर्वासितांच्या मुलांना शिक्षणापासून वंचित राहावं लागत होतं, त्याबद्दलही त्यांना आणखी माहिती मिळवायची होती. आम्ही एकूण दहा छावण्यांना भेटी दिल्या. त्यानंतर मेगॅन आणि लोरी अमेरिकेला परत गेल्या. तेथे गेल्यावर त्यांनी आपले अनुभव अमेरिकन काँग्रेस, अमेरिकन परराष्ट्र खाते आणि संयुक्त राष्ट्रांपर्यंत पोहोचविले. निर्वासित छावण्यांत शिक्षणाची सुविधा उपलब्ध व्हावी आणि तेथील स्त्रियांना सशस्त्र संरक्षण मिळावे, यासाठी त्यांनी खूप प्रयत्न केले. त्यांचे प्रयत्न यशस्वीही झाले. ते सर्व घडवून आणण्यासाठी ज्यांनी योगदान दिले, त्या सर्वांचे खरोखरच आभार मानले पाहिजेत. गरिबांच्या समस्या दूर करण्यासाठी कितीही मदत केली तरी ती अपुरीच असते; पण त्या दोघींच्या प्रयत्नांमुळे अनेक स्त्रियांना मदत मिळाली. मीही काहीतरी करू शकलो, असं मला वाटू लागलं.

आम्ही काय काय केलं, हे सांगून उपयोग नाही. आता मी तुम्हाला अशा काही छावण्यांमध्येच प्रत्यक्ष घेऊन जातो.

लाकडी काठ्या आणि पांढऱ्या रंगाचे प्लॅस्टिक यांनी बनविलेल्या तंबूवजा आसऱ्यात ही एक स्त्री आपल्या चार छोट्या मुलांसोबत राहते. तिच्या गावावर झालेल्या हल्ल्यात तिचा पती आणि आणखी दोन मुले मारली गेली. तिची ही जिवंत राहिलेली मुले बऱ्याच वेळा भुकेलीच झोपी जातात. कारण संयुक्त राष्ट्रांकडून मिळणारे मासिक रेशन त्यांना पुरत नाही. तरीही ती तिला मिळणाऱ्या गव्हातील काही भाग जवळच्या बाजारात विकते आणि त्या पैशातून थोड्याफार भाज्या, दूध, मांस इत्यादी पौष्टिक पदार्थ विकत घ्यायचा कसोशीने प्रयत्न करते. तरीही कुपोषणामुळे तयार होणारे गडद नारिंगी चट्टे तुम्ही तिच्या मुलाच्या डोक्यात पाहू

शकता. थंडीपासून संरक्षण करण्यासाठी तिच्याकडे पुरेशा गोधड्या नाहीत. त्यांच्याकडे असलेल्या फाटक्या-तुटक्या अन् पातळ दोन चादरी त्यांना पुरेशी ऊब देऊ शकत नाहीत. त्यांच्या झोपडीच्या छताला एक मोठे भोक आहे. त्यामुळे पाऊस पडल्यावर झोपडीत पाणी येतं. एका फांदीच्या साह्याने, तसेच शिवून त्यांनी केलेली डागडुजी काही फारशी उपयोगाची नाही. जळण-फाटा गोळा करण्यासाठी तिला तिच्या मुलांनाच बाहेर धाडावं लागतं.

दुसऱ्या एका तंबूत या तीन तरुण मुली राहतात. त्यांनाही लाकडं गोळा करण्यासाठी बाहेर जावं लागतं. त्यांच्यातील सर्वांत मोठी बहीण चौदा वर्षांची आहे आणि छोटी साधारण नऊ वर्षांची आहे. मळकट काळ्या शालीने ती आपला चेहरा नेहमी झाकून घेते. ती कधीच वर पाहत नाही. तिला स्वत:ला जणू काही वाळूत गाडून घ्यायचं आहे! असं वाटतं. त्या तिघींवर अनेक वेळा बलात्कार झाला आहे. पण तरीही त्यांना लाकडं गोळा करण्यासाठी बाहेर जावं लागणार आहेच. त्या बोलू लागतात, तेव्हा त्यांना रडू आवरत नाही.

अशा प्रकारच्या असंख्य गोष्टी आम्ही शेकडो स्त्रिया आणि मुलींकडून ऐकल्या आहेत. जगातील श्रीमंत राष्ट्रे आणि संयुक्त राष्ट्रासारख्या संघटनांना येथील पीडितांना अन्न आणि इंधन पुरविणं अशक्य नाही; तसंच रोजच्या स्वयंपाकासाठी चांगल्या दर्जाच्या शेगड्या उपलब्ध करून देणंही फारसं अवघड नाही, पण तसं काही घडलं नाही आणि घडतही नाही.

लोरी आणि मेगॅन रोज रात्री अशा तंबूमध्येच झोपत होत्या. येथील एकूण परिस्थिती पाहून त्या प्रचंड दु:खी झाल्या होत्या. एक दिवस मी सरळ मार्केटमध्ये जाऊन आम्हा तिघांसाठी बिअर घेऊन आलो. येथील हवेमुळे त्या बाटल्या खूपच थंड झाल्या होत्या. येथे येऊन पीडितांना मदत करणाऱ्या लोकांसाठी असं काहीतरी केलं पाहिजे, असं मला थोडं-थोडं उमगू लागलं होतं. दु:ख आणि वेदनेनं व्यापलेल्या अशा वातावरणातून थोडंसं दूर जाण्यासाठी आपण स्वत:ला थोडी संधी देऊन थोडं हसण्याचा प्रयत्न केला नाही, तर आनंद नष्ट होईल आणि त्या आनंदाच्या जोरावर धडधडणारं हृदय बंद पडेल किंवा हृद्यातील आनंदच एक दिवस नाहीसा होईल.

असे आनंदाचे क्षण निर्माण करणं मला नेहमीच जमत नव्हतं. एका गावावर असाच हल्ला झाला, तेव्हा माझ्यासोबत एक फ्रेंच पत्रकार होती. ती खूप चांगली होती. हल्ल्यात मृत झालेल्या मुलांचे देह पाहून ती इतकी हादरून गेली की, तिचं सांत्वन करून तिला धीर देणं, मला अगदी अशक्य झालं. तिला तिच्या मुलांची तीव्रतेनं आठवण येऊ लागली. तिचं खाणं-पिणं, बोलणं सगळचं बंद झालं आणि त्या मृतदेहांकडे पाहत ती अखंड रडत राहिली. मृत्यूचं ते अखंड दर्शन आणि

दुर्गंधी यांचं शब्दांत वर्णन करणं मला शक्य नाही, आणि ते मी करूही इच्छित नाही. मी एवढंच म्हणेन की, ज्यांनी तो अनुभव घेतला आहे, त्यांना स्वत:वर कित्येक दिवस उपचार करून घ्यावे लागले, तर त्याचे आश्चर्य वाटायला नको.

काही दिवसांनी मेगॅन आणि लोरी यांनी मला काही पुस्तकं पाठविली. त्यात एक इंग्रजी-अरबी शब्दकोशही होता. तो अजून माझ्याकडे आहे. मी काही फार वाईट दुभाष्या आहे म्हणून त्यांनी तो पाठविला नाही; तर मीच त्यांना एकदा म्हणालो होतो की, मला इंग्रजीवर अजून चांगलं प्रभुत्व मिळवायचं आहे. त्या अनेक वेळा माझ्याशी सेलफोनवर संपर्क साधून मला माझ्या कुटुंबीयांबद्दल, माझ्या बेपत्ता बहिणीबद्दल आणि तिच्या इतर नातेवाइकांबद्दल विचारायच्या. मी जसा इतर लोकांच्या मुलाखती घ्यायचो, तशाच त्या माझी चौकशी करायच्या. आपलं म्हणणं ऐकून घेणारे, आपल्यावर झालेल्या अन्यायामुळे संतापणारे आणि आपल्याबद्दल सहानुभूती असणारे लोक आपल्या आसपास असणं, हे खरंच खूप चांगलं असतं.

मेगॅन आणि लोरी यांना अशी भीती वाटत होती की, त्या परत गेल्यानंतर माझा काही समाचार कळण्यापूर्वी आणि त्यांच्याकडून काही मदत मिळायच्या आधीच सुदानमध्ये परत पाठवून मला ठार केलं जाईल. माझी त्यांच्याशी आता चांगली मैत्री झाली होती आणि न्यूयॉर्कमध्येही माझ्या दोन मैत्रिणी होत्या, हे माझ्या दृष्टीने फारच सुखद होतं – आणि आश्चर्यकारकही! वॉशिंग्टनमध्ये डॉ. जॉन होते. येथे येणाऱ्या वृत्तप्रतिनिधींच्या प्रत्येक नवीन दलाबरोबर मला कोणी ना कोणी मित्र मिळत होते.

चॅड सरकारमधील काही निवडक योग्य लोकांशी मी मैत्री केली होती. येथे येणाऱ्या पत्रकारांना आवश्यक असणारे प्रवास परवाने पटकन मंजूर करण्याचे काम ते करत. जमीना आणि अॅबॅकमधील बारमधून मी त्या सरकारी अधिकाऱ्यांना बिअर आणून द्यायचो. माझा एवढाच उद्देश होता की, बाहेरून येणाऱ्या वृत्तप्रतिनिधींना येथे जास्तीत जास्त सुलभपणे आणि सुरक्षितपणे येता यावे; त्याचबरोबर त्यांनी येथे न येण्यासाठी काही कारणेही पुढे करू नयेत. काही वेळा आवश्यक कागदपत्रे मिळविण्यासाठी लष्करी किंवा सरकारी अधिकाऱ्यांना पैसे द्यावे लागत. मी त्यासाठी त्यांना मदतही करायचो, पण मी स्वत: त्यातून कधीही पैसे घेतले नाहीत. त्यामुळे त्या सरकारी आणि लष्करी अधिकाऱ्यांमध्ये माझी प्रतिष्ठा वाढली होती. त्याचे मुख्य कारण म्हणजे, अशा मार्गाने येणारे सर्व पैसे पूर्णपणे त्यांनाच मिळणार याची त्यांना खात्री होती! म्हणून ज्या वेळी एखादा नवीन वृत्तप्रतिनिधी बाहेरून तेथे येई, तेव्हा ते अधिकारी त्याला लगेच मदत करत. मला वाटतं की, तसं करत असताना मी कुठे अडचणीत येणार नाही, याची खबरदारीही ते घेत असावेत.

एका संध्याकाळी मी माझ्या मित्रांबरोबर गावाबाहेरील एका बारमध्ये बसलो

होतो. तेव्हा त्या मित्राने मला सांगितलं की, सुदानचा हेर म्हणून मला अटक होण्याची शक्यता आहे. त्याचे कारण म्हणजे सुदानने पकडलेला एक चॅडियन हेर त्यांना माझ्या बदल्यात परत आणायचा होता. मी त्याला विचारलं की, हे कधी घडू शकेल? त्यावर तो मला म्हणाला की, त्यासंदर्भातील फायली तयार होत आहेत आणि मला कधीही अटक होऊ शकेल.

एखाद्याशी सहजपणे मैत्री कशी करावी, हे मला माझा भाऊ अहमद याने स्वत:च्या उदाहरणावरून शिकवले होते. मला वाटतं, तो अजूनही मला मदत करतच होता.

◆

निकोलस आणि ॲन यांचे रिपोर्टिंग

सन २००६ च्या उन्हाळ्यात मला न्यूयॉर्कहून एक फोन आला. 'न्यूयॉर्क टाइम्स'चा निकोलस क्रिस्टॉफ आणि 'एन.बी.सी. न्यूज'ची ॲन करी यांना आणि त्यांच्या काही सहकाऱ्यांना माझ्या मदतीची आवश्यकता होती. मी लगेचच त्यांना ॲबॅकमध्ये भेटलो. त्या वेळी सीमेवर जोरदार लढाई सुरू झाली होती. तेथील एकूण परिस्थिती सर्वांच्याच दृष्टीने खूप कठीण आणि धुमश्चक्रीची होती.

आम्ही लवकरच चॅडमधील अगदी सीमेवर असलेल्या ॲड्रे या गावात आमच्या लँडक्रूझर्सच्या ताफ्यासह पोहोचलो. ॲबॅकच्या पूर्वेला असलेले हे गाव सुदानी सीमेला लागून आहे. ॲनला तेथील लढाईचा वृत्तांत ॲड्रेजवरून प्रसारित करावयाचा होता, म्हणून तिची ती प्रचंड यंत्रसामग्री चॅडच्या हद्दीतच उभी करणं तिला सुरक्षित वाटत होतं. निकला मात्र दक्षिणेकडील अंतर्भागात जायचं होतं. तिथूनच सीमेवरील गावावर हल्ले होत होते.

आमच्या दौऱ्याचा आराखडा बनवत असताना मला जाणवले की, ॲन आणि निक दोघांचंही वागणं खूप सभ्य आहे. ॲन अतिशय नम्र होती आणि मला आजवर भेटलेल्या बातमीदारांच्या तुलनेत खूपच प्रश्न विचारत होती. काही माणसे अशी असतात की, जी उगीचच अडचणीत येत असतात. निक या प्रकारात मोडणारा होता, म्हणूनच मी त्याच्याबरोबर होतो.

डारफर आणि चॅड यांना वेगळे करणाऱ्या 'वाडीकाया' या दरीसारख्या प्रचंड भूभागाच्या बाजूने निकला प्रथम प्रवास करावयाचा होता. हा भाग मुख्यत्वे जंजावीड दलाच्या नियंत्रणाखाली होता. निकबरोबर त्याचा कॅमेरामन आणि एक महिला सहायक होती. आमचा ड्रायव्हरही अर्थातच आमच्याबरोबर होता. काही वेळा आम्हाला वाडीच्या अगदी सखोल भागातून प्रवास करावा लागत होता. जंजावीड दलाच्या छावण्या तेथून अगदी जवळच आणि आमच्या दृष्टिपथात होत्या. अक्षरशः हाताच्या अंतरावर होते ते. अर्थात, आम्ही तसं काही केलं नाही आणि वेगानं पुढे

जात राहिलो. आंबा-संत्र्यांच्या झाडांनी ती दरी अगदी बहरून गेली होती. मधल्या काही भागात गावातील लोकांनी तिथे भाजीपाल्याची लागवड केली होती. अगदी काही दिवसांपूर्वीच ते गावकरी तेथे राहण्यास आले होते. जमिनीवर झाडांची फळे सर्वत्र विखरून पडली होती, पण ती वेचायला मात्र आता तेथे कोणीच नव्हते.

आठ-एक तासांच्या त्रासदायक प्रवासानंतर आम्ही एका गावात पोहोचलो. निकला अशाच प्रकारचे एखादे गाव पाहायचे होते. त्या गावाच्या आसपासच्या गावांमध्ये हल्ले झाले होते आणि त्या गावापर्यंत पोहोचविल्याबद्दल निक आणि त्याच्या सहकाऱ्यांनी मला धन्यवाद दिले. त्याचे कारण म्हणजे, ज्याला 'रस्ता' म्हणावा असे तेथे काहीच नव्हते आणि तरीही ते गाव शोधून काढून आम्ही तेथे पोहोचलो; तेही सुरक्षितपणे – याचे त्यांना आश्चर्य वाटत होते. मला मात्र वाटत होतं की, कोणत्याही क्षणी 'आपण इथे पोहाचलो आहोत' याचा त्यांना पश्चात्ताप होईल.

तेथील शेखच्या म्हणण्याप्रमाणे त्याच रात्री त्या गावावर हल्ला होण्याची शक्यता होती. अशा वेळी त्यांच्याकडे असलेल्या 'न्यूयॉर्क टाइम्स'च्या 'प्रेस पास'चा काही उपयोग होणार नाही, हे त्यांना समजत होते की नाही, कोण जाणे! हो, तो पास जर बुलेटप्रूफ असता, तर कदाचित त्याचा उपयोग होऊ शकला असता! निकचं एकूण वागणं अगदी सहज आणि काहीसं निष्काळजीपणाचं होतं. मी त्याला म्हणालो, की आपण गाडीतून अधिक सामान बाहेर काढणं ठीक नाही आणि आपले बिछाने आपल्या लँडक्रूझर गाड्यांपासून खूप दूरवर लावणंही सुरक्षित नाही. तो मात्र हल्ल्यांची रोजची सवय असल्यागत निवांतच होता.

आम्हाला दूरवर गोळीबाराचा आवाज ऐकू येत होता. गावाजवळील झाडीतून लपून-छपून जंजावीड सैनिक टेहळणी करतात, अशी सूचना देऊन शेखने आम्हाला सावध केले होते. त्यापूर्वीही त्या झाडीतून गोळीबार झाला होता.

खरंतर मी निकला हे सांगायला हवं होतं; पण 'हा किती घाबरट आहे' अशा नजरेने माझ्याकडे पाहून तो हसेल, म्हणून मी त्याला काहीच बोललो नाही. दुसरं असं की, जर हल्ला झालाच तर तेथून पटकन पळ काढणं, एवढंच आम्ही करू शकत होतो. अर्थात ते माझं काम होतं; त्याचं नव्हे.

त्या तिघांनी आपल्या स्लीपिंग बॅग्ज पसरल्या. मी आणि आमच्या ड्रायव्हरने शेखशी काही वेळ गप्पा मारल्या. स्लीपिंग बॅग्ज पसरताना नीट दिसावं म्हणून त्यांनी आपल्या कपाळावर छोटे दिवे असलेल्या पट्ट्या बांधल्या होत्या. शेखला तो प्रकार काही फारसा आवडला नाही. वाडीतील झाडांकडे इशारा करून तो मला म्हणाला की, त्या दिवे लावलेल्या पट्ट्यांचे त्यांनी काही तरी करावे. त्याच्या मते, त्या पट्ट्या म्हणजे 'मला डोक्यात गोळ्या घाला' असे सूचित करणारे निमंत्रणच

होते. निकला त्याबाबत सावध करावं, असं मला वाटलं; पण तोपर्यंत आपली आवराआवर करून ते सर्व जणच झोपी गेले.

अशा प्रसंगांना मी काही पहिल्यांदाच सामोरा जात नव्हतो, त्यामुळे मी जागं राहणंच पसंत केलं. मी आणि आमचा ड्रायव्हर टिनमध्ये ठेवलेले छोटे मासे तोंडात टाकत हळू आवाजात गप्पा मारत बसलो होतो. मध्यरात्री कधीतरी आमच्यापासून अगदी जवळच कोठे तरी स्वयंचलित रायफली आणि रॉकेट्‌सचा मारा होत असल्याचं आम्हाला जाणवलं. त्या आवाजानं झोपी गेलेले आमचे अमेरिकन मित्र जागे झाले. ते चांगलेच घाबरले होते.

'तू किती घाबरट आहेस', अशा नजरेने आता मी निककडे पाहिले. मी त्यांना सांगितले की, तो गोळीबार तेथून दोन गावांच्या पलीकडे सुरू आहे आणि त्यांनी पुन्हा झोपी जावं. ड्रायव्हर आणि मी त्यानंतरही जागेच राहिलो! मात्र, कंटाळा येऊ नये म्हणून रॉकेट्‌सच्या स्फोटाचा प्रकाश आणि त्यानंतर येणारा आवाज यात किती सेकंदांचा फरक पडतो, याचा हिशेब मांडत बसलो.

सकाळ झाली. आम्ही अजून जिवंत होतो. चहा पिऊन आम्ही पुढील गावाला भेट दिली. त्या गावावर रात्री हल्ला झाला होता, पण लोकांच्या प्रतिकारामुळे गाव अजून शाबूत राहिलं होतं.

हल्लेखोरांपैकी एकाला गावकऱ्यांनी पकडलं होतं आणि बेदम चोपलं होतं. त्याचं वय साधारण चौदा होतं. दुसऱ्या एकाला पाठीत गोळी लागली होती आणि तो झाडीच्या एका टोकाला जवळजवळ मृतप्राय अवस्थेत पडला होता. त्याच्याभोवती त्याच्याच रक्ताचा सडा पडला होता. तोही साधारण चौदा वर्षांचाच होता. ती दोन्ही जंजावीड दलातील अरब मुलं होती. मारहाण झालेल्या त्या मुलाशी आम्ही बोललो. मी भाषांतर केलं.

"तुम्ही या गावावर हल्ला का केलात?"

"आम्ही त्या पलीकडल्या गावातील आहोत. इथले लोक पूर्वीपासून आमचे मित्र आहेत."

"मग तरी तुम्ही असं का केलं?"

"आम्हाला सरकारी फौजांनी सांगितलं की, या गावातील लोक आमच्या गावावर हल्ला करणार आहेत. तो हल्ला होण्यापूर्वी आम्हीच त्यांच्यावर हल्ला करावा, असे ते म्हणाले. आम्ही त्यांच्यावर आधी हल्ला केला, तर आम्हाला भरपूर पैसे मिळतील, असंही त्यांनी सांगितलं."

दोनशे अमेरिकन डॉलर्स ही नक्कीच भरपूर रक्कम होती – अर्थात, ती मिळाली असती तर!

"आमच्या कुटुंबांना पैशाची खूप आवश्यकता आहे आणि आम्हाला आमच्या

लोकांचं संरक्षणही केलं पाहिजे.''

एकंदरीत परिस्थिती अशी होती. त्या जखमी पोराला आम्ही तिथेच त्या गावकऱ्यांपाशी सोडलं. त्यांनी बहुधा त्याला दया दाखविली नसणार. मी म्हटलं त्याप्रमाणे तो चौदा वर्षांचाच कोवळा मुलगा होता.

तिथून आम्ही डारफरमधील आणखी अंतर्भागात सरकलो. तेथे तर घनघोर युद्धच सुरू होते. आम्ही त्या दिशेने जात असताना आमच्या बाजूने हजारो स्त्रिया आणि मुलांचे लोंढे आपापली गावं सोडून जात असताना आम्हाला दिसत होते.

''तुम्ही वेडे आहात, मागे फिरा. तिकडे जंजावीड दलं सर्वत्र पसरली आहेत.'' ते लोक आम्हाला सांगत होते. खरे तर मी निकला त्यांचं म्हणणं सांगायला हवं होतं; पण निकला ते निश्चितच समजलं असावं, असं मला वाटलं. त्या लोकांचे भेदरलेले चेहरे आणि हावभाव यांचं भाषांतर करण्याची काहीच आवश्यकता नव्हती. मला मात्र स्वत:साठी कुठलीच भीती वाटत नव्हती. सरकारी सैनिक काय, बंडखोर दलांचे सैनिक काय किंवा जंजावीड काय – या सर्वांचीच मानसिकता अशी बनली होती की, जसे काही आपण मेल्यातच जमा आहोत आणि आपल्याला फक्त आपले लढण्याचे काम करायचे आहे. माझी अवस्थादेखील तशीच काहीशी होती. मला चिंता होती ती फक्त निक, त्याची सहकारी, त्याचा कॅमेरामन आणि ड्रायव्हर यांची. त्यांच्यापैकी कोणाच्या जीवाला धोका पोहोचणार नाही याची मला जागरूकतेनं काळजी घ्यायची होती.

आम्ही एका स्वयंसेवी संघटनेच्या बंद पडलेल्या दवाखान्याजवळ पोहोचलो. त्या इमारतीच्या पलीकडल्या बाजूस एक सपाट गवताचं मैदान होतं. काही लोक तिथून आमच्या दिशेला धावत येत होते. तिथून झाडीच्या पलीकडेच असलेल्या एका गावावर नुकताच हल्ला झाला होता. भीतानं गावातील लोक सैरावैरा धावत सुटले होते. आश्चर्य म्हणजे, त्यांपैकी काही जण वाटेत थांबून आम्हालाही बरोबर चला, असं म्हणत होते. दवाखान्याच्या बाजूलाच लावलेल्या प्लॅस्टिकच्या ताडपत्र्यांच्या सावलीत पूर्वीच्या हल्ल्यांत जखमी झालेले लोक बसले होते. हल्ला झाल्यानंतर दवाखाना बंद करण्यात आला होता आणि त्या जखमी रुग्णांना तिथंच सोडून देण्यात आलं होतं. धावत सुटलेल्यांपैकी अनेक जण जखमी झाले होते. काहींच्या कडेवर जखमी मुलं होती. वैद्यकीय मदत मिळावी, म्हणून ते लोक आक्रोश करत होते; पण त्याचा काहीच उपयोग नव्हता. गंभीररीत्या जखमी झालेले लोक दवाखान्याभोवती बसून किंवा पडून राहिले होते. वेदनेनं विव्हळत होते, रडत होते. त्यांना फक्त येणाऱ्या मृत्यूची किंवा गोळ्या घालून ठार करणाऱ्या जंजीवाड सैनिकांची प्रतीक्षा होती. तरीसुद्धा त्यांनी आमच्याकडे काळजीनं पाहिलं आणि आम्हाला तेथून पळ काढायला सांगितला.

निक क्रिस्टॉफने आपली वही बाहेर काढली आणि त्यानं शांतपणे त्या लोकांच्या मुलाखती घ्यायला सुरुवात केली. युद्ध-पत्रकारांच्या बाबतीत बोलायचं झालं, तर मला वाटतं, थोडासा वेडेपणा हा त्यांच्या व्यवसायाचा आणि जीवनपद्धतीचाही भाग आहे! मी खोलवर श्वास घेतला, आणि गुडघ्यांवर बसून त्याच्यासाठी भाषांतर करू लागलो.

''ज्या माणसाने याला गोळी घातली, तो याचा खूप जुना मित्र आणि शेजारी होता. तो अरब होता. त्याला याची बंदूक काढून घ्यायचा आदेश होता. ह्याने त्याला बंदूक द्यायला नकार दिला, म्हणून त्यानं सरळ आपल्या मित्राला गोळी घालून ठार मारलं.''

गोळीबाराचा आणि लोकांच्या ओरडण्याचा आवाज दर सेकंदाला अधिकच जवळ येत होता. ''निक, आपण आता येथून निघायला हवं.'' मी त्याला म्हणालो. त्याच्या मुलाखतीच्या संभाषणाचं भाषांतर करत-करत मी त्याला लवकर आवरायला सांगत होतो.

''हो, आता आणखी थोडेच प्रश्न –'' तो म्हणाला. एका जखमी माणसाकडून दुसऱ्याकडे तो धावत होता. एव्हाना झाडाजवळ काही जंजावीड सैनिक जमा होऊ लागले होते. हल्ला करण्यापूर्वी बहुधा ते आपल्या इतर साथीदारांची वाट पाहत होते.

''आपण येथून निघून जायची हीच योग्य वेळ आहे, निक –'' मी पुन्हा एकदा म्हणालो.

''मी अजून फक्त एकच प्रश्न पटकन विचारतो.'' आपल्या छोट्या वहीची पाने उलगडत आणि नवीन मुलाखत लिहायला त्यात जागा शोधत निक म्हणाला.

''ठीक आहे, मला माझे काम केलेच पाहिजे!'' मी स्वत:शीच पुटपुटलो. मी निकच्या पुढच्या मुलाखतीचे भाषांतर केले. तेवढ्यात आमच्या भोवतालच्या झाडीत बसलेले पक्षी फडफडत उडून गेले.

आम्ही त्या ठिकाणी शेवटी ज्याची मुलाखत घेतली, तो माणूस आपल्या दोन मुलांना घेऊन तेथे बसला होता. तो जखमी नव्हता. आपली पत्नी आणि आपले आणखी एक मूल अजून जिवंत असेल, या आशेवर तो त्यांची वाट पाहत बसला होता. त्याने आम्हाला सांगितलं की, तिथून थोड्याच अंतरावर त्याची पत्नी गोळी लागून कोसळली होती. तिला मदत करायला गेलेला दुसरा एक माणूसही तिथंच पडला होता.

''चल, आपण तिकडे जाऊ.'' निक मला म्हणाला.

ठीक आहे, मला माझे काम केलेच पाहिजे.

आम्ही गवतातून रांगत-रांगत त्या स्त्रीजवळ पोहोचलो. ती केव्हाच मृत झाली

होती. तिला वाचवायला गेलेला माणूसही तिथंच मरून पडला होता. ते मृतदेह इतक्या जवळून पाहणे आम्हाला आता असह्य होत होतं.

आता मात्र निक तेथून निघायला तयार झाला. तो इतका वेळ मला घाबरट म्हणत होता. आता मात्र त्यालाही परिस्थितीचं गांभीर्य कळलं असावं. त्यामुळे तो कमालीचा घाबरला होता.

आम्ही पटकन सरपटत माघारी फिरलो. त्या माणसाला तिथून निघून जायला सांगितलं. त्याची बायको आणि मुलगा मदतीच्या पलीकडे पोहोचले होते.

मृत्यूला कवटाळायला निघालेल्या त्या लोकांकडे एक शेवटचा कटाक्ष टाकून आम्ही वेड्यावाकड्या रस्त्याने धावत आमच्या लँडक्रूझरकडे निघालो. निकच्या कॅमेरामनला आणि त्याच्या सहायकाला आम्ही पटकन उडी मारून गाडीत बसायला सांगितलं. उघड्यावर चाललेला गोळीबार आता आम्हाला अगदी जवळून ऐकू येत होता. आम्ही त्या झाडीपासून वेगानं दूर जात होतो. तेवढ्यात तेथे जवळच गवतात रडत बसलेल्या एका लहान पोरानं क्षणभर आपलं रडं थांबवून आपला हात वर करून आम्हाला 'टाटा' केला.

वाळूच्या प्रचंड थरावरून जात असताना आमच्या गाडीची चाकं काही वेळा जागेवरच गरगर फिरत होती. ''गाडी व्यवस्थित चालव –'' मी ड्रायव्हरला म्हणालो. त्याला एकही चूक करण्याची मुभाच नव्हती. एके ठिकाणी तर आमची गाडी वाळूत पूर्ण रुतलीच, पण त्यातून त्यानं ती बाहेर काढली. तो इतका अस्वस्थ झाला होता की, त्याला गाडी चालविणं खूप त्रासाचं वाटत होतं, पण शेवटी स्टिअरिंग त्याच्याच हातात होते.

वाटेत आम्ही जंगलाचा एक पट्टा पार केला. त्या जंगलात जंजावीड सैनिकांची कुटुंबं राहत होती. त्यामुळे तिथं युद्ध करणं त्यांना नक्कीच प्रशस्त वाटलं नसतं. तिथे आमची गाडी पुन्हा एकदा वाळूत रुतली. आम्हाला पाहून १०-१२ वर्षांची अरब मुलं आमच्या दिशेनं धावत येऊ लागली.

'कुत्रं अंगावर आलं तर त्याला शीळ घालावी', या थोरोच्या उक्तीला अनुसरून मी पटकन गाडीतून बाहेर उडी मारली. ''अरे, मी तुमचा काका आहे – मला जरा गाडी ढकलायला मदत करा...'' त्याबरोबर मुलांच्या त्या घोळक्यानं गाडी ढकलायला मदत केली. मला माहीत होतं की, त्या मुलांचे बाप आणि मोठी भावंडं तेथून जवळच आहेत. एवढ्यात आमची गाडी वाळूतून निघाली आणि आम्ही वेगानं चॅडच्या दिशेने मार्गस्थ झालो.

आम्ही ॲड्रेला पोहोचलो तेच मुळी अतिशय ताण आणि थकवा घेऊन. ॲन आणि निकने आपापले अनुभव सांगितले. मी 'जॉनी वॉकर' बाहेर काढली आणि आम्ही आमच्या त्रासदायक दिवसाचा शेवट केला. ते दोघेही खूप बडबडू लागले.

त्यांच्याकडे पाहताना माझ्या मनात विचार आला की, हे दोघं आपल्यासारखे इथं कायम राहणार नाहीत; काम झालं की निघून जातील. मनातल्या मनातच मी त्यांना निरोपाचे 'चिअर्स' केले. दिवसभरात आम्ही जे काय अनुभवलं, ते विसरायचा मी प्रयत्न करत होतो.

पण गवतात रडत बसलेल्या त्या पोराचं आमच्याकडे पाहून हात हलविणं मात्र माझ्या मनात घर करून बसलं होतं.

◆

पुन्हा एकदा घरी

बातमीपटाचा निर्माता फिलिप कॉक्सला तुम्ही भेटला आहातच – ज्यानं एका कमांडरला केवळ फोन करून माझं डोकं बंदुकीच्या गोळीपासून वाचविलं होतं; तो. पूर्वीदेखील तो डारफरमध्ये आला होता आणि तेथील धोके त्याला चांगले माहीत होते.

आपल्याला काय हवं आहे, हेदेखील त्याला चांगलं माहीत होतं. अमुक प्रकारची गाडी, एक निष्णात ड्रायव्हर, ठरावीक खाण्यापिण्याचे पदार्थ आणि व्हिस्कीच्या बाटल्या – काही आपल्यासाठी आणि काही मुलाखती देणाऱ्या सैनिकांसाठी.

जिथं मी लहानाचा मोठा झालो, ते आता बेचिराख झालेलं आमचं गाव आणि अहमदचं दफन केलं ते ठिकाण – हे सर्व फिलिपला पाहायचं होतं. धोके पत्करून आम्ही तिथं गेलो.

त्यानं माझा प्राण वाचविल्यानंतर आम्ही डारफरमधील एका गावात गेलो. मी त्याला सांगितलं, मला तिथं थांबणं अत्यावश्यक आहे. माझ्या स्वप्नात येणाऱ्या बेचिराख गावांपैकी ते गाव होतं. त्याच गावात जंजावीड सैनिकांनी एका माणसाला झाडाला बांधलं होतं आणि त्याच्या छोट्या मुलीची संगीनीच्या पात्याने हत्या केली होती. ते झाड आणि ते ठिकाण मी शोधून काढलं. मला त्या छोट्या मुलीसाठी प्रार्थना करायची होती. ती इतक्यांदा माझ्या स्वप्नात आली होती की, आता ती मला ओळखीची वाटू लागली होती. मला तिला श्रद्धांजली वाहायची होती. तिच्या चिमुकल्या अस्थी माझ्या नजरेस पडू नयेत आणि त्या पुन्हा दफनायची वेळ येऊ नये, एवढंच मला वाटत होतं. जेव्हा जेव्हा मी त्या ठिकाणाच्या आसपास असेन, तेव्हा तिथं जायचं, असं मी मनोमन ठरविलं.

आम्ही सरळ उत्तरेला चॅडमध्ये गेलो आणि उत्तर टोकावरून आम्ही पुन्हा डारफरमध्ये प्रवेश केला. तेथून माझं गाव बरंच दूर होतं. दिवसभर आकाशाकडे

बघत हल्लेखोरांचं हेलिकॉप्टर नजरेस पडू नये, अशी आशा आम्ही करत होतो. आकाशात धुराचा लोळ किंवा हेलिकॉप्टर दिसणं, हे जवळच्याच एखाद्या गावावर हल्ला झाला असण्याचं चिन्ह होतं. आमच्यापासून थोड्या अंतरावर आम्हाला ट्रक्सच्या रहदारीमुळे उडालेली धूळ दिसली. ते ट्रक पुढे वाळवंटातील मृगजळाच्या दिशेला जाऊन दिसेनासे होईपर्यंत आम्ही तिथंच थांबलो. मी काही बंडखोर दलांना फोन केले. त्या भागात केव्हाही संकट येण्याची शक्यता असल्याने सावध राहा, असं सांगितलं.

एके काळी अतिशय सुंदर असलेल्या फुराविया नावाच्या नगरातून आम्ही गेलो. त्या गावात आणि आसपासच्या खेड्यात हल्ला होऊन ते उद्ध्वस्त होण्याआधी जवळजवळ तेरा हजार लोक तिथं राहत होते. उत्तर डारफरमधील ते गाव अगदी एखाद्या पुस्तकातील चित्राप्रमाणे होते. तिथे प्रचंड वृक्ष होते, गावाच्या बाजूने एक नदी जात होती आणि दोन्ही बाजूंस डोंगर होते. त्या डोंगरांच्या पायथ्याशीच वाळूत ते गाव वसलं होतं. पण अत्यंत निर्दयी पद्धतीने ते गाव बेचिराख करण्यात आलं होतं. हल्ला झाल्यावर स्वतःचा जीव वाचविण्यासाठी डोंगराच्या दिशेनं पळून जाणाऱ्या लोकांवर हेलिकॉप्टरमधून गोळ्या झाडण्यात आल्या होत्या. मी आणि फिलिपनं त्या टेकडीवर पस्तीस-एक मृतदेह इतस्ततः पडलेले पाहिले. त्यात बरीच लहान मुलंही होती.

वाळूतून जाताना एका वाडीजवळ आम्ही गाडीचा वेग थोडा कमी केला. आमच्या गावाजवळचा मोठा बाजार तेथेच एके काळी भरत होता. त्या भागात अजूनही अनेक लोक लपून-छपून राहत आहेत. त्यांना आणखी त्रास होऊ नये, म्हणून त्या गावांच्या नावांचा उल्लेख मी करत नाही.

त्या वाडीत आता पक्ष्यांचे आवाज ऐकू येत नव्हते. माझ्या आठवणीतील ते ठिकाण असं नव्हतं. आताची शांतता फार त्रासदायक होती. पूर्वी जुनं गाव जिथं होतं, तिथं आम्ही पोहोचलो. काही बंडखोर दलांचे सैनिक तिथं झाडाखाली विश्रांती घेत होते. काही परिचित लोकही मला दिसले. ते अजून तेथेच राहत होते.

शेखचं घर जिथं होतं, ते ठिकाण मी फिलिपला दाखवलं. आता तिथे फक्त काळ्या रंगाचा एक मोठा डाग होता आणि मातीच्या भिंतींचे अवशेष. हेच दृश्य वाडीत अनेक ठिकाणी दिसत होतं. काही मोठी झाडं जळून गेली होती. नवीन आलेली काही मोजकी झाडं मात्र अजून हिरवी दिसत होती. त्या गावात पुन्हा एकदा चैतन्य येईल आणि ती झाडं मोठी होऊन पुन्हा आपली सावली त्या गावावर पसरतील, असा आशादायी विचार माझ्या मनात आला.

फिलिपने बंडखोर दलातील काही लोकांच्या मुलाखती घेतल्या. दऱ्याखोऱ्यांत अज्ञात ठिकाणी राहणारे काही लोक आणि बंडखोर दलांच्या हालचालींची माहिती

घेण्यासाठी आलेल्या काही जणांकडून मला असं समजलं की, माझे वडील आणि बहीण आयशा तेथून जवळच कुठेतरी राहत आहेत. मी तिथं आल्याची बातमी त्यांना समजली होती.

माझे वडील आता खूप म्हातारे झाले होते, पण तरीही आपल्या जनावरांची देखभाल करण्यासाठी ते अजूनही खूप दूरवर पायपीट करत होते. मी त्यांच्या संपर्कात होतो. माझ्या आईचे वास्तव्य एका अज्ञात कोरड्या पडलेल्या नाल्याजवळ होतं. ती तिथं थोडंफार धान्य पिकवायचा प्रयत्न करत होती. जनावरांना पुरेसा चारापाणी मिळावा, म्हणून माझे वडील इकडे-तिकडे भटकत होते. जंजावीड दलांच्या किंवा विमानातून टेहळणी करणाऱ्या सैनिकांच्या नजरेस न पडण्याची काळजी त्यांना घ्यावी लागत होती. या सर्व धावपळीत ते माझ्या आईला कितपत भेटू शकत होते, कोण जाणे; पण त्यांनी दुधासाठी काही जनावरे आणि अंड्यांसाठी काही कोंबड्या आईकरिता राखून ठेवल्या असाव्यात.

त्यांचं माझ्याकडे लक्ष जाण्यापूर्वीच मी त्यांना पाहिलं. त्यांच्या अंगात पांढरा शुभ्र पारंपरिक झगा होता आणि त्यांच्या डोक्यावर पांढऱ्या रंगाचीच छोटीशी टोपी होती. त्यांचा तो पारंपरिक पेहराव दुरून पटकन नजरेत भरत होता. खरंतर ते फार धोकादायक होतं. त्यापूर्वी आम्ही जेव्हा भेटलो, त्यापेक्षा ते आता आणखी थोडे वाकले होते आणि अशक्तही झाले होते. मी पूर्वीपासून पाहिलेलं त्यांचं धिप्पाड आणि काटक रूप आता दिसत नव्हतं. आपल्या क्षीण हातांनी हातवारे करत ते त्यांच्याबरोबरच्या इतर वृद्धांशी काहीतरी बोलत होते.

मी जवळ जाताच ते माझ्याकडे वळले. त्यांचे डोळे पांढरट दिसत होते. त्यांची दृष्टी काहीशी क्षीण झाल्याचं माझ्या लक्षात आलं, पण माझ्या पावलांच्या आवाजावरून मी आल्याचं त्यांनी ओळखलं. कदाचित मी जवळ आल्याची जाणीव त्यांना झाली असावी. आम्ही एकमेकांना आलिंगन दिलं. ते बारीक आणि अशक्त झाल्याचं माझ्या लक्षात आलं, पण तरीही त्या मिठीत मला त्यांची ताकद जाणवली. मला त्यांना सोडवत नव्हतं.

"बाबा!" मी म्हणालो.

"दाऊद, तुझ्याबद्दल आम्ही बरंच काही ऐकत आहोत. तुला पाहून आम्हाला खूप आनंद होतोय. काल तुला काही बंडखोर दलांकडून त्रास झाला, असं कळलं."

डारफरची हीच गंमत आहे. तेथे प्रवास करायला रस्ते नाहीत, पण बातम्या मात्र वेगानं इकडून तिकडे पटकन पोहोचतात.

"चल, आमच्याबरोबर थोडा चहा घे –" मला तंबूकडे नेत बाबा म्हणाले. तिथं इतरही काही वृद्ध मंडळी बसली होती. ते सर्व माझे काका, मामा – आत्ये, मामे, चुलत भाऊ होते. मी त्यांना अनेक वर्षांत पाहिलं नव्हतं.

तंबूचा आतील दरवाजा उघडला आणि झगमगीत रंगीबेरंगी झगा घातलेली माझी बहीण आयशा आपल्या दोन मुलांचे हात धरून तिथं आली. मला पाहून ती हसली. तो आनंदाचा क्षण डोळ्यांत साठविण्यासाठी तिनं क्षणभर आपले डोळे मिटले.

"हा शहरी दाऊद आपल्याला भेटायला आला आहे!" ती म्हणाली. "तू तर आम्हा गाववाल्यांचा मान वाढवला आहेस." सर्व जण हसले. माझ्या सर्व बहिणींमध्ये आयशा खूप विनोदी स्वभावाची आहे.

मला भेटायला आलेल्या अनेक भावंडांनी आमचा तंबू गच्च भरून गेला. आपल्या कुटुंबातील इतके सर्व सदस्य भोवताली असणं, त्यांच्याशी गप्पा मारणं, हास्यविनोद करणं – हा फार मोठा आनंद मी अनुभवत होतो. जणू काही माझ्या सभोवतालचं जग पुन्हा एकदा 'जिवंत' झालं होतं. मी माझ्या वडिलांचा हात माझ्या हातात घट्ट धरला. माझी आई तिथून जवळच कुठेतरी होती आणि जिवंत होती. माझा भाऊ अहमद जवळच उंटांना पाणी पाजण्यासाठी गेला आहे, असं मला उगीचच वाटत होतं. माझ्या गावाच्या एके काळच्या रूपाचे छोटेखानी दर्शन त्या छोट्याशा तंबूतून होत होते.

एके काळी सुंदर गावांची दरी असलेलं ते माझं प्रिय जग जवळजवळ नाहीसंच झालं होतं. त्याचा हा शिल्लक राहिलेला भाग होता. आयशाने सर्वांसाठी गरमगरम मटण बनविलं. आम्ही सर्व जण छान जेवलो. फिलिप आमच्यासमवेत आमच्या कुटुंबाचा सदस्य असल्यासारखा बसला होता. त्याच्यामुळेच हे सर्व घडून आलं होतं; मग त्याला मी माझा भाऊ का मानू नये?

दूर राहणाऱ्या व्यक्तीला नेहमी शहाणं अन् हुशार का समजलं जातं, हे कळत नाही. तिथं विविध समस्यांबाबत उगीचच माझा सल्ला घेतला जात होता. एका तरुण मुलीनं वयस्क माणसाशी ठरलेल्या लग्नाला नकार दिला होता. तिनं विष पिऊन आत्महत्या करण्याचाही प्रयत्न केला होता. मी त्या सर्वांना समजावून सांगितलं की, तिचं त्या माणसाशी जबरदस्तीनं लग्न लावणं योग्य नाही. तसं झालं, तर ती मुलगी पुन्हा आत्महत्येचा प्रयत्न करेल. माझं म्हणणं सर्वांना पटलं. जुन्या प्रथा कोठेतरी शिथिल होत होत्या. ती 'ज्युलिएट' आता तिच्या प्रियकराशी लग्न करायला मुक्त झाली होती.

इतक्या वर्षांनी त्या रात्री प्रथमच मला गाढ झोप लागली. सन २००३ मध्ये माझ्या गावावर हल्ला झाला होता आणि हे वर्ष २००५ होतं. या दीर्घ काळात मला फारशी झोप मिळालीच नव्हती.

असं असलं, तरीही रात्री मला केव्हातरी जाग आली आणि मी बाहेर जाऊन काही वेळ चांदण्यांत उभा राहिलो. मी जागा झालो ते काही वाईट स्वप्नांमुळे

नव्हे, तर तेथील सुखामुळे आणि आनंदामुळे. आमचा पारंपरिक मसालेदार चहा आणि पुदिन्याच्या वासासारखेच ते सुखही माझ्या स्वप्नात आलं होतं. लहानपणी आम्ही अशा चांदण्या रात्री उशिरापर्यंत खेळ खेळायचो. आजचं चांदणंदेखील त्या रात्रीच्या चांदण्यासारखंच होतं, पण त्या वेळचे माझे सोबती मात्र काळानं ओढून नेले होते.

पुन्हा वाळूची वादळं येतील, ही राख आणि हे अवशेष त्या वाळूखाली काही वर्षांनी झाकले जातील आणि मग एक दिवस या प्रेमळ लोकांचं अस्तित्वच येथून नाहीसं होईल. शांत आणि शीतल चंद्रप्रकाशात न्हाऊन निघालेल्या त्या डोंगराला आम्ही देवाचा गाव म्हणत होतो आणि तो डोंगर आमच्या आशा-आकांक्षांचं प्रतीक होता, हे कोणाला कधी समजणारही नाही.

आम्ही तिघे – म्हणजे फिलिप, मी आणि आमचा ड्रायव्हर सुरक्षितपणे एकदाचे ॲबॅकला पोहोचलो, पण अगदी सहजपणे मात्र निश्चिंत नाही. त्याचं असं झालं –

अंधार होण्यापूर्वी सुदानमधून बाहेर पडणं आमच्या दृष्टीने महत्त्वाचं होतं. मी ड्रायव्हरला 'इकडे वळ', 'तिकडे वळ', 'त्या झाडाच्या बाजूनं चल', 'त्या वाडीच्या दिशेनं चल'– अशा सूचना देत होतो – पण आम्ही सुदानच्या धोकादायक हद्दीत आहोत, की चॅडच्या सुरक्षित सीमेच्या आत आहोत, हे त्याला कळत नव्हतं. आपले हात मधूनच हवेत उंचावून तो ओरडून मला विचारत होता, "चॅड? सुदान? चॅड?" फिलिपला त्या गोष्टीची गंमत वाटत होती. काही करून त्या रात्री ड्रायव्हरला धोका पत्करायचा नव्हता. मरायचं नव्हतं. थोड्या वेळाने खरोखरच एक गमतीशीर गोष्ट घडली. ब्रिटिश माणसांबरोबर काही काळ घालवला की विचित्र गोष्टीही गमतीशीर वाटू लागतात.

सूर्य जसा अस्ताला जाऊ लागला तसा आमचा ड्रायव्हर गाडीचा वेग वाढवू लागला. जिथं रस्तेच नाहीत, अशा ठिकाणी अपुऱ्या प्रकाशात गाडी चालविणं, ते ही वेगानं, निश्चितच योग्य नव्हतं. त्याला वेग कमी करायला सांगण्यासाठी मी पुढे वाकलो, पण मला एका क्षणाचा उशीरच झाला. वाळूतील एका खड्ड्यात आमची गाडी धाड्‌कन आदळली. अगदी वाईट रीतीने. फिलिप पुढे बसला होता, पण त्याने सीटबेल्ट लावला होता, त्यामुळे त्याला काही झालं नाही. ड्रायव्हरला जोरात झटका बसला, पण त्यालाही फारसं काही झालं नाही. मी गाडीच्या मागच्या भागात होतो आणि बेल्ट लावला नसल्यामुळे धक्का बसताच मी खाली डोकं आणि वर पाय अशा स्थितीत ड्रायव्हरवर जाऊन आदळलो. माझं नाक चांगलंच ठेचलं गेलं आणि त्यातून रक्तस्राव सुरू झाला. मी कसाबसा पुन्हा सरळ झालो. आम्ही तेव्हा सुदानी हद्दीत अगदी नको त्या ठिकाणी होतो. फिलिप माझ्या नाकाकडे बोट

दाखवत जोरानं हसू लागला. ते पाहून ड्रायव्हरही हसू लागला आणि शेवटी मीही. पण मला मात्र हसताना खूप वेदना होत होत्या.

एकदाचा ॲबॅककडे जाणारा रस्ता आम्हाला सापडला. फिलिपने ड्रायव्हरला रोख पैसे दिले. त्यानंतर काळा बाजार करणारे व्यापारी आणि माश्यांनी भरलेल्या वाटेतील एका बारमध्ये आम्ही शिरलो. दोन-तीन पेग पोटात गेल्यावर माझ्या नाकाच्या आणि मानेच्या वेदना थोड्या सह्य झाल्या.

आम्ही प्रवासात फक्त चांगल्या घटनांचीच चर्चा केली. माझ्या कुटुंबीयांशी माझी झालेली भेट ही अर्थातच एक चांगली घटना होती आणि फुरावियामध्ये घडलेली ती घटना...

फिलिपला एके ठिकाणी पाचशे पाऊंड क्षमतेच्या स्फोट न झालेल्या एका बॉम्बचा व्हिडिओ शूट करायचा होता. वाडीतील वाळूत तो बॉम्ब पडला होता. फिलिप अतिशय उतावीळपणे त्या बॉम्बजवळ गेला आणि कशात तरी पाय अडकल्यानं धाड्कन वाळूत कोसळला, तेही नेमका त्या बॉम्बवर. आता उठताना बॉम्बला हलकासा धक्का जरी लागला असता, तरी त्याचा स्फोट झाला असता. मी त्याच्याकडे पाहिलं. अशा परिस्थितीत एखाद्या इंग्रज माणसानं काय केलं असतं, असा विचार माझ्या मनात आला. मला खात्री आहे की, तो हसला असता, म्हणून मीही हसलो. त्याने अगदी हळू आवाजात मला उठायला मदत कर, असं सांगितलं. मी अर्थातच त्याला त्या संकटातून सोडविलं, पण 'तो' क्षण मात्र अगदी परमेश्वराच्या हातात होता.

"तुझ्याऐवजी जर मी त्या बॉम्बजवळ पडलो असतो, तर तू मला नक्कीच हसला असतास." काही वेळानं आम्ही एका बारमध्ये बसल्यावर मी त्याला म्हणालो.

"हो. जर त्या बॉम्बजवळ तू पडला असतास, तर नक्कीच मजा आली असती!" फिलिप म्हणाला.

दुसऱ्या दिवशी विमानानं फिलीप तिथून रवाना झाला. आता मला डारफरमध्ये येणाऱ्या धाडसी पत्रकारांच्या पुढच्या दलाची प्रतीक्षा होती.

त्यानंतर लवकरच मला बीबीसीकडून फोन आला. बीबीसी हे जगभर पसरलेलं एक मोठं प्रस्थ आहे. आफ्रिकेतील गरीब जनतेच्या दृष्टीने आणि विशेषकरून भूतपूर्व इंग्रज वसाहतीतील लोकांच्या दृष्टीने तरी बीबीसी ही एक फारच मोठी गोष्ट आहे. त्यांना चक्क माझी मदत हवी होती. बीबीसीला आणि माझी मदत! हे खरोखरच आश्चर्यकारक होतं.

त्या लोकांना भेटायची तयारी करण्यासाठी मी जमीनाला गेलो. तेथे सुरुवातीलाच काही अडचणी माझ्यासमोर उभ्या ठाकल्या. प्रेम आणि द्वेष या

परस्पर विरोधी भावनांनी युक्त असलेले चॅड आणि सुदान यांच्या राजकीय संबंधांचे रंग तेव्हा रोज बदलत होते. एक दिवस सुदानी सरकारचा पाठिंबा असलेल्या काही बंडखोर दलांनी सरळ चॅडमधील जमीना शहरावर आक्रमण केले. माझ्या छोट्याशा खोलीच्या बाहेरच रस्त्यावर होणाऱ्या रॉकेट्स आणि बॉम्बच्या स्फोटांच्या आवाजांनी मला जाग आली. लवकर जाग येण्यासाठी खरंतर एरवीही तिथे गजर वगैरे लावायची काही आवश्यकता नसते. पण त्या दिवशी मात्र अधिक प्रकर्षानं ते जाणवलं.

◆

जमीनामध्ये येणारी जाग

सुमारे साडेसात लाख लोकवस्ती असलेलं जमीना शहर चॅडची राजधानी असून ते कॅमेरून या राष्ट्राच्या सीमेला खेटून आहे. असं वाटतं की, जणू काही दारिद्र्यातून आपली सुटका व्हावी म्हणून नदीच्या पलीकडील तीरावर जाण्याकरता हे शहर योग्य संधीची जणू वाट पाहत आहे!

आठ कुटुंबे असलेल्या मातीच्या एका बसक्या इमारतीत मी माझ्यासाठी एक छोटीशी खोली घेतली होती, त्यामुळे मी हे ठामपणे म्हणू शकतो, की येथे प्रचंड उष्णतेनं तुम्हाला जाग येते. तुमच्या घराबाहेर खेळणाऱ्या मुलांच्या आवाजानं तुम्हाला जाग येते. बाजारपेठेच्या घाणेरड्या रस्त्यावरून उंटावर बसून जाणारे पुरुष आणि मुलांच्या एकमेकांना साद घालण्याच्या आवाजानंही तुम्हाला जाग येऊ शकते. तसा तो आवाज काही फारसा असह्य असतो, असं नाही. कारण फ्रेंच आणि अरबी भाषेच्या मिश्रणातून बनलेली येथील भाषा तशी मधुर आणि नादमय आहे.

येथील जुनाट आणि छोट्याशा मोटरसायकल्सचे आवाजही तुम्हाला झोपेतून जागे करतात. त्या फटफटींच्या धुराचा वास अगदी थेट तुमच्यापर्यंत पोहोचतो. डिझेल इंजिनाच्या पिवळ्या रंगाच्या प्यूजो टॅक्सी तेथील मातीच्या रस्त्यावर ये-जा करू लागतात, तेव्हा त्या खडखडाटाचा आवाज आणि धूर अगदी तुमच्या खोलीपर्यंत येतो. शहरातील स्त्रिया कपडे धुण्यासाठी भल्या सकाळीच नदीच्या दिशेनं जाऊ लागतात. त्या तुमच्या खिडकीजवळून जाताना त्यांच्या गप्पांचे आणि हसण्या-खिदळण्याचे आवाजही तुम्हाला ऐकू येतात. तेवढ्यात तुमचा आजचा कार्यक्रम काय आहे, अशी विचारणा करणाऱ्या एखाद्या मित्राचा मोबाईलवर फोन येतो.

बऱ्याच वेळा मागं-पुढं फिरणाऱ्या पंख्याच्या आवाजानं माझे डोळे उघडायचे. ते पंखे दाराबाहेर ठेवलेल्या गॅसवर चालणाऱ्या जनरेटरला जोडलेले असत. तिथे प्रत्येकाकडे अशाच प्रकारचे जनरेटर असतात. चॅडकडे खरे तर भरपूर खनिज तेल

आहे आणि त्यापासून मिळणारा भरपूर पैसाही; पण तेथील नागरिकांना वीज मिळते ती आठवड्यातून काही तासच.

सकाळच्या वेळेस फ्रेंच लढाऊ जेट विमाने तेथील विमानतळावरून खूप कमी उंचीवरून पण अतिशय वेगाने उड्डाण करतात. तुम्ही आळशी असाल आणि तुम्हाला रोज झोपेतून जागं करावं लागत असेल, तर त्या विमानांचा आवाज म्हणजे एक वरदानच आहे.

या शहराभोवताली सर्वत्र सपाट वाळवंट पसरलं आहे. त्यात क्वचितच काही ठिकाणी बाभूळ किंवा खजुराच्या उंच झाडांचे तुरळक हिरवे ठिपके आहेत. कधी कधी तुरळक पाऊस पडलाच, तर तिथं थोडंफार गवत उगवतं. तेथील स्त्रिया आपल्या कुटुंबातील लोकांचे रंगीबेरंगी कपडे धुऊन नदीकाठावर सर्वत्र वाळत घालतात; तेवढा एक भाग सोडला, तर तेथे सर्वत्र वाळूचा पिवळसर तपकिरी रंगच पसरलेला दिसतो. जमीना हे एक व्यापारी केंद्र आहे. त्यामुळे इथं सर्वत्र उंट, मेंढ्या, शेळ्या वगैरे जनावरं दिसतात. काही कुटुंबं नदीजवळ कापसाची लागवड करतात. लोगॉन आणि चॅरी या नद्यांत मासेमारी होते. चॅड सरोवरातही मासेमारी केली जाते. ते सरोवर एके काळी आफ्रिकेतील तिसऱ्या क्रमांकाचं सर्वांत मोठं सरोवर होतं, पण ते आता खूप वेगानं कोरडं पडू लागलं आहे. तिथे मिळणारे टिलापिया, कॅटफिश आणि सालगा जातीचे मासे गावातील बाजारात विकले जातात. तेथील स्त्रिया ते मासे तळून उघड्यावरच चालणाऱ्या बारमध्ये विकतात. मासे तळल्यावर येणारा तो धुरकट-मातकट वास मला वाटतं, जमीनामधील अतिशय सुंदर वासांपैकी एक आहे.

तेथील बहुतेक स्त्रिया भडक रंगाचे घोळदार कपडे वापरतात. काही जणींच्या अंगावर फडफडणारे बुरखे असतात. पुरुषांचा पेहराव म्हणजे पांढरे पारंपरिक झगे आणि डोक्यावर सैलसर फेटे किंवा घट्ट बसणाऱ्या टोप्या. पण बहुतांश लोक हल्ली पाश्चिमात्य पद्धतीचे फिकट तपकिरी शर्ट आणि स्लॅक्स वापरतात. तेथील बहुतेक पुरुष उंचेपुरे आहेत (माझी उंचीही चांगली सहा फूट आहे), पण त्यांची अंगयष्टी मात्र बारीकच म्हणावी लागेल. हा बारीकपणा काहीसा त्यांच्या काबाडकष्टामुळे आणि भरपूर चालण्यामुळे आला असला तरी तेथील दारिद्र्यामुळे घ्याव्या लागणाऱ्या निकृष्ट आहाराचाही तो परिणाम आहे.

जमीनामधील मातीच्या रस्त्यावरून तुम्ही फेरफटका मारलात, तर रस्त्याच्या दोन्ही बाजूंना तुम्हाला जुन्या पद्धतीची घरे आणि मसालेदार कबाबच्या धुरानं भरलेले छोटे-छोटे स्टॉल्स दिसतील. तुम्ही तसेच पुढे चालत राहिलात, तर अचानक तुमच्या दृष्टीला एखाद्या चार तारांकित हॉटेलचे प्रवेशद्वार पडेल. चॅडमध्ये खजिन तेलाच्या प्रचंड विहिरी आहेत आणि त्यामुळे तेथे येणाऱ्या श्रीमंतांसाठी आलिशान

हॉटेल्सही आहेत. हे श्रीमंत लोक आपले पैसे लगेच वसूल करण्यासाठी जमीनामध्ये येतात. मी बीबीसीच्या लोकांना भेटण्यासाठी अशाच एका हॉटेलमध्ये जाणार होतो. पण त्या दिवशी सकाळी मला अनपेक्षितरीत्या जाग आली आणि तो दिवसदेखील माझ्या दृष्टीनं अनपेक्षित असाच होता.

पहाटे साडेतीनच्या सुमारास काहीतरी गडबड सुरू झाली. रॉकेट्स, तोफा आणि मशिनगन्सचे प्रचंड आवाज येऊ लागले. काही बंडखोर दलांचे सैनिक (एका अर्थी सुदानी सरकारचे हस्तकच) शहराच्या पूर्व, दक्षिण आणि उत्तर – अशा तीन दिशांनी आत घुसले. हल्ल्याचा प्रतिकार करण्यासाठी चॅड लष्कराच्या हेलिकॉप्टर्सनी आकाशात घिरट्या घालायला सुरुवात केली. नागरिकांना इजा होणार नाही, अशी काळजी घेत त्यांनी गोळीबार सुरू केला.

साधारण साडेपाच वाजता माझी सहनशक्ती संपली आणि मी बाहेरच्या बाजूस जाऊन उभा राहिलो. मी माझ्या गादीवर झोपलो असताना चुकून लागलेल्या गोळीनं मला मरायचं नव्हतं. मला वाटलं की, मरायचंच असेल तर काय चाललं आहे ते पाहत रस्त्यावर उभं राहून मरावं!

चॅड लष्कराच्या लँडक्रूझर गाड्या आणि बंडखोर दलांचे ट्रक्स यांच्या रहदारीनं सर्व रस्ते व्यापले होते. जेमतेम चौदा वर्षांचे ते बंडखोर सैनिक ट्रकमधून उड्या मारून जवळच्या घरात आश्रय घेत होते आणि तेथील लोकांकडे साध्या कपड्यांची मागणी करत होते, कारण त्यांना सामान्य नागरिकांमध्ये मिसळून लपून राहायचे होते. त्या मुलांना जबरदस्तीने सैनिक बनविलं गेलं होतं आणि त्यांना अमली पदार्थ देऊन लढायला पाठविण्यात आलं होतं. त्यातील काही जण हुशारीनं निसटून जाण्यात यशस्वी होत होते आणि सर्व जण त्यांना मदतही करत होते.

कोवळ्या, पोरसवदा सैनिकांनी भरलेल्या ट्रक्सवर रॉकेट्स आणि बॉम्बगोळे येऊन आदळत होते. मृत आणि जखमी सैनिकांनी रस्ते भरून गेले होते. मी तेथून जवळच असलेल्या एका मित्राच्या घरी गेलो. गोळीबार करत ते लोक ट्रक्समधून माझ्या बाजूनंच जात होते, पण माझ्यावर गोळीबार झाला नाही; कारण ते सैनिक आपापसातच लढत होते, लोकांशी नव्हे. तरीही दुर्दैवानं मला एखादी गोळी लागू शकली असती.

चॅड लष्करातील अनेकांशी परिचय असलेल्या माझ्या त्या मित्राला लष्करातील अनेकांचे फोन येऊ लागले. 'अमुक व्यक्ती जखमी होऊन अमुक ठिकाणी पडली आहे', 'तमुक व्यक्ती आणखी एखाद्या ठिकाणी जखमी आहे', 'तुम्ही आम्हाला हॉस्पिटलात घेऊन जाल का?' वगैरे.

मग आम्ही गोळ्या चुकवत आमच्या इतर मित्रांच्या मदतीने धावपळ करीत अनेक लोकांना हॉस्पिटल्समध्ये पोहोचविलं. लवकरच ती हॉस्पिटल्स रुग्णांनी

भरून गेली; पण तिथल्या लोकांनी प्रत्येक जखमीला मदत करण्याचा आटोकाट प्रयत्न केला, हे खरंच आश्चर्यकारक होतं. दुपारपर्यंत सर्व बंडखोर एक तर मारले गेले होते किंवा त्यांना पकडण्यात आलं होतं. काही थोडे लोक पळून जाण्यात यशस्वी झाले होते. पकडले गेलेल्यांमध्ये सुमारे अडीचशे तरुण मुलं होती. त्यांना मृत्युदंडाची शिक्षा देण्याऐवजी सरळ शाळेत पाठविलं तर किती बरं होईल, असा विचार माझ्या मनात आला आणि तसंच घडलं असेल, अशी आशा मी मनात बाळगली.

शहरातील दोन हॉस्पिटल्समध्ये मिळून सुमारे चारशे जखमी तुकड्या भरती झाल्या होत्या. संध्याकाळी राष्ट्राध्यक्ष डेबी यांनी हॉस्पिटलला भेट दिली. तिथं लोक जोरजोरात किंचाळत होते, सर्वत्र रक्त वाहत होते. अगदी धैर्यवान डॉक्टर्स आणि नर्सेसनाही सहन होणार नाहीत असे तेथील वास आणि आवाज होते. त्या सर्व गोंधळात आमचे कोणी मित्र आहेत का, ते आम्ही पाहत होतो. अनेक लोक त्या धुमश्चक्रीत मारले गेले होते, पण दोन-तीन दिवसांनी परिस्थिती सुधारली. शहरातील लोक हळूहळू बाजारपेठेकडे वळू लागले आणि उघड्या बारमध्ये बसून घडलेल्या घटनेवर चर्चा करू लागले.

मेगॅनने न्यूयॉर्कहून आणि फिलिपने लंडनहून मला फोन केला. इतर अनेकांचेही निरनिराळ्या ठिकाणाहून फोन आले.

"हो, मी ठीक आहे." मी सर्वांना सांगितले.

कैद्यांच्या मुलाखती घेण्यासाठी आणि हल्ल्याच्या धक्क्यातून शहर सावरलं आहे की नाही, हे जाणून घेण्यासाठी आलेल्या बीबीसीच्या टीमचं आगमन अगदी वेळेतच झालं होतं, म्हणायचं!

◆

विचित्र जंगल

जमीनामधील घटनांची माहिती घेऊन बीबीसीच्या पथकाला निर्वासित छावण्यांना भेट द्यायची होती आणि त्यानंतर डारफरमध्ये प्रवेश करावयाचा होता.

एखाद्या देशातील घटनांची माहिती घेण्यासाठी त्यांनी आपल्याबरोबर आणलेले मोठमोठे कॅमेरे आणि इतर बरीच यंत्रसामग्री मला वाजवीपेक्षा खूप जास्त वाटली.

ते सर्व जण ॲबॅकपर्यंत विमानाने जाऊन पुढील प्रवास रस्त्यानं माझ्याबरोबर करणार होते. या भागात छोट्या-छोट्या टोळक्यांत फिरणारे लुटारू त्यांचे ते महागडे कॅमेरे, मायक्रोफोन्स आणि रेकार्डिंगची यंत्रं वगैरे सामान लुटून नेतील – अशी भीती मला वाटत होती. म्हणून आमच्या प्रवासाच्या वेळा आणि मार्ग याबद्दल जास्तीत जास्त गुप्तता राखायचा प्रयत्न मी करत होतो.

जमीनाहून सुटणाऱ्या ट्रकमधील प्रवाशांना मी यंत्रसामग्री ठेवलेल्या पेट्या त्यांच्या सीटखाली ठेवून घेण्याची विनंती केली. लुटारू आलेच, तर त्यांना ते सामान स्थानिक प्रवाशांचेच आहे असे वाटावे, हा त्यामागे उद्देश होता. प्रत्येकी एक डॉलरच्या मोबदल्यात तसं करण्यास त्यांनी आनंदानं संमती दिली.

आकाराने रोज वाढत जाणाऱ्या निर्वासित छावण्यांमधील लोकांच्या मुलाखती घेऊन झाल्यावर मी माझ्या रिवाजाप्रमाणे पुढच्या प्रवासाकरिता लष्कराच्या कमांडरकडून आवश्यक माहिती मिळविली आणि नंतरच आम्ही सीमा पार केली. तुम्हाला असं वाटेल की, डारफरमधील बहुतेक लोक एव्हाना चॅडमधील छावण्यांत पोहोचले असतील किंवा मृत झाले असतील; पण डारफर आकाराने प्रचंड आहे. संहार आणि बेचिराख या दोहोंच्या तडाख्यातून वाचलेली अनेक गावं अजूनही डारफरच्या अंतर्भागात दडली आहेत. अर्थात, ही गावं किती दिवस दडलेली राहतील, ते सांगणं मात्र कठीणच आहे. आपली गावं सोडून जाणाऱ्या लोकांचे प्रचंड लोंढे आम्हाला सर्वत्र भेटत होते.

चहू बाजूंस दाट जंगल असलेल्या एका गावातील लोकांनी आपले संरक्षण करण्यासाठी उंच झाडावर मचाणे बांधून तिथे तात्पुरता मोर्चा बांधला होता. त्यांच्याकडे बंदुकाही होत्या. पण त्या सर्वांना गोळ्या घालून मारण्यात आले होते. ती घटना घडूनही तीन दिवस उलटून गेले होते. उन्हाळ्याचे दिवस होते. त्या दमट हवामानात भर दुपारी झाडात अडकलेले त्यांचे मृतदेह धडाधड जमिनीवर कोसळत होते. माझ्याजवळच एकाचा पाय येऊन पडला आणि तेथून थोड्याच अंतरावर धडापासून वेगळं झालेलं कोणाचं तरी मुंडकं जमिनीवर आदळलं. मृतदेह कुजल्यामुळे येणारी दुर्गंधी एखाद्या विषारी वायूसारखी सर्वत्र पसरली होती आणि त्यामुळे आमचे डोळे चुरचुरत होते. तरीदेखील असं म्हणावं लागेल की, त्यानंतर जे भयाण दृश्य आमच्या दृष्टोत्पत्तीस पडलं, त्याची केवळ एक छोटीशी झलक या सुरुवातीच्या दृश्यानं आम्हाला दाखवली होती.

तेथून थोड्याच अंतरावर एक्क्याऐंशी पुरुषांचे आणि मुलांचे मृतदेह अस्ताव्यस्त पसरले होते. त्या सर्वांना भोसकून मारण्यात आलं होतं आणि त्यानंतर त्यांच्या देहांचे तुकडे-तुकडे करण्यात आले होते.

हे बातमीदारसुद्धा माणसंच असतात. त्यांच्यातील मानवतेचं दर्शन अनेक वेळा घडतं. अशी भयानक दृश्यं पाहून ते आपले अश्रू न लपविता रडतात. काही वेळा गुडघ्यावर बसून, आपला चेहरा हातांनी झाकून घेऊन डोकं जमिनीवर टेकवतात. काही जण मोठ्या आवाजात प्रार्थना करतात. उघड्यावर पडलेल्या एखाद्या लहान पोराच्या मृत शरीरावर कोणी मूठभर माती टाकतो. मृत्यूनंतरही ज्यांच्या चेहऱ्यावर अजून भीती स्पष्ट दिसते आहे आणि ज्यांचे डोळे आणि तोंड अजून उघडेच आहे, अशा अवस्थेत पडलेल्या मृतदेहांच्या चेहऱ्यावर कापड टाकून ते झाकायचा प्रयत्नही कोणीतरी करतो. उघड्यावर पडलेल्या प्रेतांचे दफन करण्यासही अनेक जण मदतीला येतात. बीबीसीच्या दलाबरोबर केलेल्या प्रवासात आम्ही अशा अनेक शरीरांचं दफन केलं. पण हे एक्क्याऐंशी मृतदेह म्हणजे सर्वांसाठीच एक भयानक अनुभव होता.

जीव जाऊन खूप वेळ झालेल्या अशा मृतदेहांजवळ जाताना अनेकांना उलटी होत होती. थांबवायचा कितीही प्रयत्न केला तरी उलट्या होत होत्या.

एव्हाना उलट्या होऊन होऊन पोटात काहीच उरलेलं नसतं. तरीही प्रत्येक वेळेस पुढचं प्रेत दिसलं, की शरीर आणि मन साऱ्या भावना ओकून टाकायचा प्रयत्न करत राहतं. आयुष्याची ही शोकांतिका पाहून मन विषण्ण, सुन्न होतं. एखादा जरी जीव अकाली, अनाठायी गेला तर आपण हळहळतो. मग इथे तर कुणाच्या तरी हव्यासापायी एक्क्याऐंशी जण निष्कारणच बळी पडलेले होते. ते पाहून मन, शरीर, अश्रू आणि शब्ददेखील थिजतात....

लवकरच बीसीसीच्या टीममधील अनेकांना चॅडमध्ये परत जावं लागलं. त्यांनी जी दृश्यं पाहिली, जे वास अनुभवले आणि त्यांना जे काही कळलं – त्या धक्क्यातून सावरण्यासाठी त्यांना तीन दिवस हॉस्पिटलमध्ये राहावं लागलं. त्या भयानक अनुभवाचं वर्णन करायला 'अमानुष' हा एकमेव शब्द योग्य आहे.

◆

सहावी फेरी

मी करत असलेल्या कामात आता एक बऱ्यापैकी लय आली होती. बातमीदार मला फोन करत, मी विविध दलांच्या कमांडर्सकडून एकंदर परिस्थितीची माहिती घेई आणि त्या आधारे आम्ही आमच्या प्रवासाला सुरुवात करीत असू.

माझ्याकडे आलेला पुढचा पत्रकार अमेरिकेतील न्यू मेक्सिको येथील होता. त्यानं मला काही महिन्यांपूर्वी फोन केला होता आणि आता तो माझी वाट पाहत होता.

पॉल सॅलोपेक हा किडकिडीत अंगयष्टीचा माणूस त्रेचाळीस वर्षांचा होता. त्याच्या पहिल्या भेटीसाठी मी जमीनामधील 'ला मेरिडियन' या महागड्या हॉटेलात प्रवेश केला. तेथील भव्य लॉबीत बसायला आरामदायी खुर्च्या आहेत. सर्वत्र जाड गालिचे पसरले आहेत आणि आफ्रिकन कलाकृतींनी भिंती सजल्या आहेत. चॅड आणि कॅमेरून या देशांची सीमा असलेली नदी हॉटेलच्या मागच्या बाजूने वाहते. खोल्यांना असलेल्या मोठमोठ्या खिडक्यांमधून ती पाहता येते.

भरपूर वर्दळ असलेल्या लॉबीतील रिसेप्शन डेस्कवर मी पॉलची चौकशी केली. जवळच बसलेल्या पॉलने ते ऐकले आणि तो स्वत:हूनच तिथं आला. त्यानं स्वत:चा परिचय करून दिला. त्यानंतर लॉबीतील एका शांत कोपऱ्यात बसून आम्ही चर्चा केली आणि आमच्या प्रवासाचा आराखडा तयार केला. त्याला 'नॅशनल जिऑग्राफिक'कडून या कामासाठी नियुक्त करण्यात आले होते. पण, निर्वासित छावण्यांना भेटी देण्यासाठी तसा त्याच्याकडे मर्यादितच वेळ होता.

आम्ही ॲबॅकपर्यंत विमानाने जाणार होतो. तेथे पॉल काही स्वयंसेवी संघटनांच्या प्रतिनिधींना भेटणार होता. तोपर्यंत मी तेथील मुख्य बाजारपेठेत जाऊन गाडी आणि ड्रायव्हरची व्यवस्था करायची, असं ठरलं.

ॲबॅकच्या मध्यवर्ती बाजारात हजारो स्टॉल्स आहेत. त्यांची पत्र्याची छतं एकमेकांना जोडली गेली आहेत. त्यामुळे शहराच्या मध्यावर असलेला हा भाग

पत्र्याच्या एका प्रचंड आकाराच्या झाकणाने झाकल्यासारखा दिसतो. पत्र्याच्या त्या भल्या मोठ्या चक्रव्यूहाच्या दक्षिणेला तीसएक पिवळ्या रंगाच्या टॅक्सी उभ्या असतात. विविध दिशांना जाणाऱ्या टॅक्सी किंवा भाड्याने घेता येण्यासारख्या पांढऱ्या रंगाच्या लँडक्रूझर गाड्याही तिथेच उभ्या असतात.

मी त्या गाड्यांच्या गर्दीत शिरलो. एक चांगली गाडी आणि एका बऱ्यापैकी हुशार ड्रायव्हरच्या शोधात मी होतो. मी त्याच्याबरोबर भाडं ठरवून घेतलं. वाटेत काही आवश्यक सामग्री खरेदी करून मी स्वयंसेवी संघटनेच्या कार्यालयात गेलो आणि तिथून पॉलला गाडीत घेतलं. मुसळधार पावसातच आम्ही निर्वासित छावण्यांकडे जायला निघालो. वाड्यांमध्ये खोलवर साठलेल्या पाण्यामुळे आम्हाला प्रवास करणं कठीण जात होतं.

येथील बहुतेक लँडक्रूझर गाड्यांना समोरील काचेच्या बाजूला एक मोठी नळी लावलेली असते. प्रसंगी गाडी खोलगट भागातील पाण्यातून जात असताना इंजिनला पुरेशी हवा मिळावी, म्हणून अशी व्यवस्था केलेली असते. एखाद्या नाल्यातून जर असं एखादं वाहन जात असेल, तर काही वेळेला तुम्हाला अशा प्रकारे जोडलेली नळी किंवा गाडीचे फक्त छतच दिसतं किंवा पाण्यातून बाहेर आलेला रेडिओचा अँटेना. तुम्ही अशा गाडीतून प्रवास करत असाल, तर तुम्हाला खिडकीच्या काचा घट्ट बंद कराव्या लागतात. त्यामुळे तुम्हाला पोहता येत नसेल तर खिडकीच्या वरच्या भागापर्यंत आलेलं पाणी पाहून तुम्हाला काळजी वाटणार नाही.

आफ्रिकेत वापरल्या जाणाऱ्या लँडक्रूझर गाड्या इतर ठिकाणच्या गाड्यांपेक्षा आकाराने काहीशा मोठ्या आणि वजनदार आहेत. त्यांतील काही खूप जुन्याही आहेत. आम्ही घेतलेली लँडक्रूझरही काहीशी जुनी, पण चांगल्या स्थितीतील होती. पॉलला खोल पाण्याची भीती नव्हती आणि तसा काही अवघड प्रसंग आलाच तर ज्यांना पोहता येत नाही, अशा लोकांच्या सुरक्षिततेसाठी गाडीच्या काचा बंद करून घ्यायला मी सज्ज होतोच.

अंधार पडल्यावर इथल्या रस्त्यावरून प्रवास करणं फारसं सुरक्षित नसतं. एक तर इथे रस्तेच नाहीत आणि दुसरं म्हणजे सिंह, इतर जंगली श्वापदे आणि लुटारू रात्री आपापली शिकार शोधतच असतात. म्हणून मी पॉलला सुचविलं की, आपण एखाद्या गावात मुक्काम करणं योग्य होईल. त्यासाठी एखादं गाव शोधायला हवं. त्याप्रमाणे आम्ही एका झंघावा वस्तीत मुक्कामासाठी थांबलो. तेथील शेख माझा मित्रच निघाला. बोकडाचं मटण आणि रोटी असं जेवण घेऊन आम्ही त्याच्या घराबाहेरील आवारात बसलो. एव्हाना पाऊस थांबला होता. शेखच्या माणसांनी तेथे प्लॅस्टिकवर चटया आणि रजया अंथरून ठेवल्या होत्या. आकाशातील ताऱ्यांकडे

बघत-बघतच मला झोप लागली. अशी सहज झोप येणं खरंच किती छान असतं.

तिथं मला स्वप्न पडलं. त्यात मी माझ्या सर्वांत मोठ्या भावाबरोबर होतो. खरं तर माझ्यापेक्षा वीस-एक वर्षांनी मोठा असलेला तो माझा भाऊ केव्हाच स्वर्गवासी झाला होता. बहुधा एका सुसरीच्या हल्ल्यात नाईल नदीत त्याचा मृत्यू झाला होता. स्वप्नात मी एका वाडीत, म्हणजे पाणी असलेल्या दरीसारख्या खोलगट भागात पडलो होतो आणि स्वत:च डोकं पाण्याबाहेर ठेवण्याचा आटोकाट प्रयत्न करत होतो. माझा भाऊ मला मोठ्याने हाका मारत होता आणि आपल्या लांब हातांनी पोहत माझ्यापर्यंत पोहोचण्याचा प्रयत्न करत होता. एखाद्या दोरखंडाने बांधून घातल्याप्रमाणे मी त्या चिखलामध्ये अडकून बसलो होतो. किनाऱ्यापासून आणि माझ्या भावापासून दूर-दूर ओढला जात होतो. मला जाग आली. मध्यरात्र झाली होती. भीतीने मी माझ्या बिछान्याच्या बाजूला अंथरलेलं प्लॅस्टिकचं कव्हर हातात घट्ट पकडून ठेवलं होतं. नंतर बराच वेळ मला झोप येईना. आकाशातील ताऱ्यांकडे पाहत मी तसाच पडून राहिलो.

पहाटे भुकेली गाढवं, कोंबड्या, शेळ्या-मेंढ्या यांच्या सामूहिक आवाजाने मला जाग आली. आणखी एका लांबलचक दिवसाची त्यांना प्रतीक्षा होती. नाश्त्यानंतर कोरा हिरवा चहा पिताना मी पॉलला म्हणालो की, आदल्या दिवशीच्या पावसामुळे परिस्थिती जरा गंभीर आहे. वाड्या पुन्हा कोरड्या होईपर्यंत आपण ॲबॅकला परत गेलो तर बरं होईल. पण तो म्हणाला की, मोजक्या दिवसांत त्याला बरंच काम उरकायचं आहे, म्हणून मी जायला तयार झालो. आम्ही शेख आणि त्याच्या कुटुंबीयांचे आभार मानले आणि पहाटेच्या पक्ष्यांच्या चिवचिवाटात पुढच्या प्रवासाला निघालो.

आम्ही थोडंसं अंतर कापलं आणि एका वाडीनं आमचा रस्ता अडवला रोंऽऽ रोंऽ करत वेगानं वाहणाऱ्या पाण्याच्या मातकट लाल प्रवाहानं ती वाडी गिळंकृत केली होती. एरवी तो नाला ओलांडणं कठीण नव्हतं, पण पूर आल्यानं पाण्याची पातळी वाढली होती आणि प्रवाहाचा वेगही खूप होता. अशा परिस्थितीत आमच्या वजनदार गाडीवर आणि तिला हवेसाठी जोडलेल्या नळीवर पूर्ण विश्वास टाकणं चुकीचं होतं. वाडीच्या दुसऱ्या किनाऱ्यावर चॅड लष्कराचे सैनिक होते. झाडांच्या साह्याने पन्नास यार्डांच्या अंतरावर दोन्ही किनारे जोडण्यासाठी त्यांनी एक मोठा प्लॅस्टिकचा दोरखंड बांधला होता. तो पुराच्या पाण्याने वर-खाली होत होता. पलीकडील सैनिक खुणावून आम्हाला तिकडे या, असं सांगत होते. ती वाडी ओलांडण्यासाठी प्लॅस्टिकचा दोर घट्ट पकडून त्याच्या आधारेच पलीकडं जावं लागणार होतं. "चल, आपण जाऊ या तिकडे –" पॉल थोडासा बिचकतच म्हणाला. मी मात्र बघ्याची भूमिका घेणं पसंत केलं.

वाडीच्या दोन्ही बाजूंस वाहनांमधून आलेले आणि पायी प्रवास करणारे लोक अडकून पडले होते. तिथंच थांबून राहिले होते. रंगीबेरंगी प्लॅस्टिक आणि कापडाची गाठोडी घेऊन स्त्रिया आणि पुरुष वाडी ओलांडण्याची जोखीम घ्यावी की नाही याचा विचार करत होते. काही लोकांना पर्यायच नव्हता. त्यांची धडपड आम्हाला दिसत होती. अत्यंत परिश्रमपूर्वक ते दोरखंडाच्या साह्यानं वाडी पार करत होते. त्यांची शरीरं त्या दोरखंडावर अशी उसळत होती, जणू वाऱ्याने फडफडणारा झेंडाच. दोरखंडाच्या आधारासाठी बांधलेल्या एकापुढे एक असलेल्या गाठी गच्च पकडत जीव मुठीत घेऊन ते स्वत:ला त्या प्रवाहातून कसेबसे बाहेर काढत होते.

खरं सांगायचं, तर मुसळधार पावसात पूर आलेल्या अशा वाड्या पार करताना दर वर्षी अनेक लोकांचा मृत्यू होतो.

प्रश्न असा होता, की आम्ही पलीकडच्या तीरावर जायचं ठरविलं तर गाडी आणि ड्रायव्हर यांचं काय करायचं? शेवटी आम्ही ठरविलं की, ड्रायव्हरनं गाडी घेऊन परत अॅबॅकला जायचं आणि आम्ही चॅडचे सैनिक पुरवत असलेल्या सेवेचा फायदा घेऊन वाडी पार करून चॅडमधील टाईन या गावात जायचं. पॉलला ही कल्पना आवडली.

थोडेफार इंग्रजी येणारे माझे काही मित्र टाईनमध्ये असल्याचं मला आठवलं. म्हणून मी पॉलला सुचविलं की, त्यानं एकट्यानंच टाईनमध्ये जाऊन त्या मित्रांना भेटावं आणि मी गाडीसोबत अॅबॅकला परत जावं. अर्थात, पाण्याबद्दल वाटणाऱ्या प्रचंड भीतीमुळे मी अशी कल्पना लढवत आहे, याची मला पूर्ण जाणीव होती. पॉलनं माझ्याकडं रोखून पाहिलं. "सुलेमान, आपल्याला आपलं काम करायचं आहे." एवढंच तो म्हणाला. तो मला सुलेमान म्हणूनच ओळखत होता.

त्याने स्वत: प्रथम वाडी पार करण्याची तयारी दाखविली. आपली चड्डी वगळता अंगावरचे सर्व कपडे उतरवून तो सरळ पाण्यात उतरला. त्याचा सॅटेलाईट फोन, मोबाईल फोन, कॅमेरा आणि कपडे त्यानं एका प्लॅस्टिकमध्ये बांधले. त्याच्याबरोबर पाण्यात उतरलेल्या स्थानिक दणकट लोकांनी पॉलचं ते प्लॅस्टिक गाठोडं वाडीपार करायची जबाबदारी स्वीकारली. दोरखंड पकडणारे त्याचे हात पाहून त्याची ताकद लक्षात येत होती, पण तरीही ते दिव्य पार करणं त्याला कठीण जात होतं.

एकदाचा तो पलीकडे जाऊन पोहोचला. आपले हात उंचावून त्यानं सर्व काही ठीक असल्याचा इशारा केला. आता माझी पाळी होती. आपण ही जोखीम उचलायची की नाही याचा मी पुन्हा विचार करू लागलो.

"तुला नक्कीच जमेल, सुलेमान, दोर घट्ट पकड आणि पुढे सरकत राहा –" तो मला ओरडून सांगत होता. वेगानं वाहणाऱ्या पुराच्या पाण्याचा जोरात आवाज येत होता.

मी स्वीकारलेलं काम हेच माझं प्रारब्ध होतं. शेवटी सर्व काही देवाच्या हातात होतं. माझा फोन आणि कॅमेरा पलीकडं घेऊन जायला मला कोणी भेटलं नाही. म्हणून ते सामान मी एका कापडात गुंडाळलं आणि ते बोचकं माझ्या गळ्यात अडकविलं. परिणामी, पाणी मला दोरखंडापासून अधिकाधिक दूर ढकलू लागलं. वाडीतील पाणी उबदार असेल, असं मला वाटत होतं; पण प्रत्यक्षात ते खूपच थंड होतं. दोरखंड घट्ट पकडून ठेवणं, हे खूप अवघड काम होतं. पुढे सरकण्यासाठी एका हाताने दोर घट्ट पकडून आणि दुसरा हात पूर्ण सोडून पुढचा आधार पकडावा लागत होता. अक्षरश: इंचा-इंचाने मी पुढे सरकत होतो. हाताची कातडी सोलवटली जात होती. बेभान वाहणाऱ्या त्या पाण्याचा माझ्या शरीरावर असह्य ताण आला होता. रात्रीच्या स्वप्नाची मला आठवण झाली. माझा भाऊ मला मदत करत आहे, अशी भावना माझ्या मनात निर्माण झाली. स्वप्नात जरी मला वाचविण्यासाठी सरसावलेले माझ्या भावाचे हात माझ्यापर्यंत पोहोचू शकले नव्हते, तरी आज या अशक्यप्राय स्थितीत तेच हात मला मदत करत आहेत, असं मला वाटलं. ते हात मला तिथून बाहेर पडण्याची शक्ती देत होते. माझा कॅमेरा आणि फोन पूर्णपणे भिजून गेला होता. पलीकडे पॉल उभा होता आणि मला ओरडून प्रोत्साहन देत होता – "सरकत राहा, सरकत राहा... तुला जमतंय!"

रक्ताळलेल्या हातांनी शेवटी मी एकदाचा वाडीपार झालो. माझ्या मोठ्या भावाला अशाच परिस्थितीत नियतीने आमच्यापासून हिरावून नेले होते. मी मात्र आज संकटातून वाचलो होतो. मला उगीचच वाटत होतं की, तो त्या पाण्यात कुठेतरी तरंगतोय आणि आपले लांबलचक हात उंचावून मला निरोप देतोय.

◆

चोवीस तासांत काय बदलणार?

अंगावरील कपडे वाळल्यावर लष्कराच्या एका वाहनातून आम्ही टाईनला गेलो आणि तिथे पोहोचल्यावर आम्ही थेट तेथील सुलतानाचं घर गाठलं. यापूर्वीही बऱ्याच वेळा पत्रकारांना घेऊन तिथं गेल्यामुळे माझा त्याच्याशी परिचय होता.

चहा घेऊन थोडसं ताजंतवानं झाल्यावर सुलतान आम्हाला तिथल्या बाजारपेठेत घेऊन गेला. ऑरे कॅसोनी (Oure Cassoni) निर्वासित छावणीकडे जाण्यासाठी आम्ही एक गाडी ड्रायव्हरसह भाड्याने घेतली. ती छावणी बहाईजवळ, म्हणजे साधारण एका तासाच्या अंतरावर होती. पत्रकार त्या छावणीला 'ओलेग कॅसिनी' (Oleg Cassini) असे म्हणतात.

आम्ही तिथे पोहोचलो; तेच मुळी जोरदार वाऱ्याच्या तडाख्यानं तिथल्या लोकांची आणि त्यांच्या तात्पुरत्या छावण्यांची धूळधाण उडल्यानंतर. सुदानी सरकार आणि तेथील एक बंडखोर दल यांच्यात काही महिन्यांपूर्वी एक शांतता करार झाला होता, त्याबद्दल तेथील निर्वासितांच्या काय प्रतिक्रिया आहेत, हे पॉलला जाणून घ्यायचं होतं. चाललेला हिंसाचार त्या करारामुळे अधिकच वाढेल, असं बहुतेकांना वाटत होतं. खरं सांगायचं तर, त्यामागं सरकारचा उद्देशही तोच होता आणि ते सर्वांना पक्कं ठाऊक होतं.

सुदानी सरकारला जर खरोखरच शांतता प्रस्थापित व्हावी असं वाटत असेल, तर त्यानं लोकांना संरक्षण दिलं पाहिजे. जर सरकारच आपल्या लोकांवर आक्रमण करत असेल किंवा इतरांना तसं करायला भाग पाडत असेल, तर लोक विरोध करत राहतील आणि सरकारविरोधी नवनवीन सशस्त्र दलांना सामील होत राहतील. सर्वांच्याच दृष्टानं ही बाब अगदी स्पष्ट होती.

त्यातल्या त्यात स्वतंत्र विचार करणाऱ्या दहा-एक निर्वासितांशी गप्पा मारत आम्ही एका मोठ्या झाडाखाली पायावर पाय टाकून विसावलो. शांतता करार

झाल्यापासून काय काय घडलं याचं वर्णन त्यांनी केलं. आणखी अनेक गावं भस्मसात करण्यात आली होती, अनेक लोकांना मारण्यात आलं होतं, असंख्य स्त्रिया आणि मुलींवर बलात्कार झाले होते. परिस्थिती पूर्वीपेक्षा अधिकच बिघडली होती, कारण अनेक ठिकाणी गावांतील लोकांना अजिबात संरक्षण मिळत नव्हतं. काही समंजस विस्थापितांनी असं सुचविलं की, पॉलनं त्या शांतता करारात सहभागी झालेल्या आणि न झालेल्या काही बंडखोरांशी चर्चा करावी, पण ते शक्य नव्हतं. कारण करार मान्य असलेले बंडखोर आता सरकारचे आदेश पाळत होते आणि त्यात एक आदेश असाही होता की, बाहेरील पत्रकारांना सुदानमध्ये प्रवेश दिला जाऊ नये. इतकंच नव्हे, तर जो कुणी (माझ्यासारखा) अशा लोकांना घेऊन सुदानमध्ये येईल, त्याला अटक करावी किंवा सरळ गोळ्या घालाव्यात. मात्र, त्या करारावर सह्या न केलेले काही बंडखोर आसपास होते. तिथवर कसं पोचायचं, हे आम्हाला सांगण्यात आलं.

पॉलनं त्यांच्यापैकी काही जणांना मुलाखतीसाठी बोलावलं. ते आले. त्याचं काम संपेपर्यंत बाहेर अंधार झाला होता. आम्हाला परत जाणं शक्य नव्हतं, म्हणून आम्ही रात्री त्या छावणीतच झोपण्याचा निर्णय घेतला.

दुसऱ्या दिवशी बहाईमध्ये परत आल्यानंतर पॉल त्याच्या काही सहकाऱ्यांना भेटायला गेला. मीही माझ्या काही परिचितांना भेटण्यासाठी आणि येताना बाजारातून मसालेदार कबाब आणण्यासाठी बाहेर पडलो.

काही तासांनी मी परत आलो. मला परत आलेला पाहून पॉल खूपच उत्तेजित झालेला दिसला. फुराविया येथून परत आलेल्या त्याच्या काही सहकारी पत्रकारांशी तो नुकताच सॅटेलाईट फोनवरून बोलला होता. त्यांच्याकडून पॉलला असं समजलं होतं की, निर्वासित छावण्यांमधील दुर्धर आयुष्याला कंटाळून अनेक कुटुंबं आपल्या मूळ गावी परतत आहेत. हे जरी जोखमीचं होतं, तरी साऱ्या प्रकाराला एक चांगली कलाटणी मिळाली होती. अशा लोकांना ताबडतोब भेटून पॉलला त्यांच्याशी संवाद साधायचा होता. पॉलकडे फार वेळ नव्हता... आणि बहुधा आपल्या गावी परतणाऱ्या त्या लोकांकडेही.

गेल्या काही दिवसांत त्या भागातील परिस्थिती किती धोकादायक झाली होती, हे मला बाजारात भेटलेल्या काही लोकांकडून समजलं होतं. सुदानच्या सरकारी फौजा, चॅडियन बंडखोर, डारफरमधील बंडखोर, सरकारच्या बाजूनं लढणारे लोक, जंजावीड दले – सर्वच जण एकमेकांशी लढत होते. कधी सीमेलगत, कधी सीमेच्या दोन्ही बाजूंस. त्या संपूर्ण प्रदेशावर कोणा एकाचं नियंत्रण असं नव्हतंच. तिथं जाण्यासाठी कुणाची अनुमती घ्यायची, हा ही एक प्रश्नच होता! अशा प्रदेशात प्रवास करणं भयंकर धोकादायक होतं.

खरं तर तो अत्यंत छोटासा दौरा होता. फुरावियाला पोहोचायला दोन तास, मुलाखती घेण्यासाठी दोन तास आणि परतीच्या प्रवासाचे दोन तास. कुठली अडचण आली नाही, तर रात्रीच्या जेवणापर्यंत आम्ही परत येऊ शकलो असतो.

ज्या पत्रकारांबद्दल पॉल बोलत होता, ते डारफरमध्ये जाऊन आले होते. त्याला अनेक पत्रकारांकडून आणि स्वयंसेवी संघटनांकडून खूप आश्वासक माहिती मिळाली होती. पॉल हे सर्व खूप काळजीपूर्वक करत होता. त्यानं त्या लोकांना तसंच जमीनामधील बंडखोर दलांच्या अनेक नेत्यांना भेटून सीमेवरील सुरक्षिततेबद्दलची माहिती अत्यंत काळजीपूर्वक समजून घेतली होती. शिवाय चोवीस तासांमध्ये असा काय फरक पडणार होता? खरं तर काहीही घडू शकत होतं. म्हणूनच, स्वत:हून निवडलेल्या प्रारब्धाची मी पुन्हा स्वत:ला जाणीव करून दिली. परिस्थिती धोकादायक होऊनही त्या वेळी माझा भाऊ अहमदने माघार नव्हती घेतली.

ज्या बंडखोरांना मी आदल्या रात्री भेटलो होतो, त्यांना मी पुन्हा बोलावून घेतलं. ते म्हणाले की, त्या भागातील परिस्थिती खूपच धोकादायक आहे. तरीही आम्हाला घेऊन जाण्यासाठी गाडी आणि ड्रायव्हरची सोय करण्यासाठी मी बाजारपेठेत गेलोच.

अली नावाच्या चॅडियन माणसानं नुकताच टोयोटाचा 'हिलक्स' नावाचा पिक-अप ट्रक खरेदी केला होता. हा अली तेथील स्थानिक ओमदाचा मुलगा होता. वयाने तो माझ्यापेक्षा थोडासा मोठा होता. त्याने पायापर्यंत घोळणारा पारंपरिक सफेद रंगाचा झगा परिधान केला होता आणि डोक्याला फेटा बांधला होता. तो खूप शांत माणूस होता.

भाड्याने घेण्यासाठी उपलब्ध असलेल्या अन् तिथं उभ्या केलेल्या इतर अनेक वाहनांच्या गर्दीतच त्याने आपली गाडी उभी केली होती.

"अस्सलामालेकुम!" मी त्याला म्हणालो.

"वाल्लेकुम सलाम!" त्याने उत्तर दिले.

"हमदुल्लाह."

"हमदुल्लाह." तो म्हणाला.

भेटल्यावर एकमेकांना अभिवादन करण्याची ती तिथली नेहमीची पद्धत आहे.

मी त्याला म्हणालो, "तुझी गाडी खूप छान आहे. तू एक चांगला ड्रायव्हर असल्याचंही मी ऐकले आहे."

"हो, मी खूप चांगला ड्रायव्हर आहे." चेहऱ्यावर साधं स्मितहास्यही न करता त्यानं उत्तर दिलं. मला माझ्याबरोबरच्या अमेरिकन पत्रकारांना घेऊन ज्या ठिकाणी जायचं होतं, त्याबद्दल मी त्याला सांगितलं.

"मी ती वाडी ओलांडून डारफरमध्ये कधीच गेलेलो नाही आणि मला तिकडे कधी

जायचंही नाही. तशीही त्यांच्या लढायांची झळ आम्हाला इथवर लागते आहे.''

मी त्याला समजावलं की, ही सहा एक तासांची छोटीशी ट्रिप आहे आणि त्यासाठी हे अमेरिकन लोक त्याला भरपूर पैसे देतील. अंधार पडायच्या आतच आपण परत येऊ. अर्थात, तसे सांगताना 'परमेश्वराची इच्छा असेल तर', असे म्हणायला मी विसरलो नाही; पण हा शब्दप्रयोग इकडे सर्रास केला जातो.

''नको. मला तिकडे जायची भीती वाटते. मला बायको आणि दोन मुलं आहेत. तिकडं जाणं खूप धोकादायक आहे.''

अखेरीस मी त्याला सांगितले की, आम्ही तुला पूर्ण दिवसाच्या दरानं दोन दिवसांचं भाडं देऊ. अलीची मित्रमंडळी आमचं संभाषण ऐकत होती. अशा ठिकाणी हे लोक घिरट्या घालतच असतात. त्यांनी अलीला मित्रत्वाचा सल्ला दिला, ''अली – अरे, ते लोक खूप चांगले पैसे देत आहेत. नुसतं जाऊन यायला चक्क दोन दिवसांचं भाडं! परमेश्वराची इच्छा असेल, तर तू हे करू शकतोस.''

बाजारपेठेत जाऊन गाडी आणि ड्रायव्हर भाड्याने घेण्याची ही काही माझी पहिली वेळ नव्हती. त्यांतील काही जण मला ओळखतही होते. मी माझ्या कामात तरबेज आहे आणि 'तसे' धाडस करणे योग्य नसेल, तर मी ते करणार नाही याची त्यांना खात्री होती. ''परमेश्वराची इच्छा असेल तर...'' मी म्हणालो.

''नाही, तिकडे जाणं सुरक्षित नाही.'' अली आपला हेका सोडत नव्हता.

त्याच्या मित्रांनी पुन्हा त्याची समजूत घालायला सुरुवात केली. तुझ्या कुटुंबाला चांगले पैसे मिळतील, अंधार पडायच्या आत परत यायचं आहे... आकाशात बॉम्बहल्ला करणारी विमानं नाहीत, त्या बाजूने सीमा ओलांडून येणारे फारसे निर्वासित नाहीत... वगैरे, वगैरे. शेवटी नाइलाजाने तो तयार झाला. त्याला तीनशे डॉलर्स म्हणजे घबाडच मिळणार होतं. ती एखाद्या चांगल्या उंटाच्या किमतीच्या निम्म्याहून अधिक रक्कम होती.

अंधार पडायच्या आत परत येण्याच्या दृष्टीने आम्हाला लगेचच निघायला हवं होतं. आम्ही आमच्या प्रवासासाठी पाणी, सोडा, ब्रेड वगैरे खरेदी केलं. त्यानंतर आम्ही पॉलला घेण्यासाठी गेलो. अलीशी चांगला परिचय व्हावा म्हणून मी त्याच्याशी सतत बोलायचा प्रयत्न करत होतो. त्यानं लष्करात नोकरी केली होती, तो स्थानिक ओमदाचा मुलगा होता आणि त्याला दोन मुलं होती – हे सर्व मला माहीत होतं. पण या प्रवासाच्या बाबतीत मात्र तो एकंदरीत खूप उदास होता आणि माझ्या ज्ञानात भर घालण्यास मुळीच उत्सुक नव्हता.

तिथून निघतानाच मी पॉलला त्याचा सॅटेलाईट फोन सुरू करायला सांगितला. आम्हाला खास करून कोणाशी बोलायचे नव्हतं, पण फोन सुरू असला की आधार

वाटतो. दोन देशांची सीमा असलेल्या त्या वाडीजवळ आम्ही पोहोचलो. अलीने वाडीतील खोल पाण्यातून अगदी सराईतपणे गाडी चालवत आम्हाला पलीकडील बाजूस सुरक्षितपणे पोहोचविलं.

"तौकेल्त अल्-अल्लाह!" मी म्हणालो. त्याचा अर्थ, 'आता सर्व काही परमेश्वराच्या हातात आहे.'

"तौकेल्त अल्-अल्लाह!" अलीनेही ते शब्द उच्चारले.

आम्ही डारफरमध्ये पोहोचलो होतो.

◆

सामोरे आलेले तरुण दहशतवादी

वाळूवर उमटलेल्या टायर्सच्या मुख्य खुणांवरून आम्ही जात होतो. अली आणि मी अधूनमधून खिडकीबाहेर पाहत होतो. त्या टायर्सच्या खुणा जुन्या आहेत की नुकत्याच उठलेल्या आहेत, सरकारी वाहनांच्या आहेत की बंडखोर दलांच्या वाहनांच्या – हे पाहायचा आम्ही प्रयत्न करत होतो.

साधारण तासाभरानंतर आम्ही जवळजवळ निम्मं अंतर काटलं होतं. अली अजूनही फारसं बोलत नव्हता. तो खूप तणावाखाली होता. खरंतर आम्ही सगळेच तणावाखाली होतो. डोंगराळ भागातील वाडीतून एखादा बंदुकधारी अचानक येईल आणि आमचा रस्ता अडवेल, अशी भीती मला वाटत होती आणि नेमकं तसंच झालं.

चौदा-एक वर्षांचा तरुण मुलगा कॅलाश्निकोव्ह जातीची रायफल हातात घेऊन रस्त्यात उभा होता. त्याच्या शेजारी आणखी एक तरुण सैनिक होता. आम्ही तिथून वेगानं सटकतो की काय, यावर पाळत ठेवून अजून काही बंदुकधारी आजूबाजूच्या दगडकपारीत वा टेकाडांवर दडले असण्याची दाट शक्यता होती.

मी अलीला अगदी हळू आवाजात गाडीचा वेग थोडा कमी करून थांबायला सांगितलं. "माशाल्लाह" गाडीच्या प्लॅस्टिक स्टिअरिंगकडे पाहत तो म्हणाला. स्वत:मध्ये बळ एकवटत तो बहुधा परमेश्वराच्या निर्णयाची वाट पाहत होता. बाहेर काय गडबड आहे, हे पाहण्यासाठी मागच्या बाजूला बसलेला पॉल पुढे झुकला. मी सावकाश बाहेर आलो.

त्या मुलांनी पारंपरिक कपडे घातले होते आणि छातीला काडतुसांचे पट्टे अडकविले होते. मी त्यांच्या दिशनं चालत गेलो. "अस्सलामालेकुम" मी म्हणालो. त्याने मला प्रतिसाद दिला, पण अगदी कोरडा. आम्ही हस्तांदोलन केलं. मी माझ्या खिशातून सिगारेटचं पाकीट काढलं आणि एक सिगारेट पेटविली. ती मुलं काहीही हालचाल न करता उभी होती. "काही अडचण आहे का?" मी त्यांना विचारलं.

"नाही, काही नाही." त्यातील एक जण उत्तरला. एवढ्यात त्यांच्याहून वयानं थोडी मोठी असलेली दोन मुलं आमच्या डाव्या बाजूनं आली. त्यांच्याकडेही बंदुका होत्या.

"ठीक आहे दाऊद, तू तिथं त्यांच्या बाजूला उभा राहा." आम्हाला अडवणाऱ्या दोन मुलांपैकी एक म्हणाला. त्याला माझं नाव माहीत होतं.

इतर दोन मुलांनी अली आणि पॉल यांना गाडीच्या बाहेर काढलं. त्यांनी गाडीची झडती घ्यायला सुरुवात केली. त्यांनी पॉलचा सॅटेलाईट फोन आणि आम्ही बरोबर घेतलेली थंड पेयं हिसकावून घेतली. तेवढ्यात तिथं एक ट्रक येऊन पोहोचला. त्यात त्या मुलांचा प्रौढ कमांडर होता.

"शेवटी तुम्ही इथं पोहोचलात तर!" तो मला म्हणाला. हे काही चांगलं लक्षण नव्हतं. याचा अर्थ एवढाच होता की, बहाईमध्ये किंवा एखाद्या बंडखोर दलामध्ये कोणीतरी खबऱ्या होता आणि त्यानं आम्ही सुदानमध्ये येत असल्याची खबर सुदान सरकारला दिली होती. सरकारला सामील असलेल्या बंडखोरांना आम्हाला पकडण्यास सांगण्यात आलं होतं. यापेक्षा वेगळे काही घडलं असेल, असं मला वाटत नव्हतं.

त्यांनी आम्हाला आमच्याच गाडीत कोंबलं. गाडीचा ड्रायव्हर बदलला गेला. ते पोरसवदा तरुण आमच्यावर नजर ठेवून होते.

पॉलनं मला विचारलं की, मी अजून आशावादी आहे का? मी हसलो, पण काहीच बोललो नाही. आम्ही दक्षिण-पूर्व दिशेने दीड-एक तास प्रवास केला. तो प्रदेश सरकारी नियंत्रणाखाली होता, हे मला माहीत होतं.

एका बंडखोर दलाच्या छावणीत आम्ही पोहोचलो. आमच्यासमोर आणखी एक ट्रक येऊन थांबला. त्यातील कमांडरला मी ओळखत होतो. "कसा आहेस, दाऊद?" त्यानं मला विचारलं. "तुला आणि तुझ्याबरोबरच्या त्या इंग्रज माणसाला इथं येण्याची परवानगी नाही, हे तुला माहीत नाही का?"

या प्रदेशावर नेमकं कोणाचं नियंत्रण आहे, हे निश्चित माहीत नसल्यानं नक्की कोणाची परवानगी घ्यायची, हे मला समजत नव्हतं, असं मी त्याला सांगितलं. आम्ही तेथूनच परतायला तयार आहोत, असंही मी त्याला म्हणालो.

"ठीक आहे." तो म्हणाला.

आम्हाला ज्यांनी पकडलं होतं, त्या दलाच्या दोन नेत्यांकडे तो चालत गेला. त्यानं त्यांच्याशी बराच वेळ वार्तालाप केला. संथपणे चालत तो पुन्हा माझ्या दिशेनं आला. तो काहीसा उदास दिसत होता.

"ते इतक्या लवकर तुला परत जाऊ देणार नाहीत. त्यांचा इथं अधिकार चालतो." हे सांगताना त्यानं माझ्याकडे सिगारेटही मागितली.

''आता इथली परिस्थिती खूप बदलली आहे. पूर्वीसारखं काही राहिलं नाही. सर्व काही खूप गुंतागुंतीचं झालं आहे.''

तो निघून गेला. दुसरा एक कमांडर माझ्या दिशेनं चालत आला. त्यानं मला सांगितलं की, पॉल अन् अलीनं गाडीतच थांबावं आणि मी त्याच्याबरोबर चलावं. हे सर्व काय चाललं आहे, असं मी त्याला विचारलं.

''कृपया माझ्याशी वाद घालू नकोस.'' तो मला म्हणाला. ''आम्ही तुला परत चॅडमध्ये घेऊन जाणार आहोत.''

मी त्याला म्हणालो की, मला माझ्या साथीदारांबरोबरच राहायचं आहे, कारण मी त्यांची जबाबदारी घेतली आहे.

''तुला जर अली आणि पॉल यांच्याबरोबर परत जायचं असेल, तर ती तुझी निवड असेल अन् तुझं नशीबही!''

दुसऱ्या एखाद्या प्रसंगी कदाचित चॅडमध्ये परत जाण्याचा त्यांचा प्रस्ताव मी स्वीकारला असता; पण पत्रकारांना सुरक्षितपणे डारफरमध्ये आणणं आणि त्यांना तेथून सुखरूप बाहेर काढणं, हे माझं कर्तव्य होतं. त्यापेक्षा महत्त्वाचं असं मला काहीच वाटत नव्हतं. मी त्या कमांडरचे आभार मानले आणि पुन्हा पॉल अन् अली यांच्यापाशी पोहोचलो. आमच्यापुढे जे काही वाढून ठेवलं असेल ते असो! त्यांच्या दलातील सैनिक आमच्या ट्रकमध्ये घुसले. गर्दीने खच्चून भरलेल्या आमच्या ट्रकने वाळवंटातून बरंच अंतर पार केलं.

''हे काही ठीक चाललेलं नाही, पॉल. सरकारच्या लष्करी छावण्या असलेल्या भागाकडे आपण जात आहोत.''

ते ऐकून पॉल नाराज झाला. अलीचा मूळचा दुर्मुखलेला चेहरा अधिकच पडला.

उजाड आणि बेचिराख झालेल्या एका गावात आम्ही पोहोचलो. ते बंडखोर त्या गावाचा एक अड्डा म्हणून वापर करत होते. आम्हाला एका मातीच्या भिंतीला टेकून उघड्यावरच बसण्यास सांगण्यात आलं. आम्हाला थोडंफार अन्न आणि पाणी देण्यात आलं. माझे आणि अलीचे हात मागं करून आमची मनगटं प्लॅस्टिकच्या दोरानं बांधण्यात आली. आम्हाला खूप वेदना होऊ लागल्या. पॉलला दुसऱ्या बाजूला नेण्यात आलं. त्याला दोरखंडात जखडलं नव्हतं, ते एक चांगलं चिन्ह होतं – त्याच्या दृष्टीनं.

अली आणि मी तिथे दिवसभर बसून राहिलो. तिथं खूपच गरम होत होतं आणि सूर्याच्या प्रखरतेनं आम्हाला सारखी तहान लागत होती. शेवटी दुपारी तीन बंडखोर कमांडरना घेऊन तीन वाहनं त्या गावात आली. पॉल त्यांच्यापैकी एकाशी इंग्रजीमधून काहीतरी बोलत होता, हे मी पाहिलं. त्यानं आपली वही बाहेर काढली

आणि त्याची मुलाखत घ्यायला सुरुवात केली. ते पाहून मला गंमत वाटली. मी थोडासा हसलो आणि अलीला डोळ्यानेच 'पॉलकडे पाहा' असा इशारा केला. काही वेळानं त्या कमांडरना घेऊन पॉल आमच्या दिशेनं चालत आला. तो म्हणाला की, हे लोक लवकरच आपल्याला सोडून देतील. मला काही ते खरं वाटलं नाही– निदान माझ्या आणि अलीच्या बाबतीत तरी. आम्हाला गोळ्या घालायला ती मातीची भिंत म्हणजे एक चांगली जागा होती.

अंधार पडला. मी आणि अली झोपायचा प्रयत्न करत होतो, पण झोप येत नव्हती. रात्री आणखी दोन वाहनांमधून बरेच सैनिक तिथे आले. त्यांनी अलीला लाथा आणि बुक्क्यांनी खूप मारहाण केली. मला मात्र त्यांनी हात लावला नाही. आमची घड्याळं, गॉगल्स, चटया वगैरे सर्व त्यांनी काढून घेतलं. अलीचे चांगले बूट त्यांनी हिसकावून घेतले. माझे बूटही काढून घेण्याचा त्यांनी प्रयत्न केला, पण मी विरोध केला. मी त्यांना म्हणालो की, माझीच माणसं माझे बूट हिसकावून घेताना मला पाहावयाचं नाही; त्यापेक्षा मला गोळ्या घाला आणि खुशाल माझे बूट काढून घ्या, पण मी जिवंत असताना नाही.

ते निघून गेले.

रात्री उशिरा कधीतरी त्यांनी अत्यंत दांडगटपणानं आम्हाला उठवलं आणि दुसऱ्या एका ट्रकमध्ये कोंबलं. रात्रीपासून पॉल मला दिसला नव्हता. अलीच्या ट्रकमधून त्याला 'टोव्ह' नावाच्या गावात नेण्यात आलं होतं आणि खजुराची दारू पिऊन उन्मत्त झालेल्या तरुण सैनिकांनी त्याला तीन दिवस बेदम मारलं होतं. अर्थात, हे सगळं मला नंतर समजलं.

रात्रीत आम्हाला कुठेतरी डोंगराळ भागात नेण्यात आलं. सकाळ झाली, तेव्हा गाडी थांबली. तो खूप खडकाळ प्रदेश होता. तिथे रस्ते नव्हतेच. आम्हाला गाडीतून उतरविण्यात आलं. जवळपास कुठेही एखादं गाव किंवा खेडं दिसत नव्हतं. अशा ठिकाणी आल्यानंतर आपलं आयुष्य आता काही मिनिटांचंच असणार, हे ओळखणं कठीण नव्हतं. अलीनं डोळे बंद करून मनातल्या मनात प्रार्थना करायला सुरुवात केली. आपणही तसंच करावं, असं मला वाटलं.

त्यांनी आम्हाला गोळ्या घातल्या नाहीत. ते सर्व जण एका झाडाखाली बसले आणि पुढे काय होणार याची आम्ही वाट पाहू लागलो. तेवढ्यात आम्हाला अखेर थोडीशी झोप मिळाली. काही वेळानं खडकाळ भागातून नऊ बंडखोर कमांडर चर्चा करण्यासाठी आले. त्यांपैकी दोघांना मी ओळखत होतो. त्यापूर्वी मी डारफरमध्ये गेलो असताना माझा त्यांच्याशी परिचय झाला होता, पण त्या वेळी ते सरकारला सामील झाले नव्हते.

हलकासा पाऊस पडत होता आणि माझ्या चेहऱ्यावर पडणारा पावसाचा

प्रत्येक थेंब मला आल्हाददायक वाटत होता.

त्यांची चर्चा संपल्यावर ते आमच्याजवळ आले. त्यांच्यापैकी एक म्हणाला, ''दाऊद, चिंता करू नकोस, सर्व काही ठीक आहे.'' ते निघून गेले. एवढ्यात त्यांच्यातील दोन कमांडरांनी आरडाओरडा करत अचानक आम्हाला मारायला सुरुवात केली. बुक्क्या, लाथा आणि बंदुकीचे दस्ते यांचा यथेच्छ वापर करत त्यांनी आम्हाला अक्षरश: बुकलून काढलं. बंदुकीच्या दस्त्याच्या माऱ्याने माझ्या बोटाची हाडे मोडल्याचं मला जाणवलं. त्यानंतर काही सैनिकांनी आमचे पाय घोट्याजवळ बांधले आणि बोचकी फेकावीत तसं आम्हाला ट्रकच्या मागील भागात फेकून दिलं. आमचा प्रवास आता पुन्हा कोणत्यातरी वेगळ्या दिशेनं सुरू झाला.

काही वेळानं आम्ही बंडखोरांच्या दुसऱ्या एका अड्ड्यावर पोहोचलो. ट्रक थांबताच एकानं पाय आणि दुसऱ्यानं हात, असं पकडून मला उचललं आणि हवेतच वर-खाली हलवत त्या खडकाळ जमिनीवर फेकून दिलं. हात-पाय बांधले असल्यामुळे मला फार हालाचाल करता आली नाही आणि पडताना दगडांची तीक्ष्ण टोकं माझ्या शरीरात घुसली. उन्हाळी पाऊस असल्याने त्या दगडांवर मातीचा वा शेवाळाचा थर नव्हता. अलीचीही अशीच अवस्था करण्यात आली. आमच्याबरोबर येण्यासाठी आम्ही त्याला भाग पाडलं, याचं मला खूप वाईट वाटत होतं. खूप उंचावरून खाली फेकल्यामुळे आणि मारहाणीमुळे त्याची बोटं आणि बहुधा बरगड्याही खिळखिळ्या झाल्या होत्या.

खूप वेळ पाणी न मिळाल्याने आमचे ओठ कोरडे पडून त्यांना भेगा पडल्या होत्या. हात आणि बोटं दोराने बांधल्यामुळे त्यांना चांगलीच सूज आली होती. आम्हाला प्रचंड वेदना होत होत्या. आमचे पायही सुजले होते. ओढतच त्यांनी आम्हाला एका झाडाखाली आणून फेकलं आणि पाण्याचे काही थेंब आमच्या तोंडात ओतले. आमचे हातपाय सोडले आणि मग आम्हाला सांगितलं, ''आपण आता त्या 'वेड्या' कमांडर्सची वाट पाहत आहोत.''

◆

आगीतून फुफाट्यात

दोनेक तासांनी तो 'वेडा कमांडर' आपल्या लँडक्रूझरमधून उतरला आणि सैनिकांनी आम्हाला बंधमुक्त केल्याबद्दल त्याने आरडाओरडा करायला सुरुवात केली. त्याने आमची मनगटं घट्ट बांधून आमचे हात मागं जखडण्याचा आदेश दिला. त्यानंतर आमचे घोटे एका लांबलचक दोरानं बांधण्यात आले. त्या दोराचं दुसरं टोक एका उंच झाडाच्या फांदीवर फेकण्यात आलं.

"हे खूप सोपं आहे. हे कसं करायचं, हे मी तुम्हाला दाखवितो, म्हणजे ते तुम्हालाही करता येईल!" तो सैनिकांना उद्देशून म्हणाला. मग तो माझ्याकडे आणि अलीकडे वळून अत्यंत थंड आणि क्रूर आवाजात आम्हाला म्हणाला,

"आता मी तुमचा छळ करणार आहे. मग तुम्ही मला सांगाल की, तुमच्या मनात नेमकं काय आहे... तुम्हाला इथे कोणी पाठवलं... कशासाठी तुम्ही इथे आलात... कोणाकोणाला भेटणार आहात, वगैरे सर्व काही...."

'छळ', ही संकल्पना त्या काळात खूप लोकप्रिय झाली होती. त्या काळात 'ग्वांटानामो' आणि 'अबू घरिब' ही नावे अन् तिथले प्रकार बातम्यांमध्ये सर्वत्र दाखवले जात होते. आणि त्यामुळे या वेड्या कमांडरसारख्या माणसांना अधिक माथेफिरूपणा करायची जणू परवानगीच मिळाली होती.

पहिला क्रमांक माझा होता. तीन सैनिकांनी माझ्या पायाला बांधलेला दोर ओढायला सुरुवात केली आणि खाली डोके-वर पाय अशा स्थितीत मी झाडाला लटकू लागलो. 'चला, अगदीच वाईट स्थिती नाही!' असा मी विचार केला. मात्र, काही वेळातच माझे डोळे बाहेर येतात की काय, असं मला ही वाटू लागलं. माझं डोकं आतल्या आत थरथरू लागलं आणि मला श्वास घेणं कठीण होऊ लागलं. माझ्या मनगटावरील आणि घोट्यावरील दोर घट्ट बांधल्यामुळे मला अधिकच वेदना होऊ लागल्या. त्यानंतर त्यांनी त्या लांब दोराचं टोक एका झाडाच्या बुंध्याला बांधलं आणि माझ्याकडून हिसकावून घेतलेल्या सिगारेटी फुंकायला गेले. आम्ही

झाडाला तसेच लटकत राहिलो. असह्य वेदनांमुळे आम्ही ओरडू लागलो. असं काही घडेल, असं आम्हाला वाटलं नव्हतं. जखमांमुळे आमची अवस्था अधिकच वाईट झाली होती – विशेषत: अलीची. दर काही मिनिटांनी ते आम्हाला बांधलेला दोर थोडा खाली सोडत आणि आम्हाला अधिकाधिक बोलायला लावत.

मी त्यांना वारंवार सांगितलं की, मी फक्त एक दुभाष्या असून पत्रकारांसाठी काम करीत आहे, अली आमचा ड्रायव्हर आहे. अलीने त्यांना आपण पूर्वी चॅडमध्ये एक सामान्य सैनिक असल्याचं सांगितलं. आपलं एक छोटंसं कुटुंब असून त्यात पत्नी, एक छोटा मुलगा आणि मुलगी असल्याचं त्यानं सांगितलं. आपण ड्रायव्हर असून लोकांना या गावातून त्या गावात पोहोचविणं, एवढंच आपलं काम आहे, आपण हेरगिरी वगैरे करत नाही, असं अलीनं स्पष्ट केलं.

पण आमच्या बोलण्यावर त्यांचा विश्वास बसत नव्हता. ते पुन:पुन्हा दोरखंड ओढून आम्हाला उंचावर नेत होते. काही तासांनी आमचं बोलणं आणि विचार करणं बंद झालं. शेवटी एकदाचा त्यांनी तो प्रकार थांबविला अन् तो दोर झाडावरून सोडला आणि आम्ही जमिनीवर ढुंगणावर आपटलो.

वाळवंटातील त्या अंधाऱ्या रात्री साधारण दहा वाजता मला जाग आली. आम्हाला झालेल्या जखमांवर रातकिडे चिकटले होते आणि त्यातून होणाऱ्या रक्तस्त्रावावर ताव मारत होते.

"अली, अरे बघ – अजून आपण जिवंत आहोत!" मी त्याला पायांनीच हलका स्पर्श केला. "परिस्थिती अगदीच काही वाईट नाही!" ताऱ्यांच्या अंधूक प्रकाशात त्याचे डोळे किंचित हलताना मी पाहिले.

"हो, मी खूप आभारी आहे तुझा..." आपल्या रक्तबंबाळ नाकावर बसलेल्या कोळ्याला झटकत तो म्हणाला, "सर्व काही खूपच छान आहे. या सुंदर सफरीबद्दल तर तुला धन्यवादच द्यायला हवेत..." तो म्हणाला.

नंतर आम्हाला झोपेनं वेढलं.

मध्यरात्री दोन तरुण सैनिक आले आणि त्यांनी मला बांधलेल्या अवस्थेतून मुक्त केलं. अलीला झोप लागली होती. ते मला त्याच्यापासून थोडं दूर घेऊन गेले.

"हे पाहा दाऊद, तुला येथून बाहेर पडलं पाहिजे. अली हा चॅडियन लष्कराचा हेर आहे, त्यामुळे त्याला इथं थांबावं लागेल; पण आमच्या कमांडरनं तुला इथून जायला सांगितलं आहे. तुझ्याबरोबरच्या त्या इंग्रजाला चॅडमध्ये परत पाठविण्यात आलं आहे. त्याला बहाईमार्गे चॅडमध्ये नेलं आहे. तो तिकडे तुझी वाट पाहत आहे." त्यांच्यापैकी एक जण म्हणाला.

"पॉल? ठीक आहे, हे सांगितल्याबद्दल मी तुझा आभारी आहे. पण अलीला न घेताच मी परत गेलो, तर त्याच्या कुटुंबीयांना मी काय सांगू?" मी म्हणालो.

“मी असं करू शकत नाही; तुम्हीही करू नका. तुम्ही जर त्याचे भाऊ असता आणि त्याला कोणीतरी असं या धोकादायक स्थितीत सोडून दिलं असतं, तर तुम्हाला ते चाललं असतं का?”

“हे पाहा, आम्ही तुला मुक्त केलं आहे आणि आम्हाला आता झोपायचं आहे. आमच्या कमांडरच्या आदेशाप्रमाणं आम्ही केलं.”

मी तेथून जायला मुक्त होतो आणि सकृत्दर्शनी अलीला मुक्त करायला मोकळा होतो. आम्ही दोघं डोंगरातून मार्ग काढत तेथून जाऊ शकत होतो. हे सर्व काय चाललं आहे, असं अलीनं मला विचारलं. त्या आधीचं संभाषण अलीनं अर्धवट ऐकलं होतं. मी त्याला बंधनातून सोडवलं आणि एकंदरीत परिस्थितीची त्याला मी कल्पना दिली. आमच्या बंधकांनी आम्हाला जाण्याची परवानगी दिली होती. त्यामुळे तेथून मी पहिल्यांदा निघावं, असं अलीचं म्हणणं होतं. “त्यामुळे मी कुठे आहे, हे तुला माझ्या कुटुंबीयांना सांगता येईल आणि ते मला इथून बाहेर पडायला मदत करतील.” तो म्हणाला. “तेव्हा तू तेथून आधी बाहेर पडणंच योग्य होईल.”

मी त्याला तिथेच सोडून गेलो, तर त्याच्या कुटुंबीयांना काय सांगायचं, असा मला प्रश्न पडेल, हे मी स्पष्ट केलं. अलीलाही माझं म्हणणं पटत होतं.

“ते तुझ्याकडे या ट्रकच्या भाड्याचे पैसे मागतील.” तो म्हणाला. त्याचं बोलणं ऐकून मला थोडंसं हसू आलं, कारण मला माहीत होतं की, तो खरं बोलत होता. आम्ही दोघांनी तिथून एकत्र जावं, असा विचारही आम्ही केला. पण तसं केलं तर पकडलं जाण्याची भीती होती आणि त्या परिस्थितीत आमच्या जिवालाही धोका होता. आम्ही आमच्या थकलेल्या हाता-पायांत बळ आणण्याचा प्रयत्न केला आणि पुढे काय घडतं याची वाट पाहू लागलो.

सूर्योदयानंतर काही वेळानं मुख्य छावणीतून तो कमांडर आमच्यासमोर येऊन उभा ठाकला. आपल्याला फक्त अलीच दिसेल, अशी त्याची अपेक्षा होती. बंधमुक्त होऊन मी आणि अली गप्पा मारत बसलो होतो, ते त्याने पाहिलं.

“दाऊद, माझ्याबरोबर चल – मला तुझ्याशी काही बोलायचं आहे.” त्यानं आदेश दिला.

आम्ही साधारण अर्धा तास चालत राहिलो. तो माझ्या कुटुंबीयांना ओळखत होता. आमच्या गावावर हल्ला झाला, तेव्हा अहमद आणि माझी इतर भावंडं मारली गेली, हे त्याला माहिती होतं. आपल्याच लोकांना असं मारावं लागणं त्याला रुचत नव्हतं आणि एक दिवस शांतता प्रस्थापित होईल, या आशेवर तो होता.

“जेव्हा इतर बंडखोर दलं आमच्याशी लढायचं थांबवतील, तेव्हा हा नरसंहार थांबेल.” तो म्हणाला. तो बहुधा स्वत:शीच बोलत होता.

“तुला हे खरं वाटतंय?” मी त्याला विचारलं. “ही बंडखोर दलं का निर्माण

होत आहेत, असं तुला वाटतं?''

त्यानं माझ्याकडे पाहिलं. माझे विचार बहुधा त्याला पटत होते. पण ते स्वीकारायची त्याची तयारी नव्हती. तो फक्त स्वत:चाच विचार करत होता. सुदानी लष्करात आपल्याला एखादी बढती मिळेल, या आशेवर तो होता. युद्धामध्ये बऱ्याच वेळा हे घडतं.

पण जोपर्यंत सरकारच आपल्या प्रदेशातील गावावर हल्ले करून आपल्याच लोकांना हाकलून लावत होतं, तोपर्यंत अशा बंडखोर संघटना निर्माण होणारच होत्या. हे लोक आपल्याच लोकांना, भाऊबंदांना मारत होते. आमच्याबरोबरचा हा कमांडरही दिशाहीन होऊन आपल्या लोकांना अन् आपला मार्ग विसरला होता आणि फक्त स्वत:चाच विचार करत होता.

''म्हणजे तू माझा भाऊ अहमद याला ओळखत होतास तर?''

''हो, मी त्याला ओळखत होतो. एकदा एल-फाशरमध्ये त्याची-माझी भेट झाली होती –'' तो म्हणाला.

''अच्छा.'' मी म्हणालो. अहमदचा आत्मा जर त्या वेळी आमच्याबरोबर असता, तर कदाचित त्यानं त्याला सुबुद्धी दिली असती!

अलीबद्दल माझ्या भावना काय आहेत, असं त्यानं मला विचारलं. अली ज्या परिस्थितीत माझ्याबरोबर आला, ते मी त्याला रात्रभर सांगत होतो. तेच मी त्याला पुन्हा सांगितलं. त्यानं माझ्याकडे काहीशा विमनस्क नजरेनं पाहिलं आणि मला अलीजवळ जाऊन बैस, असं सांगितलं.

काही वेळानं जेमतेम सोळा-सतरा वर्षांचे पाच सैनिक आमच्याजवळ आले आणि त्यांनी आम्हाला उभं राहायला सांगितलं. तो कमांडर आपली गाडी घेऊन वाडीच्या दिशेने वेगाने निघून गेला. जाताना त्याने आमच्याकडे एक कटाक्ष टाकला. त्याचा चेहरा काहीसा दु:खी दिसत होता.

त्या पोरांनी आमची मनगटं मागे घेऊन घट्ट बांधली. दोन्ही बाजूंस झाडं असलेल्या वाडीकडे, छावणीपासून बरंच दूर आम्हाला नेण्यात आलं. वाडीत सर्वत्र मानवी हाडांचा खच पडला होता. केसांचे पुंजके सर्वत्र विखुरले होते. मृतदेहांची भयानक दुर्गंधी आसमंतात पसरली होती. अशी दुर्गंधी महिनोन्‌महिने तशीच राहते. आमच्या सभोवतालचे मानवी अवशेष फारसे जुने नव्हते आणि तेथील दुर्गंधी किती भयानक आहे, हे जाणून घेण्यासाठी मुद्दाम वास घेण्याची आवश्यकता नव्हती. माझ्या पायाखाली हाडे तुडविली जाणार नाहीत, अशा प्रकारे चालण्याचा मी प्रयत्न करत होतो; पण ते अशक्य होते. प्रत्येक पाऊल टाकताना माझ्या शरीराचा थरकाप होत होता.

कदाचित माझाही शेवट असाच होणार... मी स्वत:ला म्हणालो.

◆

'डोळ्यांवर पट्ट्या बांधा!'

त्या तरुणांनी आमच्यापासून चार-पाच पावलांच्या अंतरावर आपली जागा निश्चित केली. आतापावेतो अली आपली प्रार्थना मनातल्या मनात म्हणत होता, पण आता मात्र त्याचा आवाज स्पष्ट आणि मोठा झाला होता. त्या तरुण पोरांपैकी काहींना मी ओळखत होतो. ते ज्या नजरेनं माझ्याकडे पाहत होते, त्यावरून त्यांच्यापैकी काही जणांना मी आठवत होतो, यात शंका नव्हती. मला त्यांची नावं आठवत नव्हती, पण ते लहानपणापासून माझ्या परिचयाचे होते. त्यांच्यापैकी कोण पहिल्यांदा गोळी झाडणार याची मी वाट पाहत होतो.

मला माझ्या डाव्या बाजूला काहीसा गोंगाट ऐकू आला आणि उजव्या बाजूला काहीतरी हालचाल जाणवली. मी स्वत:मध्ये बळ आणण्याचा प्रयत्न केला. नेत्यासारखा दिसणाऱ्या त्यांच्यातील एका तरुण मुलाला बोलावलं.

"मेहरबानी करून आमच्या डोळ्यांवर पट्टी बांधण्यासाठी काहीतरी देशील का?" मी त्याला विचारलं.

"ते कशासाठी?" त्यानं प्रश्न केला.

"तुम्हा मुलांपैकी काहींना मी ओळखतो आणि तुम्ही आम्हाला गोळ्या घालत असताना मला पाहायचं नाही. तुम्हाला जे करायचं आहे ते करा, पण तुम्ही तुमच्याच लोकांना गोळ्या घालताना मला पाहायला लावू नका. ते दृश्य आमच्या आयुष्यातील शेवटचं दृश्य असावं, असं आम्हाला वाटत नाही."

त्यातल्या त्यात वयानं मोठ्या असलेल्या मुलाच्या (त्या नेत्याव्यतिरिक्त) नातेवाइकांना मी ओळखत होतो. त्याच्या काही बहिणींना आणि भावंडांना मी ताऊलोम येथील निर्वासित छावणीत पाहिलं होतं. मी त्याच्याकडे रोखून पाहिलं.

"हे पाहा, तुझ्या काही नातेवाइकांना मी ताऊलोममध्ये पाहिलं आहे. त्यांच्यापैकी काही जण अजून जिवंत आहेत. गेली दोन-एक वर्षे तू कुठे आहेस, याबद्दल ते चिंता करीत आहेत. तू सध्या ज्या लोकांबरोबर बसून जेवतोस, त्यांच्याकडूनच

तुझ्या भावंडांची हत्या झाली आहे. तू खरं म्हणजे ताऊलोममध्ये जाऊन तुझ्या कुटुंबीयांचा शोध घेतला पाहिजेस आणि त्यांना मदत केली पाहिजेस.''

माझं बोलणं ऐकून तो अस्वस्थ झाल्याचं मला दिसत होतं. आपले नातेवाईक जिवंत असल्याचं ऐकून त्याला आनंदही झाला असावा.

ती तरुण पोरं थोडी मागे सरकली. आमच्या डोळ्यांवर पट्टी कशी बांधायची यावर बहुधा ते चर्चा करत असावेत. काहीतरी बडबडत ते आमच्यासमोर आले आणि कॅलाश्निकोव्ह रायफली घेऊन आमच्याभोवती उभे राहिले.

''आमच्या डोळ्यांवर पट्ट्या बांधा –'' मी त्यांच्या म्होरक्याला पुन्हा म्हणालो. तो चालत माझ्याजवळ आला.

''दाऊद, तू इथं कोणतं काम करत आहेस किंवा तुम्ही लोक हेर आहात की नाही, याबद्दल आम्हाला काहीही माहीत नाही. आम्ही एकमेकांशी बोललो आहोत आणि आमच्यापैकी कोणीही या क्षणी गोळ्या घालून तुम्हाला मारणार नाही.''

''असं का बरं?'' मी विचारलं.

''कारण आतापर्यंत अनेक झँघावा लोक मरण पावले आहेत. आम्हाला आमच्याच लोकांशी लढावं लागत आहे, हे आम्हाला पसंत नाही. तरीपण आम्हाला हे करावं लागत आहे. आम्ही तुम्हाला गोळ्या घालणार नाही, पण आम्ही आमच्या कमांडरची वाट पाहत आहोत. त्याला वाटलं, तर तो तुम्हाला गोळ्या घालेल.''

चला, हे चांगलं झालं. मी त्या पोरांचे आभार मानले. त्यांनीही हलकंसं स्मितहास्य केलं. तीही शेवटी माणसंच होती आणि त्यांना अनेक दिव्यांतून जावं लागलं होतं. अलीला वाटत होतं की, एवढी सगळी बडबड करूनही ते आपल्याला गोळ्या घालतील. तो डोळे न उघडता अखंड प्रार्थना करत होता. त्या प्रार्थना खूप छान होत्या आणि नेहमी म्हणाव्याशा वाटणाऱ्या होत्या.

त्या हाडांच्या खचातून बाहेर पडून आम्ही थोडे दूर एखाद्या झाडाखाली बसलो तर चालेल का, असं मी त्यांना विचारलं. त्यांनी त्याला होकार दिला. मी त्यांना त्यांची नावं विचारली आणि त्यांच्या कुटुंबीयांविषयी तासभर त्यांच्याशी गप्पा मारल्या. निर्वासित छावण्यांमध्ये राहणाऱ्या त्यांच्या अनेक नातेवाइकांबद्दल मला माहिती होती. त्यांनी आमच्यासाठी काही खाद्यपदार्थ आणले. बऱ्याच कालावधीनंतर आमच्या पोटात काहीतरी जात होतं. खाता यावं म्हणून त्यांनी आमचे हात सोडविले.

''मी हेर आहे, असे सर्वांना का वाटतं? केवळ मी चॅडियन आहे म्हणून?'' अलीनं विचारलं. तो मिळालेल्या अन्नावर ताव मारत होता आणि खूप खूशही दिसत होता.

त्यांच्यातील म्होरक्या म्हणाला की, चॅड म्हणजे सुदान नव्हे. चॅड आमचा शत्रू आहे.

"तुला असं वाटतं?" अलीनं विचारलं. "आणि तुम्ही डारफरमधील झॅघावा मुले आहात?" त्याला दोन मुलं होती आणि तो आता त्या पोरांचा बाप असल्यासारखा बोलत होता.

"खूप-खूप वर्षांपूर्वी डारफर हा एक महान देश होता – इतका महान की चॅड आणि सुदान हे देशही त्यात समाविष्ट होते, हे तुम्हाला माहीत आहे का? पुढे चॅडवर फ्रेंचांची सत्ता आली आणि सुदानवर ब्रिटिशांची. त्यांनी डारफरचे दोन भाग केले. मधोमध एक रेषा आखून त्यातील एक भाग त्यांनी सुदानमध्ये ढकलला आणि दुसरा चॅडमध्ये, याची तुम्हाला कल्पना आहे का? तुम्ही जर डारफरवासी असाल, तर तुम्हाला त्या रेषेशी काय देणे-घेणे? ब्रिटिशांनी आणि फ्रेंचांनी नकाशावर रेषा मारल्या, त्याचा तुमच्याशी काय संबंध? आपण सर्व जण एकमेकांचे बांधव आहोत, हे सत्य त्यामुळे कसं काय बदलतं?" अलीचं बोलणं ऐकून ती मुलं भावनाविवश झाली.

"आणि हो, तुम्हाला आणखीही काही सांगायचं आहे. तुम्ही ज्या सैन्याबरोबर आणि ज्या नवीन जंजावीड मित्रांबरोबर काम करत आहात, त्यांच्या शौर्याची 'महती' चॅडमधील लोक गात आहेत, हे तुम्हाला माहीत आहे का?" ती पोरे अलीभोवती जमा झाली.

"हो, जंजावीड नावाच्या तुमच्या शूर मित्रांनी डारफरमधील एका मुलींच्या शाळेवर हल्ला केला. त्यांनी चाळीस कोवळ्या मुलींवर आणि त्यांच्या शिक्षिकांवर बलात्कार केला. त्यांच्यापैकी काही पोरी जेमतेम आठ वर्षांच्या होत्या. त्यांतील सुमारे पंधरा मुलींना त्यांच्या रक्ताळलेल्या अवस्थेत उपचार करून घेण्यासाठी दीर्घकाळ हॉस्पिटलमध्ये राहावे लागले. त्यांच्यावर उपचार करणाऱ्या नर्सने जेव्हा या प्रकरणाला वाचा फोडली, तेव्हा तिलाही मारहाण करण्यात आली आणि सलग दोन दिवस अन् दोन रात्री तिच्यावर अत्याचार करण्यात आले... एवढे सर्व करून शेवटी तिला त्यांनी चाकूंनी अक्षरशः चिरून काढले. तुम्हालाही हेच करायचं आहे?"

त्या मुलांनी एकमेकांकडे पाहिलं, "अर्थातच, नाही!" त्यांचा म्होरक्या सर्वांच्या वतीने म्हणाला. "त्या आमच्या बहिणी आहेत." सर्वांनी माना डोलाविल्या.

एवढ्यात मुसळधार पाऊस सुरू झाला आणि ती मुलं झाडाखाली गोळा झाली.

"आणि त्या छोट्या मुली जर अरब असत्या तर?" अलीनं विचारलं. "त्यांना नाही का तुम्ही तुमच्यापैकी मानणार?"

“तसं कसं होईल?” त्या मुलानं विचारलं.

“शेवटी तीही माणसंच आहेत आणि तुमच्या कुटुंबीयांसारखीच आहेत.” हे बोलत असताना अलीने आपले दोन्ही हात फैलावले होते. त्याच वेळी ढगांचा कडकडाट झाला. जणू काही निसर्गाने त्यांच्या भाषणाला त्या संगीताची सुरेल साथ दिली.

“हो, अर्थातच!” तो मुलगा म्हणाला. त्या सर्वांच्या हृदयात कुठेतरी मानवतेचा दीप उजळत असल्याची जाणीव मला झाली. पावसाचा जोर आता वाढला होता. त्या झाडाचा निवारा आता अपुरा पडू लागला. पावसाच्या जोरदार सरींनी त्या तरुण पोरांचे चेहरे धुऊन निघाले.

ती पोरं खूप दिवसांत नीट जेवलीही नव्हती. निराशेच्या गर्तेत अडकलेल्या त्या पोरांनी खजुराची गावठी दारू प्यायला सुरुवात केली होती. आपल्या वडिलांचा पुरेसा सहवास न मिळाल्याने प्रसंगी आपल्या पोटापाण्याची व्यवस्था करण्यासाठी शिकार कशी करायची, हेसुद्धा त्यांना शिकायला मिळालं नव्हतं. आजही ते सर्व रात्रीच्या जेवणाची सोय करण्यासाठी एखादा मोठा पक्षी अथवा प्राणी हाती लागेल, या आशेवर एका छोट्याशा मोहिमेवर निघाले होते; पण त्यांच्या हाती काहीच लागलं नाही, असं आम्हाला दिसलं.

अलीनं त्यांना समजावलं की, त्यांनी चॅडमधील निर्वासित छावण्यांत आश्रय घ्यावा, म्हणजे तेथे त्यांना खायला-प्यायला तर मिळेलच आणि शाळेतही जाता येईल. कदाचित त्यांना तिथे त्यांचे नातेवाईकही भेटतील. त्यांनी हा हिंसेचा मार्ग सोडून द्यावा, असं अलीनं त्यांना समजावलं. ते ज्याला हेर समजत होते, त्या अलीने त्या कोवळ्या सैनिकांवर चांगलाच प्रभाव पाडला होता.

“तू कशासाठी लढतोस?” एका शांत बसलेल्या मुलाला मी विचारलं.

“मग मी काय करू? कुठे जाऊ?” तो म्हणाला. “माझे सर्व कुटुंबीय मरण पावले आहेत. माझ्याकडे ना पैसा आहे, ना जनावरं. माझ्याकडे काहीच नाही. या दलात मला निदान दोन वेळेस रोज जेवायला तरी मिळतं.”

“अलीनं सांगितल्याप्रमाणे तू चॅडमधील एखाद्या छावणीत आश्रय घेऊ शकतोस.” मी म्हणालो. “तिथे तुझ्या पोटापाण्याची सोय होईल आणि शाळेतही जाता येईल. तुझ्या दृष्टीनं ते खूपच चांगलं होईल.”

“नाही, मला माझी भूमी सोडून कोठेही जायचं नाही. मी मेलो तर इथेच मरेन – माझ्याच भूमीत!” तो म्हणाला.

मला अलीसारखा प्रभाव पाडता आला नाही.

एवढ्यात त्या कमांडरची गाडी चिखलातून वेगानं येऊन तिथे थांबली. एकंदरीत आनंदी वातावरण पाहून तो चिडला आणि त्यानं त्या पोरांवर ओरडायला

सुरुवात केली. त्यानं सांगितलेलं काम त्यांनी पूर्ण केलं नव्हतं. तो त्यांच्यावर खूप रागावला. त्या पोरांचा म्होरक्या त्यांना म्हणाला, ''आम्ही यांना मारू शकत नाही. तू आमच्या काकासारखा आहेस आणि तुझ्याकडे बंदूकही आहे. तेव्हा हे काम आमच्याऐवजी तू करावंस... आम्हाला ते करणं योग्य वाटत नाही.''

हे ऐकून तो कमांडर वैतागला. त्याच्या भिजलेल्या चेहऱ्यावर एकाच वेळी संताप, चीड आणि कदाचित थोडा दिलासा असे मिश्र भाव उमटले. त्याने स्वत:च आमची मनगटं बांधली आणि तो तिथून निघून गेला. आपल्या लँडक्रूझर गाडीचं इंजिनही त्यानं तसंच सुरू ठेवलं. त्या तरुण पोरांपैकी एकानं नंतर ते बंद केलं.

संध्याकाळी माझे हात सोडविण्यात आले आणि मला त्या कमांडरच्या मातीच्या खोलीत नेण्यात आलं. तिला छप्पर नव्हतंच. जाळपोळीत ते नष्ट झालं होतं.

''दाऊद, तुला माहीत आहे की, मी जर तुला गोळी घातली, तर तुझ्या आणि माझ्या कुटुंबात एक दिवस वितुष्ट येईल; म्हणून मी तसं करू शकत नाही. मी माझ्या भावंडांशी बोललो आहे. त्या सर्वांचं असंच मत आहे की, तुला मारणं योग्य होणार नाही. म्हणून आम्ही असं ठरविलं आहे की....''

इथपर्यंत तरी सर्व ठीकच होतं. तो पुढे म्हणाला,

''तुला आणि अलीला चॅडमध्ये परत जावं लागेल. ही मुलं तुम्हाला एका निर्वासित छावणीत पोहोचवतील. तेथून तुम्हाला पुढं पाठविण्यात येईल. माझ्या शुभेच्छा तुमच्या पाठीशी आहेत.''

त्यानं माझ्याशी हस्तांदोलन केलं. मला अलीजवळ नेण्यात आलं. मी त्याला ही आनंदाची बातमी सांगितली.

''आणि तू त्याच्यावर विश्वास ठेवतोस? तो म्हणाला. ''त्या अनोळखी ठिकाणी आपल्याला ठार करणारे तरुण नसतील कशावरून?''

''तुझा मुद्दा बरोबर आहे. पण ते आपला छळ करत असताना आपण त्यांच्याशी जे काही बोललो, त्यावर कदाचित त्यांचा विश्वास बसला असेल. आपण हेर नाही, हेही बहुधा त्यांना पटलं असेल आणि म्हणून त्यांना आपल्याला सोडून द्यायचं असेल. मग ते आपल्यावर गोळ्या का वाया घालवतील?''

'किती हा मूर्ख' अशा नजरेने अलीनं माझ्याकडं पाहिलं. खरं तर जितका मी अधिक बोलत होतो; तितका माझा माझ्याच शब्दांवरचा विश्वास ढासळत चालला होता.

◆

चौकशीला सुरुवात....

हात मागं बांधलेल्या अवस्थेत झोपणं नेहमीप्रमाणंच आम्हाला खूप त्रासदायक वाटत होतं. त्या रात्री आमच्या अंगावर मुसळधार पाऊस कोसळत होता. पाऊस थांबल्यावर आमच्या अंगावर काही कोल्हे आले. आमचे हात बांधले असल्याने आम्हाला त्यांना हाकलताही येईना. लक्षणं काही ठीक नव्हती. कोल्ह्यांची संख्या बऱ्यापैकी होती; पण इतर काही प्राण्यांची, बहुधा जंगली कुत्री आणि लांडग्यांची चाहूल लागताच ते घाबरून पळून गेले. अखेर एकदाची आम्हाला झोप लागली.

सकाळी चार-पाच तरुण सैनिक आले आणि ते आम्हाला तेथून साधारण दोन तासांच्या अंतरावर असलेल्या एका छावणीत घेऊन गेले. गाडीत त्यांनी सुदानी गाण्यांची कॅसेट लावली होती. गाडी चालविताना त्या गाण्यांबरोबर ते स्वत:ही गात होते. तिथे पोहोचल्यावर आम्हाला एका झाडाखाली बसण्यास सांगण्यात आलं.

तिथं दोन तरुणांना आधीच बांधून ठेवण्यात आलं होतं. त्यांना बेदम मारल्याचं दिसत होतं. त्यापैकी एकाचा हात मोडला होता, म्हणून मनगटाऐवजी त्याचे घोटे बांधण्यात आले होते.

आम्ही त्यांना आमची नावं सांगितली. ती ऐकून त्यांच्यापैकी एक जण म्हणाला, "अच्छा, म्हणजे ते तुम्हीच आहात तर! आम्ही तर तुम्हालाच सोडवायला आलो होतो."

"म्हणजे काय?" मी म्हणालो.

"तुम्हीच तर आम्हाला तीन वेळा फोन केलात आणि आमची मदत मागितली. तुम्ही आम्हाला येताना बरोबर ट्रक, थोडेफार खाद्यपदार्थ आणि पाणी आणायला सांगितलंत. हा भाग सुरक्षित आहे, असंही तुम्ही म्हणालात."

"मी कधीच तुला फोन नाही केला!" मी म्हणालो. पण हळूहळू आम्हाला सर्व गोष्टींचा उलगडा झाला.

काही बंडखोरांनी मेकॅनिक बोलविण्यासाठी पॉलच्या सॅटेलाईट फोनचा वापर केला होता आणि माझ्या नावाचाही. एखादं वाहन पळविण्यासाठी हे बंडखोर

बऱ्याच वेळा अशी शक्कल लढवत.

आम्ही ती रात्र त्या झाडाखालीच काढली. दुसऱ्या दिवशी आम्हाला सांगण्यात आलं की, आम्हा चौघांना चॅडकडे प्रस्थान करायचं आहे. पॉल तिथे आधीच पोहोचला आहे, हेसुद्धा आम्हाला पुन्हा सांगण्यात आलं.

अलीचं म्हणणं होतं, की त्यांना जर आमचे ट्रक हिरावून घ्यायचे असते, तर त्यांनी आम्हाला जिवंत सोडलं नसतं. पण सामान्य चोरांसारखं वागून आम्हाला मारून टाकायची त्यांची तयारी नव्हती. आम्ही हेर असल्याची जर त्यांना खात्री झाली असती, तर त्यांनी सरळ आम्हाला गोळ्या घातल्या असत्या किंवा आम्हाला जर चकमकीत गोळी लागली असती, तर आमचे ट्रक ठेवून घेणं त्यांच्या दृष्टीनं योग्य होतं. त्यामुळे अलीची खात्री पटली होती की, त्यांना आम्हाला मारायचेच होते आणि अर्थातच त्यांना त्या गोष्टीची कुणकुण आम्हाला लागू द्यायची नव्हती.

अलीच्या त्या व्यक्तव्यावर ते तरुण मेकॅनिक हसले. मनाने ते केव्हाच बहाई मार्केटमध्ये पोहोचले होते आणि यथेच्छ खात होते.

आम्हाला तिथून हलविण्यापूर्वी कमांडर्सची एक प्रदीर्घ चर्चा झाली. काही वेळाने तिथं एक गाडी आली आणि त्यातून पॉलला उतरविण्यात आलं. म्हणजे, तो चॅडमध्ये नव्हताच तर! आम्हाला खोटंच सांगण्यात आलं होतं. तो खूप थकलेला दिसत होता. आम्हाला पकडण्यात आलेल्या दिवसापासून बहुधा त्यानं काहीच खाल्लं नव्हतं. त्याचा चेहरा काळवंडलेला होता आणि त्यावर उन्हानं भेगा पडल्या होत्या.

"तुम्ही दोघं अजून जिवंत आहात याबद्दल खरोखरच परमेश्वराचे आभार मानायला हवेत!'' तो म्हणाला. मी त्याला म्हणालो, की लवकरच आपण चॅडमध्ये पोहोचू आणि तेथे सुरक्षित राहू. पॉलनं आपलं डोकं नकारार्थी हलवलं. त्यांच्या कोणत्याही बोलण्यावर त्याचा विश्वास बसत नव्हता. विशेषत: या बोलण्यावर तर नाहीच. कुत्र्यांना जसा गाडलेल्या हाडांचाही वास येतो, तसा या पत्रकारांना खोटेपणाचा वास येत असावा.

छत कापून टाकलेल्या एका लँडक्रूझरमध्ये मला, पॉलला आणि अलीला बसविण्यात आलं. आमच्या मागं असलेल्या तसल्याच दुसऱ्या गाडीत त्या दोन मेकॅनिकना बसवलं गेलं. आमचा प्रवास सुरू झाला. आम्ही पश्चिमेकडे न जाता पूर्वेकडे जात होतो.

त्यांनी आम्हाला सुदान सरकारकडे सोपविण्याचं ठरविलं होतं.

"आता आपण मेल्यातच जमा आहोत!'' अली शांतपणे म्हणाला.

सुमारे दीड तासाच्या प्रवासानंतर आम्ही डारफरमधील अम्बोरो या प्राचीन शहरातील सुदानी लष्कराच्या छावणीत पोहोचलो. अम्बोरो हे आमच्या सुलतानाचं गाव. पूर्वी युद्धाच्या काळात तिथे सुलतानाच्या ढोलाचा आवाज घुमला होता.

ब्रिटिशांनी आपल्या राजवटीत इथे बांधलेल्या शाळा, इस्पितळं या सर्वांची विनाकारण राखरांगोळी झाली होती. तिथं आता सर्वत्र सैनिक आणि रणगाडे होते.

आमची वाहनं थांबली, तिथं तीन रणगाडे उभे होते. आमच्याबरोबरचे सैनिक आम्हाला तिथंच सोडून सुमारे तासभर गायब झाले. मी पॉलला म्हणालो, ''तुझं आणि अलीचं काय होणार ते माहीत नाही; पण माझा मृत्यू निश्चित आहे, हे नक्की. जर आपली पुन्हा भेट झाली नाहीच, तर तू काय ते समज. त्या बंडखोर कमांडर्सनी यापेक्षा वेगळं काही ठरविलं असेल, असं मला वाटत नाही.''

पॉल इतका थकला होता की, तो बोलूही शकत नव्हता. त्यानं हाती घेतलेल्या मोहिमेचा फारसा उपयोग झाला नव्हता. आम्ही तिथल्या कवायतीच्या मैदानावर उन्हातच तिष्ठत कुजबुजत होतो. तेवढ्यात एक कमांडर येऊन आमच्या पुढ्यात थांबला.

''दाऊद, तू आमची सर्वांत मोठी डोकेदुखी आहेस. तेव्हा पहिल्यांदा आम्ही तुझी उलटतपासणी घेणार आहोत.'' तो म्हणाला.

मला सुलेमान या नावानं पॉल ओळखत होता. मला दुसऱ्या नावानं संबोधलं गेल्यामुळे तो गोंधळून गेला.

''हे काय चाललं आहे?'' त्याने विचारले.

मी या दोन देशांत (चॅड आणि सुदान) दोन वेगवेगळी नावं का वापरत होतो, हे मी त्याला समजावून सांगितलं. इस्त्राईलमध्ये मी एकदा अडचणीत आलो होतो आणि त्यामुळे मी सुदान सरकारला हवा होतो; त्याचप्रमाणे अली पूर्वी चॅडच्या लष्करात होता, या गोष्टीचाही मी खुलासा केला.

पॉल म्हणाला की, हे सर्व मी त्याला त्यापूर्वीच सांगायला हवं होतं. मी त्याला म्हणालो की, हे सर्व उघडपणे सांगणं शक्य नव्हतं कारण आफ्रिकेतल्या सर्व घडामोडी तेव्हा खूप क्लिष्ट आणि गुंतागुंतीच्या होत्या. तिथल्या दारिद्र्यानं खरंतर प्रत्येक व्यक्तीला एक रंगीबेरंगी भूतकाळ बहाल केला होता. तिथं काहीच साधं-सरळ नव्हतं.

''तू आमच्यापासून स्वत:ला बाजूला काढलंस, तर बरं होईल.'' मी त्याला म्हणालो. एखादा बंदी अटक झालेल्या इतर लोकांपासून स्वत:ला वेगळं ठेवण्याची विनंती करू शकतो, अगदी तिथल्या तुरुंगातदेखील.

पण पॉल तसं करायला तयार नव्हता. माझी नावं आणि माझ्याबद्दल इतर सर्व काही त्याला आता माहीत झालं होतं.

''आपण एकत्र राहणंच ठीक राहील.'' तो म्हणाला. एकंदरीत परिस्थिती त्याला फारशी आवडली नव्हती, तरीही आपल्या मताशी तो ठाम होता.

त्यानंतर चौकशीसाठी मला एका वेगळ्या खोलीत नेण्यात आलं.

◆

ठाम नकार

आत जाताना माझ्या मनात विचार येत होते की, मी आतापर्यंत बरंच काही बोललो आहे. हे लोक ज्या सुदानी लष्करातील आहेत, त्यांनीच माझं गाव बेचिराख केलं आहे – त्यांनीच अहमदचा जीव घेतला आहे; आता माझं त्यांच्याशी काहीही देणं-घेणं नाही.

म्हणूनच त्यांनी मला प्रश्न विचारायला सुरुवात करताच मी त्यांना म्हणालो की, मला कोणत्याही प्रश्नाचं उत्तर द्यायचं नाही. त्यांनी मला खुशाल गोळ्या घालाव्यात – माझ्या भावाला आणि इतर नातेवाइकांना घातल्या तशा. मी तयार आहे. मला माहीत होतं की, काहीही झालं तरी ते मला मारणारच होते. मी त्यांना म्हणालो की, माझ्यावर ओढवलेली वाईट परिस्थिती मी स्वीकारली आहे. मी मेल्यातच जमा आहे. मी अहमदसोबत आहे, असं समजायला हरकत नाही. त्यामुळे अहमदला विचारायचे प्रश्नही त्यांनी मला विचारले तरी चालेल. माझी गत मला पूर्ण माहीत आहे; मग मी तुमच्याशी का बोलू?

पण प्रश्न फक्त माझा नव्हता; पॉल आणि अली यांचं काय? त्यांच्या सुरक्षिततेसाठी मी बोलायची तयारी दर्शविली; पण एका अटीवर. त्यांनी आफ्रिकन युनियन (AU) गटाच्या प्रतिनिधींना तिथं बोलवावं. त्यांच्यादेखतच मी विचारलेल्या प्रश्नांची खरी खरी उत्तरे देईन, असं मी स्पष्ट केलं. संयुक्त राष्ट्रांच्या आदेशावरून आफ्रिकन युनियनची काही दलं तेथून साधारण मैलाच्या अंतरावर डारफरमध्ये तैनात होती. सुदानी सरकार आणि डारफरमधील एक बंडखोर संघटना यांच्यातील शांतता कराराचं पालन व्यवस्थित होतं की नाही, हे पाहण्यासाठी त्यांची नियुक्ती करण्यात आली होती. सरकारी फौजा आणि ती बंडखोर दलं यांनी एकत्र येऊन अथवा स्वतंत्रपणे एखाद्या गावावर हल्ला केला किंवा जंजावीड दलांनी असं कृत्य केलं, तर आफ्रिकन युनियन काही करू शकणार होती असं नाही; तरीदेखील घडलेल्या घटनांचा अहवाल तयार करून तो वर पाठविणं, एवढं तर त्यांनी केलंच

असतं. 'डारफरमध्ये शांतता प्रस्थापित करण्यासाठी आवश्यक शांतिसेना तेथे तैनात आहे आणि म्हणून इतर देशांनी तेथे ढवळाढवळ करू नये', अशी सोईस्कर राजकीय विधाने अध्यक्ष बशीर त्यामुळे करू शकत होता, एवढेच. आफ्रिकन युनियनला उपलब्ध असलेली साधनं आणि अधिकार मर्यादित होते. दुसरं असं की, त्यांनी त्या आधी इतका रक्तपात आणि हिंसाचार अनुभवला आणि पाहिला होता की, डारफरमधील घटना त्यांना त्या मानाने सौम्य वाटत असाव्यात. त्यामुळे 'हिंसा' नक्की कशाला म्हणायचं, हा एक प्रश्नच होता. खरं तर अशा परिस्थितीत जगाच्या इतर काही सुरक्षित भागातील दलांना ते काम दिलं असतं, तर ते अधिक संयुक्तिक ठरलं असतं.

पण असं असलं, तरी पॉलसारखा प्रसिद्ध वृत्तपत्रकार आणि अली – जो चॅडमधील एका महत्त्वाच्या व्यक्तीचा मुलगा होता – यांना बंदी बनविण्यात आल्याच्या बातमीला आफ्रिकन युनियनचे लोक वाचा फोडतील, असं मला वाटलं. त्या परेड ग्राऊंडवर तिष्ठत बसलो असताना मी आणि पॉलने आपली रणनीती कशी ठेवायची याची थोडीफार चर्चा केली.

"मला आफ्रिकन युनियनच्या एखाद्या कमांडरला भेटवा; मगच मी तुमच्या प्रश्नांची खरी-खरी उत्तरे देईन." मी म्हणालो.

दोन सुदानी कमांडर आणि ज्यांनी आम्हाला पकडलं ते दोन बंडखोर कमांडर यांनी एकमेकांकडे काहीसं गंभीरपणे पाहिलं आणि मग ते सर्व जण एकदम खदखदून हसू लागले.

"दाऊद इब्राहिम हॅरी किंवा हेर म्हणून तुझे जे काही नाव असेल ते, तू आता सुदानी सरकारच्या ताब्यात आहेस आणि तुला आम्हाला सर्व काही सांगावंच लागेल – तुझी इच्छा नसेल तरी." त्यातील प्रौढ कमांडर म्हणाला. त्याच्या चेहऱ्यावरील हास्य आता विरत चालले होते. मी डारफरमध्ये आजवर जितक्यांदा आलो, त्या सर्व फेऱ्यांची तपशीलवार कागदपत्रे टेबलावर पसरली होती. तेथील वंशविच्छेद चौकशीतून उजेडात आलेल्या घटना, वृत्तपत्रात छापून आलेले तसेच इंटरनेटवर प्रसिद्ध झालेले वृत्तांत यांचाही त्यात समावेश होता.

"पाहिलंस? आम्हाला सर्व काही माहीत आहे. फक्त ते आम्हाला तुझ्या तोंडून ऐकायचं आहे."

तेवढ्यात पॉलला त्या खोलीत आणण्यात आलं. हे सर्व काय चाललं आहे, असं त्यानं विचारलं. मी त्याला म्हणालो की, या लोकांना माहीत नाही असं काहीच नाही. तरीही मी आफ्रिकन युनियनच्या लोकांसमोरच बोलण्यावर ठाम होतो.

"ते मला मारणारच असतील, तर मी का बोलावं?" मी म्हणालो. त्यांनी पॉलला तेथून बाजूला नेलं आणि पुन्हा मला प्रश्न विचारायला सुरुवात केली. मी

अर्थातच काही बोलण्यास नकार दिला.

त्यांनी अलीला आत आणलं.

"अली," मी त्याला म्हणालो, "पॉलनं आणि मी असं ठरविलं आहे की, आफ्रिकन युनियनच्या प्रतिनिधींना इथं आणल्याशिवाय काहीही बोलायचं नाही. तुला जे योग्य वाटेल, ते तू कर. तुझ्या बोलण्याचं भाषांतर करायला मी तयार आहे." अलीला सुदानमध्ये बोलली जाणारी 'अरबी' येत नव्हती.

"नाही, मलाही त्यांच्याशी काही बोलायचं नाही." आपण घरी परत जाऊन आता आपल्या पत्नीला आणि मुलाला भेटू शकणार नाही, हा विचार त्याच्या मनात आता दृढ होऊ लागला होता. म्हणूनच त्या सुदानी अधिकाऱ्यांसमोर तो काहीसा बेडर झाला होता.

"तो काय म्हणतोय?" कमांडरने अधिकाराच्या सुरात विचारलं.

"सॉरी! मी त्याच्या बोलण्याचं भाषांतर करणार नाही." मी उत्तरलो.

जोपर्यंत आमच्यात यातना सहन करण्याची ताकद होती, तोपर्यंत आम्ही तिघांनी न घाबरता समोरच्या परिस्थितीला तोंड द्यायचं ठरवलं होतं.

लवकरच तिथल्या दोन तरुण सैनिकांकडून आम्हाला समजलं की, आमची रवानगी आता अशा ठिकाणी होणार आहे, जिथं आम्हाला आमची तोंडं न उघडण्याचा विचार बदलावा लागेल.

"त्याचा काही उपयोग होईल, असं तुला वाटतं?" त्यातल्या त्यात जरा हसमुख दिसणाऱ्या गार्डला मी विचारलं. त्यानं माझ्याकडे काहीसं हसत पाहिलं. आम्ही सर्व बंदी वाळूत गुडघे टेकून उभे होतो.

"मला वाटतं, तू खूप कट्टर आहेस!" तो म्हणाला. "पण त्यांच्याकडे काही अतिशय क्रूर कमांडर आहेत."

थोड्याच वेळात कँपच्या मध्यभागी वाळूत एक हेलिकॉप्टर उतरले. त्यातून पाच गलेलठ्ठ सुदानी जनरल बाहेर आले. कडक मार्चिंगमध्ये ते स्थानिक अधिकाऱ्यांकडे गेले. स्थानिक अधिकाऱ्यांनी पुढे येऊन त्यांचं स्वागत केलं.

"हेच का ते क्रूर कमांडर्स? असं वाटतं की, ते तुरुंगातील सर्व कैदी खाऊन आले असावेत!" मी त्या गार्ड्सना म्हणालो. हे ऐकून खरंतर त्यांच्या घशाला कोरड पडली होती. कसाबसा आवंढा गिळतच त्यांनी समोरून येणाऱ्या त्या धिप्पाड जनरल्सना सॅल्यूट ठोकला.

सुमारे अर्ध्या तासानं त्या पाचांतील दोन कमांडर आमच्यासमोर आले. आम्ही अजून तळपत्या उन्हात गुडघ्यावरच उभे होतो. त्यांतील सर्वांत धिप्पाड कमांडर माझ्या दिशनं आला. तो अरब होता आणि त्याच्या युनिफॉर्मवर बरेच 'स्टार' होते. त्याचा चेहरा रागाने फुलला होता. मी मान वर करून त्याच्याकडं पाहिलं. त्याच्या

अजस्त्र पोटातून त्याचं गोल गरगरीत डोकं, उगवणाऱ्या काळ्याकुट्ट चंद्रासारखं दिसत होतं.

"या सगळ्याला तूच जबाबदार आहेस! तू या युद्धातील एक गुन्हेगार आहेस; आम्ही नव्हे. तू पत्रकार लोकांना सुदानमध्ये आणतोस, त्यांना आमच्याबद्दल खोटं-नाटं बोलायला आणि लिहायला लावतोस आणि सुदानचे नाव खराब करतोस... तू गुन्हेगार आहेस." त्याच्या बोलण्यातून राग ओसंडून वाहत होता, पण आपण खोटं बोलतोय याची त्याला कल्पना होती आणि ऐकणाऱ्यांना त्याची जाणीव होती. असा राग अत्यंत धोकादायक असतो.

माझ्या सुजलेल्या अन् पांढऱ्याफटक पडलेल्या हातांकडे त्यानं पाहिलं आणि माझे हात अधिक करकचून बांधायला गार्ड्सना सांगितलं. जनरलला सॅल्यूट ठोकून गार्ड माझ्या मागे आला – हात अधिक करकचून बांधायला, पण माझ्या हातांना जाणवलं की जनरलनं सांगितल्याच्या बरोबर विरुद्ध कृती तो करत होता.

पॉल, मी आणि अली अशा आम्हा तिघांना जनरलच्या हेलिकॉप्टरमध्ये ढकलण्यात आलं. आमची 'बिघडलेली' गाडी ठीक करण्यासाठी आलेले ते दोन तरुण मेकॅनिकही हेलिकॉप्टरमध्ये होते. त्यातील एकाचा हात मोडलेला होता, त्याला त्यांनी उचलून पलीकडे टाकलं अन् भयानक वेदनांनी तो कळवळला. मला तापलेल्या पत्र्यावर बसण्यास सांगण्यात आलं.

आम्ही सुमारे चाळीस मिनिटे हवेत होतो. तितक्यात मोठा आवाज करत बंदुकीच्या गोळ्या हेलिकॉप्टरच्या केबिनमध्ये घुसू लागल्या.

◆

आदरातिथ्याचे नियम

हेलिकॉप्टरच्या आतील भागात गोळ्यांचा वर्षाव सुरू झाला. एका तरुण अधिकाऱ्याच्या पाठीला काही गोळ्या घासून गेल्या, पण सुदैवाने एक मोठा झटका बसून किरकोळ जखम होण्यापलीकडे त्याला फारसे काही झाले नाही. आपले नशीब बलवत्तर आहे, हे बघून तो मनापासून हसला. बहुधा काही गोळ्या हेलिकॉप्टरच्या इंजिनला धडकल्या असाव्यात, कारण लगेचच ते आकाशात विचित्र हेलकावे खाऊ लागले. पायलट आपले सर्व कसब पणाला लावून त्यावर नियंत्रण ठेवण्याचा प्रयत्न करत होता. आत मधील घाबरलेल्या जनरल्सनी पायलटला ओरडून विचारलं की, ते कोसळण्यापासून वाचवता येईल का? पायलटचे होकारार्थी उत्तर ऐकून त्यांचा जीव भांड्यात पडला आणि ते एकमेकाला 'थँक गॉड', 'थँक गॉड' असा दिलासा देऊ लागले. एका कमांडरने मला बखोटीला धरून सरळ उचललं. माझा चेहरा जवळच्या खिडकीजवळ नेऊन दाबला आणि मला जबरदस्तीने खाली पाहायला लावले.

"आपण कुठे आहोत?" इंजिनच्या आवाजात तो ओरडला, "गोळीबार नेमका कोणत्या बाजूने होतोय, ते मला सांग."

आम्ही नेमके कुठे आहोत, ते मी नक्कीच सांगू शकत होतो – कुतुमच्या अगदी जवळ – पण मला त्यांना ते सांगायचं नव्हतं. मी त्यांना म्हणालो की, मला हेलिकॉप्टरमध्ये खाली बसविल्यामुळे मला दिशेचा वेध घेता आला नव्हता. तो माझ्यावर अधिकच ओरडू लागला. त्याने मला हेलिकॉप्टरमधून खाली फेकून देण्याची धमकी दिली. खाली पत्र्यावर बसविल्यामुळे मला खूपच वेदना होत होत्या. आणि माझी इच्छा असती तरी मला त्यांना मदत करणे शक्य नव्हते. पॉलच्या ते लक्षात आलं होतं आणि तो त्या अधिकाऱ्यांना मला बंधनातून सोडविण्याची विनंती करत होता.

लवकरच सर्व काही स्थिरस्थावर झालं आणि मी अलीला प्रथमच स्मितहास्य

करताना पाहिलं. त्याची सीट माझ्यापेक्षा जरा बरी होती. तो माझ्याकडे झुकून म्हणाला की, हेलिकॉप्टर कोसळलं तर बरं होईल, कारण कदाचित आपण वाचू. मला बंदूक चालविता येते का, असं त्यानं विचारलं. "अर्थातच येते!" मी त्याला म्हणालो. डारफरमधील प्रत्येक तरुण मुलगा आपले वडील किंवा मोठे भाऊ यांच्याबरोबर शिकार करतच मोठा होतो. अलीने चॅडच्या लष्करात नोकरी केली होती, त्यामुळे त्यालाही बंदूक नक्कीच चालविता येत होती. तसं आमचं संभाषण काहीसं निरर्थकच होतं, पण अलीचा सकारात्मक विचार ही जमेची बाजू होती. हेलिकॉप्टर कोसळण्याच्या कल्पनेने तो उत्तेजित झाला होता. त्याला वाटणाऱ्या आशेत मीही सहभागी झालो, पण अर्ध्याच तासात आम्ही सुरक्षितपणे एल-फाशरला पोहोचलो. एल-फाशर म्हणजे... मी माझे हायस्कूलमधील जीवन व्यतीत केले ते ठिकाण आणि एल-फाशर– उत्तर डारफरमधील सर्वांत कुप्रसिद्ध तुरुंग असलेले ठिकाण.

आमचं हेलिकॉप्टर उतरण्यापूर्वी घिरट्या घालत असताना आम्हाला काही खायला दिलं आहे की नाही, अशी चौकशी एका कमांडरनं केली. मी हसलो आणि माझ्याबरोबरचे ते दोन तरुण मेकॅनिकही. आमचं योग्य आदरातिथ्य न केल्यामुळेच काही वेळापूर्वी आमच्या हेलिकॉप्टरला धोका निर्माण झाला होता, असं त्याला वाटलं की काय, कोण जाणे! आम्हास खाण्यास फार काही मिळालं नसल्याचं मी त्याला सांगितलं. त्यावर तो म्हणाला की, जमिनीवर उतरताच आम्हाला व्यवस्थित खायला घालण्यात येईल. इथले आदरातिथ्याचे नियम खूप कडक आहेत आणि काही वेळा ते विचित्र प्रसंगीदेखील आवर्जून पाळले जातात.

तेथील सरकारी इमारती मी रस्त्यावरून जाताना अनेक वेळा पाहिल्या होत्या. माझ्या तरुण वयात मला त्या खूप भव्य आणि भीतीदायक वाटायच्या, पण आता तिथून जाताना मात्र त्या मला मृत्यूसमान वाटत होत्या. हात बांधलेल्या अवस्थेतच आम्ही हेलिकॉप्टरमधून खाली उतरलो. आम्हाला एका जुनाट घराच्या भिंतीकडे तोंड करून बसविण्यात आलं. ती भिंत कधी काळी ब्रिटिशांनी पिवळ्या रंगाने रंगविली होती.

आमच्यापासून काही इंचांच्या अंतरावरून एक कमांडर जोरात ओरडला. त्याचा रोख बहुधा पॉलवर होता. त्यांनी त्याला एका जुनाट खुर्चीत बसविलं. कमांडरचा आरडाओरडा सुरूच होता.

"आम्ही या क्षणी तुला मारणार आहोत!" त्यांच्यापैकी एक जण म्हणाला. "तुझी गाठ कोणाशी पडली आहे, हे आम्ही तुला दाखवतोच." त्यांनी आपले मोबाईल फोन सुरू केले आणि त्यावर ओसामा बिन लादेनचा चेहरा दिसू लागला. तो त्यांचा 'हीरो' होता. वर्ल्ड ट्रेड सेंटरचे टॉवर जळतानाचे दृश्यही त्यांनी पॉलला

त्यावर दाखविले.

एखाद्याला जिवे मारायच्या तयारीत असूनही हे मारेकरी लोक त्याला यातना का देतात किंवा इतकं घसा ताणून का ओरडतात, हे मला काही केल्या समजत नाही. ऊर्जेचा निव्वळ अपव्यय नाही का होत? एखाद्याला जर मारायचंच असेल तर त्यांना काय धडा शिकवायचा असतो? शक्य आहे तेवढी स्वस्थता देऊन ते त्याला शांतपणे का मरू देत नाही? असे लोक एखाद्या मानसिक रोगाने किंवा वेडसर विकृतीने पछाडलेले असतात, असाच त्याचा अर्थ होतो.

'आम्हाला कृपया मारून टाका, पण कर्कश आवाजात ओरडून आमच्या कानांना अपाय करू नका... तुमच्या मोबाईलवरील चित्रविचित्र दृश्यं आम्हाला दाखवू नका... आम्हाला मारून टाका आणि आमच्या मृतदेहांना शांतपणे पडू द्या.'

एव्हाना हे विकृत आत्मे चांगलेच क्षुब्ध झाले होते. प्रथम आलेले माथेफिरू तिथून निघून गेल्यानंतर दुसरे आले आणि त्यांनी आम्हाला मारहाण करायला सुरुवात केली. त्यांनी आम्हाला बंदुकीच्या दस्त्याने पाठीवर आणि दोन्ही बाजूंस मारले, आम्हाला यथेच्छ लाथा घातल्या. एवढं करून वर धमकीदेखील दिली की, मार खाताना जर आम्ही खाली पडलो, तर आम्हाला जिवे मारण्यात येईल. तिथं बरीच लष्करी वाहनं जात-येत होती. आमचं तिकडे लक्ष गेलं, तर आम्हाला आणखीनच लाथा-बुक्क्या बसत होत्या. "अरे हेरांनो, तिकडे पाहण्याची आवश्यकता नाही!" असा त्यांचा आरडाओरडा सुरूच होता.

काही वेळाने त्या मारहाणीच्या वेदनांची जाणीव कमी झाली. मी फक्त एकाच गोष्टीचा विचार करत होतो की, हे लोक आम्हाला नेमके कधी गोळ्या घालणार आहेत? की अशी मारहाण करतच त्यांना आमचा जीव घ्यायचा आहे? आम्ही नेमकं कधी मरणार? पुढच्या एका मिनिटात, की त्यानंतरच्या काही मिनिटांत?

साधारण तीन किंवा चार तासांनी सर्वांत आधी मी कोसळलो. त्यांनी मला फरफटत एका मोठ्या कोठडीत आणून टाकलं. आता पुढं काय होणार याची मी वाट पाहू लागलो. दरवाज्याच्या लोखंडी गजांमधून मी बाहेर वाळूच्या आवारातील माझ्या मित्रांकडे पाहिलं. अलीही कोसळला. त्यानंतर काहीच वेळात तो हात मोडलेला तरुण मुलगा आणि त्याचा साथीदार दोघही कोसळले. पॉल मात्र अचानक त्याच्या खुर्चीतून गायब झाला होता. कोसळलेल्या त्या तिघांनाही माझ्याच कोठडीत आणून फेकण्यात आलं. एका गार्डनं आम्हाला बांधलेल्या अवस्थेतून सोडविलं आणि थोडंसं पाणी दिलं.

"तू आमच्या आधी कोसळलास, हे तुझं नशीबच म्हणायला हवं..." अली माझ्या कानात कुजबुजला. मी हा 'फायदा' उठविल्याबद्दल तो माझ्यावर थोडासा रागावला होता.

दुसऱ्या दिवशी सकाळी आम्हाला बाहेर आवारात नेण्यात आले आणि कोसळून पडेपर्यंत आम्हाला भरपूर मारण्यात आले. मला वाटतं, त्या वेळेस अली पहिल्यांदा कोसळला, पण मला नीटसं आठवत नाही. दुसऱ्या दिवशी पुन्हा मार खाणं अतिशय वेदनादायक होतं. कारण आदल्या दिवशींच्या जखमांवर, व्रणांवर मार बसत होता. तिसऱ्या दिवशीही त्याचीच पुनरावृत्ती झाली, पण त्यानंतर आम्हाला थोडंफार अन्न देण्यात आलं. त्यात ना मीठ होतं, ना तेल. 'फूफू' किंवा 'असिदा' नावाचा आमच्याकडील पदार्थ मसूरच्या डाळीबरोबर कधीच खाल्ला जात नाही आणि तोही मीठ अन् तेलाशिवाय. हे म्हणजे मिल्कशेक आणि हॅंबर्गर एकत्र कालवून खाण्यासारखे होते. हासुद्धा आम्हाला त्रास देण्याचा आणि अस्वस्थ करण्याचाच एक प्रकार होता.

आम्हा सर्वांच्याच पोटात प्रचंड वेदना होऊ लागल्या. झालेल्या प्रचंड मारहाणीमुळे की भुकेमुळे, ते माहीत नाही; पण आम्ही फारसं काही खाऊ शकलो नाही. दुसऱ्या दिवशी सकाळी आमची 'चौकशी' सुरू होणार असल्याचं आम्हाला गार्डकडून कळलं.

पहिला क्रमांक माझा होता. इतर कोठड्यांच्या बाजूनं जाताना एका कोठडीत मी पॉलला पाहिलं. तो भेसूर दिसत होता. मला चौकशी अधिकाऱ्याच्या कार्यालयात नेण्यात आलं. माझे पाय खुर्चीच्या पायाला बांधण्यात आले आणि हात खुर्चीच्या पाठीला. एक जाडजूड माणूस हातात काठ्या आणि चाबूक घेऊन माझ्या बाजूला उभा राहिला.

"अँबोरोमध्ये तू तोंड उघडलं नाहीस; ठीक आहे. आता तरी तू बोलणार आहेस का?" त्यानं विचारलं.

गेल्या सहा दिवसांत मला भरपूर मारहाण करण्यात आली होती. त्यामुळे मला प्रचंड थकवा आला होता आणि आम्ही अशा ठिकाणी होतो की, जिथं ते आम्हाला अजून भयानक शारीरिक यातना देऊ शकत होते, हे मला माहीत होते.

"ठीक आहे, मी बोलेन – पण माझ्या एक-दोन अटी तुम्ही मान्य केल्या तर."

"म्हणजे? तुझ्या मनात काय आहे?"

"पहिल्यांदा तुम्ही तुमच्या गार्डना आम्हाला मारणं बंद करायला सांगा. दुसरं, तुमच्याकडे सिगारेट असेल तर मला हवी आहे."

"ठीक आहे, मी तुला सिगारेट देईन; पण तू जर बोलला नाहीस तर तुला पुन्हा मारण्यात येईल."

"नाही," मी त्याचे विधान दुरुस्त केले, "गार्ड्सनी मला मारलं, तर मी बोलणार नाही. माझी अट अशीच राहील. मी मेलो तरी चालेल."

"अच्छा, म्हणजे तुला मरायची हौस आहे तर! तुला डारफरमध्ये किती लोक

मेले आहेत, ते माहीत आहे का?''

''मला चांगलं माहीत आहे. इथं मरणारा मी काही पहिलाच नाही. त्यानं मला खुशाल मारावं. मी मरण पत्करेन. पण त्याने मला मारहाण केली, तर मी बोलणार नाही आणि मेल्यावर तर मी अर्थातच बोलू शकणार नाही.''

माझं बोलणं ऐकून तो थोडासा हसला. त्यानं स्वत:च्या खिशातून सिगारेट बाहेर काढली. ती बऱ्यापैकी महागडी होती. मला सिगारेट ओढता यावी यासाठी त्यानं माझी मनगटं सोडविण्याचा आदेश दिला.

मी सिगारेट ओढत-ओढत त्याला सर्व काही सांगितलं. पॉलनं माझ्याशी संपर्क कसा साधला, तो आणि मी डारफरमध्ये काय करत होतो, मी पत्रकारांना येथे का आणत होतो, वगैरे. जे खरं होतं, ते सर्व मी बोललो. मी डारफरमध्ये पत्रकारांना घेऊन एकूण सहा वेळा आलो होतो, हे त्यानं नमूद केलं. मी त्या सर्व फेऱ्यांबद्दल त्याला थोडंफार सांगितलं. आम्ही जे काही पाहिलं, अनुभवलं इत्यादी – सर्व काही. लोकांच्या यातना, मृतदेहांचे खच, सरकारनंच घडवून आणलेल्या भयानक मानव-हत्या... सर्व काही.

''मी जेव्हा बीबीसीच्या लोकांबरोबर इथे आलो होतो,'' मी म्हणालो, ''तेव्हा बहुतेक मी तुला पाहिलं होतं. नक्की तूच होतास की नाही ते माहीत नाही, पण बहुधा तूच होतास. तेथे एक्क्यांऐंशी तरुणांना आणि लहान मुलांना धारधार शस्त्रांनी तुम्ही अक्षरश: चिरून यमसदनास पाठविलं होतं. तेव्हाची ती भयानक दुर्गंधी... त्या वेळी ती घटना घडून तीन दिवस होऊन गेले होते. त्या दुर्गंधीनं ते पत्रकार इतके आजारी पडले की, त्यांना चॅडमध्ये परत जाऊन तीन दिवस इस्पितळात राहावं लागलं. तुम्ही लोक जे काही करत आहात, त्याचे फक्त फोटो घेणं, एवढंच काम हे पत्रकार लोक करतात; जेणेकरून सुदानी लष्कर आपल्याच नागरिकांशी काय व्यवहार करतं, ते जगाला कळेल. एका आजीला तिच्या तीन नातवंडांसह जिवंत जाळण्यात आलं... आम्ही ते पाहिलं. अशा असंख्य घटना आहेत. तुला जर अशा गोष्टींचा अभिमान वाटत नसेल, तर तू जे काही करत आहेस ते थांबव. हे पत्रकार लोक जगभर जे काम करतात, तेच ते इथेही करत आहेत. त्यांना कोणी 'हेर' वगैरे समजत नाही.''

हे सर्व मी अजून थोडे सभ्यपणे बोलायला हवं होतं की काय, असं मला वाटलं; पण मला खात्री होती की माझा सभ्यपणा मी सोडला नसावा.

त्यानंतर जे काही घडलं ते आता मला स्पष्ट आठवत नाही....

''तू या क्षणी फक्त स्वत:ची काळजी कर.'' तो म्हणाला, ''मला तुझ्याकडून काही गोष्टी जाणून घ्यायच्या आहेत. तू जेव्हा चॅडच्या सीमेजवळ बंडखोरांशी बोलत होतास, तुला ज्यांनी रस्त्यात रोखले ते नव्हेत – दुसरे काही बंडखोर – ते

किती लोक होते? त्यांच्याकडे कोणकोणती शस्त्रे होती आणि कोणकोणती वाहने होती, ते सांग. मी तुला काही वेगवेगळ्या वाहनांचे आणि शस्त्रांचे फोटो दाखवेन आणि तू तिथं नेमकं काय पाहिलंस, ते तू मला सांगशील.''

''मी तुला सांगितलं आहे की, मी हेर नाही... पण तू मला आता खरंच हेर बनवायला निघाला आहेस!''

''मेहरबानी करून तू फक्त बोल आणि या फोटोंचा अर्थ लावायला मला मदत कर. त्यामुळे सर्व काही सोपं सरळ होईल.''

मी त्याला सांगितलं की, ते बंडखोर आम्हाला त्यांच्या छावण्या असलेल्या भागातून जाऊ देत नव्हते. मी तिथं काही जुनी लँडक्रूझर जातीची वाहनं पाहिली. शस्त्रांबद्दल बोलायचं झालं, तर त्यांच्याकडे काही जुन्या M-14 जातीच्या आणि काही त्याहून जुन्या कॅलाश्निकोव्ह जातीच्या बंदुका होत्या. त्यानं मला काही शस्त्रास्त्रांचे फोटो दाखवले, पण मला नाही वाटत, की मी ती हत्यारं कधी पाहिली होती.

त्या कमांडरचा माझ्यावर विश्वास बसला नाही. त्यानं इशारा करताच शेजारच्या गार्डनं मला चार-साडेचार फूट लांबीच्या काठीनं मारायला सुरुवात केली. त्यानंतर त्यानं मला भरपूर ठोसे मारले. मी त्यांना म्हणालो की, त्यांनी खुशाल मला जिवे मारावं, पण त्या शस्त्रास्त्रांबद्दल मला खरंच काही माहिती नाही. त्यांनी मला बराच वेळ मारहाण केली आणि खेचत पुन्हा कोठडीत आणून टाकलं. आता अलीची वेळ होती.

ते त्याला बाहेर घेऊन जात असताना त्यानं माझ्या भयानक चेहऱ्याकडे पाहिलं. आता पुढे काय होणार आणि पुढचा अनुभव खूप वाईट असणार का, असं त्यानं मला विचारलं. मी खुणेनंच त्याला 'विशेष काही नाही' असं उत्तर दिलं. त्यानंही मला डोळ्यांनीच प्रतिसाद दिला.

ते मला पुन्हा तिकडे घेऊन जायला आले, कारण आता त्यांना दुभाष्याची आवश्यकता होती. अली चॅडच्या लष्करात होता, हे त्यांना आधीच माहीत होतं, पण तिथं त्याची नेमणूक गुप्तहेर विभागात होती का, हे त्यांना जाणून घ्यायचं होतं. तो हेर म्हणून कशावरून आला नसेल? ओमदाच्या मुलानं ड्रायव्हरचं काम का करावं? (ओमदा ही अरबी समाजातील प्रतिष्ठित व्यक्ती असते.) मी तेथे पोहोचेपर्यंत त्यांनी अलीला भरपूर मारलं होतं. मी त्यांच्या प्रश्नांचं भाषांतर केलं. अलीने आपल्या जबाबात सांगितले की, टॅक्सी चालविणं हा त्याचा व्यवसाय आहे आणि चॅडच्या लष्करात तो एक सामान्य सैनिक होता; पण त्यांचा विश्वास बसत नव्हता. त्यांनी अलीला भरपूर बडवून काढलं. त्याच्या हातांवर, पायांवर, पाठीवर, तळपायावर त्यांनी काठीनं खूप मारलं. त्यांनी अलीला मारणं थांबवलं नाही, तर मी भाषांतर

करणं बंद करेन, असं मी त्यांना सांगितलं. त्यांनी मलाही भरपूर लाथा घातल्या आणि पुन्हा कोठडीत आणून फेकलं.

अति मारहाणीमुळे अली गंभीर जखमी होऊन जमिनीवर कोसळला. मला पुन्हा बोलावणं आलं.

त्यांनी मला आणखी काही संभाषणाचं भाषांतर करायला सांगितलं. मी त्यांना म्हणालो की, मी माझं काम पूर्ण केलं आहे आणि त्यांनी अलीची मारहाण थांबवली तरच मी पुढचं भाषांतर करेन. त्यावर ते म्हणाले की, मी भाषांतर नाही केलं, तर त्याला पुन्हा मारण्यात येईल.

"तुम्ही त्याला जवळजवळ ठार मारलंच आहे. त्याला एकदाचं पुरतं मारून टाका. तुमची ही मारहाण जोपर्यंत सुरू राहील तोपर्यंत मी भाषांतर करणार नाही."

एवढं झाल्यावर मला तिथून बाजूला नेण्यात आलं. अलीला पुन्हा कोठडीत आणून फेकण्यात आलं. तो बिचारा जवळजवळ बेशुद्धच होता. रात्रभर तो कण्हत होता.

काहीही भवितव्य नसलेली आणखी एक सकाळ उजाडली. आम्हाला जाग आली. हे मारहाणीचं सत्र आज तरी संपेल, असं आम्हाला वाटलं; पण तेवढ्यात पॉल त्याच्या कोठडीतून बाहेर येताना आणि पुन्हा आत जाताना दिसला. आज त्याची पाळी होती, पण सुदैवाने त्यांनी पॉलला आमच्यापेक्षा थोडा कमी त्रास दिला. आम्ही नंतर जेव्हा एकमेकांना हॉलमध्ये भेटलो, तेव्हा आम्हाला मारहाण झाल्याचं मी त्याला सांगितलं नाही. त्याच्या त्रासात मला आणखी भर घालायची इच्छा नव्हती.

त्यांनी मला आणि अलीला बाहेर नेलं आणि एका झाडाखाली बांधलं. आम्ही इतके जखमी झालो होतो की, आम्हाला हलताही येत नव्हतं. पॉललाही नंतर तिथं आणण्यात आलं. त्याच्या हालचाली खूप मंद झाल्या होत्या आणि तो खूप अशक्त झाला होता. त्याचे डोळे खोलवर गेले होते. तो खाली पाहत होता. आम्हा तिघांना एकत्र ठेवावं, अशी मागणी त्यानं केली होती आणि त्यासाठी त्यानं सलग सात दिवस अन्नत्याग केला होता. त्याला ठाऊक होतं की, त्याच्याशिवाय आमची परिस्थिती अतिशय दयनीय होत होती. आता आम्हा तिघांना एकत्र आणण्यात आलं होतं, पण आम्हाला बंधनातून मुक्त केल्याशिवाय काही खायचं नाही, असं त्यानं ठरविलं होतं. माझ्या मते, त्याची ही योजना नक्कीच आत्मघातकी होती.

त्या संध्याकाळी मी कोठडीच्या दरवाज्याबाहेर उभ्या असलेल्या गार्ड्सशी बोलायचा प्रयत्न केला. मी त्यांच्याकडे पॉलची चौकशी केली. त्यांच्यापैकी एक जण बोलायला इच्छुक वाटला, म्हणून मी त्याच्याशी मैत्री करायचं ठरविलं. तो माणूस बहुधा बरा असावा. त्याने मला सिगारेट ओढायला दिली आणि थोड्या

वेळानं मला सांगितलं, की पॉलची अवस्था फारच वाईट आहे.

"तुझा 'हवाल्या' बहुतेक लवकरच मरणार आहे. तू जर त्याला जेवायला भाग पाडलं नाहीस, तर त्याचं काही खरं नाही!" त्यानं माझ्यासमोर समस्या मांडली.

त्यावर मी खूप वेळ विचार केला – अगदी काही तास. रात्रीच्या जेवणानंतर तो गार्ड परत आल्यावर मी त्याला म्हणालो की, मला थोडी मदत मिळाली, तर मी पॉलला जेवायला लावेन. काही वेळानं एक कमांडर आला आणि मला माझ्या कोठडीतून पॉलच्या कोठडीकडे घेऊन गेला. पॉल तिथं जमिनीवर नव्हे तर कॉटवर पसरलेल्या सतरंजीवर पहुडला होता. ती कोठडीवजा खोली फारशी घाणेरडी आणि अस्ताव्यस्त नव्हती, पण तिला एकही खिडकी नव्हती. तिथल्या भिंतीवर ब्रिटिशांच्या काळात असलेल्या कैद्यांची नावे कोरली होती.

पॉल भयानक दिसत होता.

सुदानी अधिकारी पॉलला मरू का देत नव्हते, असा प्रश्न तुम्हाला पडेल; पण मला वाटतं, एका प्रख्यात अमेरिकन पत्रकाराच्या मृत्यूमुळे नसती आंतरराष्ट्रीय डोकेदुखी ओढवून घ्यायला नको, म्हणून कदाचित ते त्याला मरू देत नसावेत. अर्थात ते लोक खरंच एवढा विचार करत असतील का, असंही मला वाटलं. पॉलचा चेहराच असा होता की, बघता क्षणीच तो एक भला माणूस आहे, असं वाटून बघणाऱ्याच्या मनात चांगल्या भावना निर्माण होत असाव्यात.

मी पॉलला अशी एक गोष्ट सांगायचं ठरवलं की, जी खरी नव्हती. त्याला दोन कारणं होती. एक तर तो आपल्या मताशी विनाकारण ठाम होता आणि दुसरं म्हणजे, त्याचा प्राण वाचविण्याचा माझ्यासमोरील तो एकमेव मार्ग होता.

"तू जेवलास तर हे लोक तुला अमेरिकेतील तुझ्या पत्नीशी बोलू देतील." मी म्हणालो. त्यानं अर्धवट उठत माझ्याकडे पाहिलं.

"हे खरं आहे?"

"हो." मी म्हणालो. पण बोलताना माझ्या अंतःकरणाला खूप यातना झाल्या.

माझ्या मागं उभ्या असलेल्या कमांडरनंही त्याला ते खरं असल्याचं सांगितलं. शेवटी तो काहीतरी खायला तयार झाला.

कमांडरनं पॉलला खाण्यासाठी काहीतरी आणायला एका सैनिकाला सांगितलं. मी त्याला म्हणालो की, आपल्या पद्धतीचे जेवण त्याला देणं ठीक नाही. त्यापेक्षा कोणाला तरी शहरात पाठवून तेथून अमेरिकन पद्धतीचे सँडविच आणि कोकसारखे पेय मागवून त्याला दिलं तर बरं होईल. त्यासाठी होणाऱ्या खर्चावरून आमच्यात बराच वाद झाला, पण मी त्याला म्हणालो की आपल्याकडील अन्न खाऊन तो मरेल. शिवाय ते खायला तो तितका सशक्तही राहिलेला नाही. शेवटी एकदाचे शहरातून दोन मोठे सँडविच आणि मटणाचं बर्गर मागविण्यात आलं, तरीही पॉल

ते खायला तयार होईना. त्यानं ते पदार्थ मला, अलीला आणि त्या दोन मॅकेनिकना देऊ केले.

अखेरीस त्या अधिकाऱ्यांनी जेव्हा पॉलला नळीनं जबरदस्तीनं अन्न भरवायची धमकी दिली, तेव्हा त्यानं आपला उपवास सोडला, तोही दुसऱ्या दिवशी सकाळी.

नंतर माझ्या लक्षात आलं की मला, अलीला आणि त्या दोन मेकॅनिकना चांगलं खायला मिळावं म्हणूनच पॉलने ही योजना आखली होती. खरंतर माझी लबाडी त्याला चांगलीच कळली होती. पॉल खरोखरच खूप सहृदयी होता.

◆

यातनागृहातील मुक्काम

आमच्या दृष्टीने त्या रात्रीपासून परिस्थितीत काहीशी सुधारणा झाली. आता आम्ही एकमेकांशी बोलू शकत होतो, तेही कोणत्याही शिक्षेशिवाय.

तिथल्या गार्डशी मी माझ्या एल-फाशरमधील जीवनाविषयी बऱ्याच गप्पा मारल्या. एखाद्या अनोळखी ठिकाणी तरुण सैनिक म्हणून त्यांनी व्यतीत केलेलं जीवन आणि माझे तेथील शाळकरी जीवन यात फारसा फरक नव्हता. सततचं युद्ध आणि मानवी हत्याकांड यांनी ग्रासलेला हा अतिशय भयानक कालखंड आहे, यावर आमचं एकमत झालं. तिथले काही सैनिक नुबा पर्वताजवळील प्रदेशात राहणारे होते. सरकारी फौजांनी तेथे चालविलेले हत्याकांड त्यांनी पाहिलं आणि अनुभवलं होतं आणि त्याच सरकारची चाकरी ते आता करत होते. आपल्या लोकांना मारणं, हा सरकारचा मूर्खपणा आहे, असा त्यांचा सूर होता. ''हो, तुमचा मुद्दा बरोबर आहे.'' मी त्यांच्याशी सहमत झालो. ते सर्व तरुण भयभीत होते. अनेक भयानक अनुभवांना ते सामोरे गेले होते.

त्यांनी मला सिगारेटी आणून दिल्या. आम्हा कैद्यांना बांधून न ठेवता मोकळं ठेवलं, तर आम्हाला त्यांच्याशी मित्रासारख्या गप्पा मारता येतील, असं मी त्यांना म्हणालो. त्यांना ते पटलं आणि त्यांनी आम्हाला आमच्या बंधनातून मुक्त केलं. एवढंच नव्हे, तर आम्हाला कोठडीबाहेरही जाऊ दिलं. खूप दिवसांनी संध्याकाळच्या थंड हवेचा अनुभव आम्ही घेऊ शकलो. मी त्यांना माझ्या कुटुंबाबद्दल शक्य तितकं सांगितलं. माझ्या मनात विचार आला की, उद्या जर यांना एखादं गाव बेचिराख करायचा हुकूम मिळाला, तर कदाचित ते थोडा वेगळा विचार करतील.

त्यांनी जेव्हा आम्हाला शॉवरखाली अंघोळ करायची आणि कपडे धुवायची परवानगी दिली, तेव्हा तर आमच्या आनंदाला पारावारच राहिला नाही. आमच्या सर्वांच्याच अंगाला किती दुर्गंधी येत होती आणि खूप दिवस न धुतलेल्या अंगावरच्या कपड्यांमुळे आम्ही किती अस्वस्थ झालो होतो, हे सांगणं अवघड

आहे. सलग सहा दिवस अंघोळ नाही केली, तर आपल्याला कदाचित स्वतःचा वास येणार नाही, पण इतरांना मात्र आपल्या अंगाचा वास नक्कीच येतो. त्यामुळे शॉवरखाली अंघोळ करण्याचा आनंद फारच मोठा होता. पॉलची प्रकृतीही थोडी सुधारू लागली होती. शॉवरमुळे त्याला आणखी बरं वाटलं. रात्री आम्हाला बाहेर वाळूत झोपू दिल्याने कोठडीतील उष्म्यापासून आमची सुटका झाली, निदान त्या रात्रीपुरती तरी.

ती आमची एल-फाशरमधील दहावी रात्र होती. रात्री नऊच्या सुमारास चाळिशीतील धिप्पाड आणि पीळदार शरीराचा एक कर्नल तुरुंगात आला. मला त्याच्या ऑफिसात नेण्यात आलं. मी आत जाताच त्यानं आपल्या युनिफॉर्मवरील स्वतःच्या नावाची छोटी पट्टी काढून टाकली. आपल्या टेबलावरची तसलीच पण थोडी मोठी पट्टीही त्यानं झाकली. डारफरमधील बहुतेक कुटुंबं एकमेकांना ओळखतात. भविष्यात कधी माझ्या संबंधितांनी त्याच्या कुटुंबीयांना संतापून जाब विचारला, तर काय करायचं, या भीतानं त्यानं तसं केलं असावं. तेथील लोकांच्या मनात अशा भावना नेहमीच असतात. मी त्याच्याबद्दल बोलेन असं त्याला वाटणं, हे एका अर्थानं माझ्या जिवंत राहण्याचं लक्षण होतं – नक्कीच! मला त्या दिवशी तरी मृत्युदंड दिला जाणार नव्हता. पण अर्थात तेव्हा ही गोष्ट माझ्या लक्षात आली नाही. इतके दिवस रोज सकाळी मी मरायच्या तयारीनंच जागा होत होतो. एक ना एक दिवस 'तसा' आदेश येईल आणि आम्ही आमचं जीवन थोडंफार सुकर आणि आनंदी करण्यासाठी जी काही मैत्री वगैरे केली होती, ते सर्व उद्ध्वस्त होईल, असंही मला वाटत होतं. आम्हाला बाहेर नेऊन गोळ्या घालण्यात येतील आणि आम्ही ज्यांच्याशी मैत्री केली, ते गार्ड्स आपलं दुःख गिळून आपलं काम करत राहतील. खरं तर त्या लोकांनी आतापर्यंत यापेक्षा भयानक अनेक दुःखं पचविली असतील. तिथं येणारे प्रत्येक वाहन 'तसा' आदेश घेऊन येत असेल, असंच मला सारखं वाटत होतं.

हा कर्नल सुदानच्या पश्चिम विभागाच्या गुप्तहेर यंत्रणेचा प्रमुख होता.

त्याच्या टेबलावर कँडींनी भरून ठेवलेल्या बोलकडे माझं लक्ष गेलं.

"घे ना –" तो म्हणाला. मी त्यातली एक कँडी उचलली.

"दाऊद, ऐक. तू आणि तुझे मित्र यांचं पुढे जे काय होणार, ते सर्व तुझ्या हातात आहे. तुला आमच्यासोबत काही वेळ घालवावा लागेल. तीन तास, कदाचित सहा तास – आपण पाहू किती वेळ लागतो ते. तू आम्हाला सत्य सांगितलंस, तर तू आणि तुझे मित्र जिवंत राहाल. तू खोटं बोललास, तर तुम्ही सर्व जण माराल. हे सर्व तुझ्या हातात आहे."

हे लोक सर्वांशी याच भाषेत बोलतात. तो पुढे म्हणाला,

“मी माझे प्रश्न विचारायला सुरुवात करण्यापूर्वी आम्हाला तुझं थोडं आदरातिथ्य करायचं आहे. हा गार्ड तुला तिथं एक फेरफटका मारून आणेल. म्हणजे मग तुला इथं घरच्यासारखं वाटेल.”

माझा हात पकडून त्या गार्डनं मला अनेक हॉलसारख्या लांबलचक भागातून फिरविलं. त्या तुरुंगातील तो भाग मी कधीच पाहिला नव्हता.

एका खोलीत विजेच्या तारांनी जखडलेली एक मोठी खुर्ची होती. दुसऱ्या एका खोलीत असलेल्या खुर्चीत बसल्यावर हालचाल करता येऊ नये म्हणून अनेक पट्ट्यांची ‘सोय’ करण्यात आली होती. तिथं काही पोस्टर्स लावण्यात आली होती. डोळे, नाजूक इंद्रिये, नाक, हातापायांचे स्नायू इत्यादींना यातना कशा द्यायच्या याचे ‘मार्गदर्शन’ करणारा मजकूर त्यावर लिहिला होता. भिंतीवरही काही तसलीच चित्रं रंगविण्यात आली होती. हे अवयव शरीरापासून किती सहजपणे वेगळे करता येतात, हे तेथे भेट देणाऱ्या लोकांना कळावं, हा त्या मागचा उद्देश होता. स्टीलची अनेक प्रकारची हत्यारं अनेक ट्रेमध्ये ठेवली होती.

मी पाहिलं तेव्हा तिथं कोणाचा छळ केला जात नव्हता. त्या दिवशी ती सर्व व्यवस्था बहुधा माझ्यासाठी आणि माझ्या मित्रांसाठी राखून ठेवण्यात आली असावी. त्या प्रदीर्घ दौऱ्यानंतर मी कर्नलच्या कार्यालयात परतलो. तो सिगारेटचे झुरके घेत बसला होता आणि त्याच वेळी तपकीरही ओढत होता.

“दाऊद, तर तू काय पाहिलंस?”

“तुम्ही लोकांना यातना देऊन कसं मारता – ते मी पाहिलं.”

“बरोबर. मग तू आमच्याशी एखाद्या मित्रासारखं बोलशील – जेणेकरून आपल्याला या खोलीबाहेर जावे लागणार नाही?”

“हो. मला वाटतं, सद्य परिस्थितीत ती एक चांगली कल्पना आहे.” मी म्हणालो.

“तू मला आता जे काही सांगणार आहेस, ते तू कुराणावर हात ठेवून सांगशील?”

“नको. त्याची काही आवश्यकता नाही. मी तुम्हाला ग्वाही देतो की, जे काही मी सांगेन, ते सत्य असेल. तसं पाहिलं तर यापूर्वीही मी सर्व खरंच सांगितलं आहे आणि आता माझी एक अट मान्य केली, तर मी बोलेन.”

त्याला माझ्या बोलण्याचे आश्चर्य वाटले असावे. “काय आहे तुझी अट?”

“मला सिगारेट हवी आहे.”

तो हसू लागला. त्याने मला एक सिगारेट आणि माचीस देऊ केली. गार्डला बोलावून त्यानं माझ्यासाठी गरम चहाही मागवला.

पुढच्या सुमारे दीड तासात मी त्या कर्नलला पुन्हा एकदा माझी लांबलचक गोष्ट सांगितली. माझी आणि पॉलची भेट, रस्त्यात आमची अटक वगैरे सर्व काही. इतर पत्रकारांबरोबरच्या माझ्या डारफरमधील फेऱ्यांबद्दलही मी त्याला सांगितलं.

जे-जे खरं होतं, ते सर्व मी त्याला सांगितलं. मला हेदेखील माहीत होतं की, माझ्या या माहितीचा त्या खुनशी लष्कराला अजिबातच उपयोग नव्हता.

माझं बोलणं संपल्यावर त्यानं माझ्याकडं विचित्र नजरेनं पाहिलं.

"तुझं सर्व काही सांगून झालं?"

"हो, सर्व काही."

"दाऊद, तू खोटं बोललास तर तुझं आणि तुझ्या मित्रांचं काय होईल, हे मी तुला सांगितलं आहे. तू खोटारडा आहेस."

"तुम्ही काय बोलताय, हेच मला कळत नाही. मला जे-जे आठवलं, ते सर्व मी तुम्हाला सांगितलं आहे."

त्यानं समोरच्या टेबलावर तीन फोटो फेकले. त्या फोटोत सरकारविरोधी बंडखोर दलांचे काही सैनिक आणि त्यांचा कमांडर होता; त्यांच्या सोबत मी उभा होतो.

"आम्हाला तुझ्याबद्दल सर्व काही माहीत आहे. आम्हाला तुझ्या आईचं नाव माहीत आहे. तुझ्या समस्त चुलत, आते, मामे, मावस भावंडांनाही आम्ही ओळखतो. मग तू या बंडखोरांना सामील आहेस, हे आम्हाला कसं माहीत असणार नाही?"

मी जेव्हा फिलिप कॉक्स आणि बीबीसीच्या लोकांबरोबर डारफरमध्ये होतो, तेव्हाचा तो फोटो होता. मी त्याला सर्व स्पष्ट करून सांगितलं.

"म्हणजेच अजूनही तू मला सारं काही सांगितलं नाहीस. होय ना? त्या बंडखोर कमांडर्सना तू भेटला होतास, त्याबद्दल तू काहीच बोलला नाहीस?"

"आम्ही सर्वांनाच भेटलो. हे पत्रकार लोक आपले वृत्तांत लिहिण्यासाठी अनेकांना भेटतच असतात, त्यांच्याशी बोलत असतात."

"पण मग तुम्ही लोक माझ्याशी बोलला नाहीत. सुदान सरकारच्या कमांडर्सशी बोलला नाहीत. हे खरं आहे ना?"

"आम्हाला त्यांच्याशीही बोलायचं होतं; पण त्यांनी आम्हाला मारून टाकलं असतं, म्हणून आम्ही नाही बोललो."

मग त्या बंडखोर दलाचे अड्डे कुठे कुठे आहेत याची चौकशी त्यानं सुरू केली. तसेच दुसऱ्या एका दलाकडे असलेल्या शस्त्रास्त्रांबद्दल विचारलं. तिथं सर्व काही इतकं वेगानं बदलत होतं की, त्याच्या प्रश्नांना खरं तर काही अर्थच उरत नव्हता. त्या पूर्वीच्या आमच्या चौकशीत ज्या निरर्थक गोष्टी आम्ही सांगितल्या होत्या, त्या पुन्हा एकदा आम्ही त्यांना सांगितल्या. लँडक्रूझर गाड्या, कॅलाश्निकोव्ह आणि M-14 जातीच्या बंदुका वगैरे, वगैरे. त्या दलाचा ठावठिकाणा मात्र मला माहीत नव्हता. आम्ही त्यांना आमचा रस्ता विचारला होता, पण त्यांचा अड्डा कुठे आहे याबद्दल आम्ही त्यांना काही विचारलं नव्हतं, हे मी कर्नलला स्पष्ट केलं.

"तू इजिप्तमध्ये असताना तुला सुदानमध्ये पाठविण्यात येऊ नये, म्हणून

इस्त्राईल सरकारने विशेष प्रयत्न केले होते. तुझे मित्र इस्त्रायलमध्ये असण्याचे काय कारण रे गुप्तहेरा?''

''मी तिकडे एक चांगली नोकरी शोधण्यासाठी गेलो होतो. पण त्याचा फारसा उपयोग झाला नाही.'' मी स्पष्ट केलं.

माझ्या उत्तरावर तो फारसा खूश दिसला नाही. त्यानं मला दुसऱ्या खोलीत न्यायला सांगितलं आणि माझ्या जागी पॉलला आणण्यात आलं. उलटतपासणीत पॉल माझ्या विधानांशी विसंगत असं काही तरी बोलेल, असं त्याला वाटत होतं. त्याची उलटतपासणी खूप उशिरापर्यंत सुरू होती.

मला पुन्हा एकदा त्या खोलीत नेण्यात आलं. कर्नलच्या रागाचा पारा चांगलाच चढला होता, पण त्यानं कसंबसं स्वत:ला आवरलं होतं

''दाऊद, तुझा मित्र म्हणतोय की तू जिवंत आणि ठीकठाक आहेस, हे स्वत:च्या डोळ्यांनी पाहिल्याशिवाय तो काही बोलणार नाही. म्हणून आम्ही तुला इथं आणलं आहे. आता त्याला अलीलाही पाहायचं आहे. तुझ्या या हवाल्याला सांग की, अली झोपला आहे आणि तो ठीक आहे.''

मी पॉलला इंग्रजीत भाषांतर करून तसं सांगितलं.

''पॉलला आता बोलावंच लागेल. त्याला तसं सांग.''

मला सिगारेट हवी होती. मी पॉलला म्हणालो की, जोपर्यंत तो मला अजून एक सिगारेट देत नाही तोपर्यंत तू बोलू नकोस. सिगारेट ओढण्याचा हावभाव करून पॉलने माझ्याकडे बोट दाखविलं. मला सोईस्कर असं काहीतरी भाषांतर मी करत नसल्याचा विश्वास पॉलला त्या कर्नलला द्यायचा होता.

''तुम्ही इथं अत्यंत धोकादायक परिस्थितीत आहात. या क्षणी तुम्ही माझ्या ऑफिसात आहात. इथं येऊन गेल्यावर भल्या-भल्या कमांडर्सचीसुद्धा इतकी गाळण उडते की, ते धड खाऊ-पिऊही शकत नाहीत आणि तुम्ही चक्क सिगारेटची मागणी करताय? मला या गोष्टीचं खरंच आश्चर्य वाटतं.'' असं म्हणत त्यानं सिगारेटचं पाकीट पॉलच्या हातात दिलं. पॉलने ते माझ्याकडे सरकवलं.

''दाऊदसाठी चहा आणा.'' त्यानं त्याच्या गार्ड्सना फर्मावलं. ते तातडीनं चहा आणण्यासाठी निघाले.

''हो, आणि चहाबरोबर साखरसुद्धा!'' मी ओरडलो.

काही वेळानं चहा आला. बरोबर साखरही होती. मी चहाचा ट्रे हातात घेतला आणि कमांडरला म्हणालो, ''तुझी हरकत नसेल तर मी थोडं बाहेर जाऊन सिगारेट ओढत चहा घ्यावा म्हणतो.''

पॉल तिथंच थांबला – कर्नलच्या पुढील प्रश्नांची उत्तरे देण्यासाठी. पण कर्नलच्या दृष्टीनं त्याचा फारसा उपयोग नव्हता.

आणलेला सर्व चहा मी रिचवला. तो दहा कप तरी असेल. मला खूप छान वाटलं. त्यानंतर गार्डनं मला पुन्हा कोठडीत आणलं. सुरुवातीपासूनच माझ्या लक्षात आलं होतं की, त्या कर्नलला आमचा शारीरिक छळ करण्याचे अधिकार नव्हते. नाहीतर त्यानं आतापर्यंत आपले अधिकार केव्हाच वापरले असते. आम्हाला कोठडीतून बाहेर काढण्यापूर्वी आम्हाला बोलतं करण्याचे त्याचे हे शेवटचे प्रयत्न असावेत. त्यामुळे आम्ही आमच्या मागण्या रेटू शकत होतो आणि त्यांच्या खेळींचा अभ्यास करू शकत होतो. मला वाटतं, तो कर्नलसुद्धा 'माणसांशी' बोलण्याचा आनंद घेत होता.

दुसऱ्या दिवशी सकाळी आम्हा तिघांना कोठडीतून बाहेर काढण्यात आलं. आमच्याबरोबर असलेल्या त्या मेकॅनिकना दुसरीकडे कुठेतरी नेण्यात आलं. मी बहुधा त्यांना पुन्हा कधीच भेटणार नव्हतो. आम्ही हेर आहोत, हे सिद्ध करण्यासाठी साक्षीदार म्हणून त्यांना आमच्यासमोर प्रचंड दबावाखाली आणण्यात आलं. अर्थात हे मला नंतर कळलं. आमची मनगटं बांधून आम्हाला त्या गावातील नागरी न्यायालयात नेण्यात आलं.

आमच्यावरील खटला आता लष्करी न्यायालयाकडून नागरी न्यायालयाकडे पाठविण्यात आला होता. सर्वांत आश्चर्य म्हणजे, न्यायदालनाच्या मागच्या बाजूला चार अमेरिकन लष्करी अधिकारी आपल्या गणवेशात उभे होते. त्यांपैकी दोन भूसेनेचे होते आणि नौसेनेचा आणि वायूसेनेचा प्रत्येकी एक होता. आमच्या बाबतीत काहीतरी अनुकूल घडत असल्याची जाणीव मला झाली. त्यांच्या नजरेत जे भाव होते, त्यांचे मी वर्णनच करू शकत नाही. त्यांनी पुढे येऊन आमचे स्वागत केले. पॉल तर त्यांना पाहून अगदी भावनाविवश झाला. ते अमेरिकन अधिकारीही हेलावून गेले आणि सर्वच जण आपले अश्रू पुसू लागले.

हे अमेरिकन सैनिक नेहमी आपल्याला वाटतात तसे असतात – असे नाही. शेवटी सगळ्याच गोष्टी त्या-त्या वेळेच्या परिस्थितीवर अवलंबून असतात. पण निदान आज तरी आपण मरणार नाही, एवढा विश्वास त्या क्षणी मला निश्चित वाटला. धोका पूर्णपणे टळला, असं मात्र मला मुळीच वाटलं नाही. मला हेही माहीत होतं की, पॉल त्या अधिकाऱ्यांबरोबर सहिसलामत तेथून बाहेर पडेल आणि दुसऱ्या दरवाज्यानं माझी आणि अलीची रवानगी थेट वधस्तंभाकडे होईल... पण तसं घडणारही नाही कदाचित. निदान आज तरी नाही. जोपर्यंत ते अमेरिकन अधिकारी त्या खोलीत आमच्याकडे पाहून हसत होते आणि डोळे मिचकावत होते, तोपर्यंत तरी ते कदाचित घडणार नाही. त्या खोलीत 'अमेरिका' असेपर्यंत तरी नाही....

◆

‘हवाल्या’

आमच्यावरील आरोप वाचण्यात आले. मी विदेशी पत्रकारांबरोबर काम करत होतो आणि ते करताना सहा वेळा मी त्या देशात बेकायदारीत्या प्रवेश केला होता, हे माझ्यावरील आरोप मी मान्य केले. अलीनेही त्याच्यावरील आरोप मान्य केले.

आता पॉलची पाळी होती. तो न्यायमूर्तींसमोर आला. त्याच्यावरील आरोपांचं भाषांतर करण्याचं काम आफ्रिकन युनियनच्या एका जवानाला देण्यात आले होते, पण पॉलनं त्याला थांबविण्याची विनंती केली.

“माझ्याकडे माझा दुभाष्या आहे. कृपया दाऊद हॅरीला पाचारण करा –” तो म्हणाला.

न्यायालयात क्षणभर शांतता पसरली. त्याची विनंती मान्य करण्यात आली.

त्याच्यावरील आरोप अगदी हास्यास्पद होते. पॉलने सी.आय.ए.च्या एका लोकप्रिय सार्वजनिक वेबसाईटवरून सुदानचा नकाशा छापून घेतला होता (जे कोणीही करू शकतो!) आणि त्यामुळे त्याला ‘हेर’ ठरविण्यात आले होते.

पॉलने स्वत:वरील सर्व आरोप अमान्य केले. न्यायालयातून आम्हाला तेथील कारागृहात नेण्यात आलं. नावाला ते नागरी कारागृह होतं, पण प्रत्यक्षात मात्र त्याचं स्वरूप लष्करी तुरुंगाहूनही भयानक होतं. पण आता आम्हाला त्याची पर्वा नव्हती. कारण आम्ही तिथं आहोत, हे एव्हाना काही ‘महत्त्वाच्या’ आणि ‘प्रभावशाली’ लोकांना माहीत झालं होतं. अमेरिकन काँग्रेसचे सदस्य ख्रिस्तोफर शेज आमच्यावरील खटल्याची माहिती एल-फाशरच्या गव्हर्नरकडून घेण्यासाठी आदल्याच दिवशी तेथे पोहोचल्याचं आम्हाला सांगण्यात आलं होतं. खार्टुममधील अमेरिकन दूतावासाकडून त्यासंदर्भात जोरदार हालचाली सुरू होत्या. आम्हाला लष्करी तुरुंगातून नागरी तुरुंगात हलविण्यात आलं, हीसुद्धा एक चांगली गोष्ट होती. हा सर्व चमत्कार घडण्यामागे पॉलची पत्नी आणि इतर काही अमेरिकन लोकांचे संयुक्त प्रयत्न कारणीभूत होते. पॉलचे अनेक सहकारी पत्रकार मित्र काही महत्त्वाच्या आणि

प्रभावशाली नेत्यांच्या संपर्कात होते. अमेरिका, आफ्रिका, फ्रान्स, जर्मनी, जपान आणि इतर अनेक देशांतील ज्या पत्रकारांबरोबर मी काम केलं होतं, ते सर्व लोक आपापल्या परीनं दबाव आणत होते आणि पर्यायाने हा सर्व दबाव अमेरिकन दूतावासाच्या प्रयत्नांना मजबूत करत होता.

कोर्टातील हजेरीनंतर पॉल बऱ्यापैकी खूश होता, पण तो व्यक्तिशः माझ्यावर मात्र काहीसा नाराज दिसत होता. मला त्याचं नेमकं कारण समजलं नाही, पण त्याबद्दल फारशी चिंता न करण्याचं मी ठरवलं. मी तिथल्या गार्ड्सशी खूप गप्पा मारल्या. एकूणच, आम्ही तिथे चर्चेचा मोठाच विषय झालो होतो, हे मला त्यांच्याकडून समजलं. त्यांच्यापैकी एकाने मला स्थानिक वर्तमानपत्र दाखवलं. त्यात 'तीन महत्त्वाचे हेर पकडले', असा मोठा मथळा असलेली बातमी होती. मी त्यांना विचारलं की, हे तुम्हाला खरं वाटतं का, त्यावर ते सर्व जण एकदम हसू लागले.

मी महत्प्रयासाने काही वेळाकरता एक मोबाईल फोन मिळविला. पॉलच्या हातात सुदैवाने अजूनपर्यंत शाबूत असलेल्या महागड्या घड्याळाच्या बदल्यात हा सौदा झाला. त्याला त्याच्या पत्नीशी संपर्क साधता यावा, हा माझा उद्देश होता.

त्यातल्या त्यात एका सुरक्षित आणि सोईस्कर कोपऱ्यात जाऊन पॉलनं आपल्या पत्नीशी संपर्क साधला. आमच्या दृष्टानं तो एक अतिशय भावनिक आणि महत्त्वाचा क्षण होता. त्यानंतर मीही माझ्या एका दूरच्या भावाशी बोललो. माझी आई, बहीण, माझे भाऊ यांच्यापैकी जे कोणी हयात असतील – त्यांच्याशी संपर्क साधून त्यांना माझी खुशाली कळव, असं मी त्याला सांगितलं. पण माझ्या वडिलांना मात्र ही बातमी न कळविण्याची विनंती मी त्याला केली. त्यांना जर हे सर्व समजलं असतं, तर नको तो धोका पत्करून ते मला भेटायला आले असते. माझ्या दृष्टीनं ते जिथे होते तिथेच त्यांनी भूमिगत राहणं ठीक होतं.

पॉल माझ्यावर नाराज आणि रागावला असल्याचा विचार मात्र माझ्या डोक्यातून जात नव्हता. शेवटी मी त्याला त्याबद्दल विचारले.

"तू या लोकांसमोर माझा उल्लेख 'हेर' असा केला आहेस. मला न समजणाऱ्या भाषेत बोलताना तू अनेक वेळा मला तसं म्हटलं आहेस. तू असं का केलंस, ते मला कळत नाही. मी 'हेर' आहे असं सिद्ध झालं, तर मला अनेक वर्षं इथं तुरुंगात खितपत पडावं लागेल." तो म्हणाला.

त्याचं बोलणं ऐकून मी अवाक् झालो. मी मटकन तिथं फरशीवरच बसलो आणि त्याच्या बोलण्याचा विचार करू लागलो. काही वेळानं उठून तिथेच येरझाऱ्या घालत त्याला नेमकं काय म्हणायचं होतं, हे शोधायचा प्रयत्न करू लागलो.

"मला सांग, 'हेर' या अर्थाचा नेमका कोणता शब्द मी वापरला, असं तुला

म्हणायचं आहे?'' मी विचारलं.

''हवाल्या!'' तो म्हणाला.

''हे परमेश्वरा! पॉल, अरे, त्या शब्दाचा अर्थ आमच्या भाषेत 'गोरा माणूस' असा होतो!'' मी स्पष्टीकरण देण्याचा प्रयत्न केला, पण त्याच्या मनात वेगळेच विचार होते. इजिप्त आणि इस्त्राईलमधील माझ्या अनुभवांबद्दल मी त्याच्याशी बोललो नव्हतो, त्यामुळे त्याचा काही तरी गैरसमज झाला असावा, असं मला उगीचच वाटलं.

आमचं हे समज-गैरसमजाचं पाल्हाळ शेवटी अमेरिकन अधिकाऱ्यांनी थांबवलं. त्यांनी आमच्यासाठी ब्लँकेट्स, स्लीपिंग बॅग्ज, कोक, मटणाचे बर्गर वगैरे बरीच सामग्री आणली. आमच्यातील किरकोळ कुरबुरींपेक्षा ते सर्व मिळण्याचा आनंद निश्चितच मोठा होता.

त्या दिवशी संध्याकाळी उशिरा सुदान सरकारचे प्रमुख सरकारी वकील पॉलवरील आरोपांची सुधारित यादी घेऊन आले. त्यांनी आमची मनगटं सोडविण्याचा आदेशही दिला.

नंतर ते गार्ड्सना म्हणाले, ''त्या 'हवाल्या'ची मनगटंही सोडवा.'' ते ऐकून पॉल पटकन उडी मारून उभा राहिला.

''तुम्ही मला 'हेर' का म्हणता? तुम्हाला चांगलं माहीत आहे की, मी हेर नाही.''

सरकारी वकिलांनी हसत-हसत पॉलचा गैरसमज दूर केला, ''म्हणजे 'हवाल्या?' महाशय, त्या शब्दाचा अर्थ 'गोरा माणूस' असा होतो. तो काही वाईट शब्द नाही. खरं तर तो एक आपुलकीदर्शक आणि चांगला शब्द आहे.''

पॉलची अवस्था खूप वर्षांपूर्वी हरवलेला आपला भाऊ घरी परत आल्यावर जशी होईल तशी झाली! तो माझ्याजवळ आला आणि जे काही झालं, त्याबद्दल त्यानं दिलगिरी व्यक्त केली. आम्ही सगळेच हसलो.

''तू माझा भाऊच आहेस.'' मी म्हणालो. ''तुला क्लेश होतील, असं मी कधीच काही बोलणार नाही.'' त्यानं आपले डोळे मिटून घेतले आणि प्रेमानं माझे खांदे दाबले. त्याच्या सर्व लक्षात आलं होतं. या सर्व काळात तो उपाशी राहिला असला, तरी यामुळं त्याच्यात तासाभरातच सुधारणा झाली.

तो खरंच एक शुभ दिवस होता. ज्या परिस्थितीत आम्ही होतो, त्यावरून पुढची पंधरा-वीस वर्षं तरी आम्हाला एखाद्या तुरुंगात खितपत पडावं लागलं असतं; पण आता आम्हाला एक आशेचा किरण दिसत होता. आपले कुटुंबीय हे 'आपलेच' असतात, पण हे मैत्रीचे धागे आयुष्यात फार महत्त्वाचे ठरतात. कुटुंबाच्या बरोबरीनं मैत्रीदेखील अमूल्यच असते.

प्रमुख सरकारी वकिलांनी सांगितलं की, पॉलवरील खटला स्वतंत्रपणे चालविला जाईल, त्यामुळे गोष्टी सोप्या होतील. पॉलनं माझ्याकडे आणि अलीकडे पाहिलं.

''मुळीच नाही, मी असं अजिबात होऊ देणार नाही!'' पॉल म्हणाला. ''आम्ही तिघं अशी मागणी करतो की, हा खटला आमच्यावर एकत्रितपणेच चालविण्यात यावा. आवश्यक असेल, तर माझ्या देशाला मी याबाबतीत आग्रह धरण्यास सांगेन.''

आम्हाला तेव्हा माहीत नव्हतं, पण त्या वेळेपर्यंत प्रमुख सरकारी वकिलांच्या टेबलावर जगातील अनेक महत्त्वाच्या व्यक्तींकडून आलेल्या पत्रांचा ढीग साठला होता. त्यात बोनो हा प्रमुख अभिनेता, जिमी कार्टर, जेसी जॅक्सन यांसारख्या मोठ्या नेत्यांचाही समावेश होता. त्या पत्रांच्या प्रती अध्यक्ष बशीरकडेही पाठविण्यात आल्या होत्या. व्हॅटिकन आणि फ्रान्स सरकारकडूनही अशीच पत्रं आली होती. पुढे अनेक दिवसांनी मला जेव्हा हे सर्व कळलं, तेव्हा मला उगीचच असं वाटलं की, बशीरला पोस्टाची तिकीटं गोळा करायचा छंद असता, तर त्याच्या दृष्टीनं ती एक छान संधी होती!

सरकारी वकील काहीसे अस्वस्थ झाले खरे, पण शेवटी त्यांनी आमची मागणी मान्य केली. आमचे प्राण वाचविण्यासाठी पॉल शक्य ते सर्व प्रयत्न करत होता, हे मला समजत होतं. यापूर्वी जेव्हा आमची काही बंडखोर दलांशी आणि सरकारी फौजांशी भेट झाली, तेव्हासुद्धा पॉलनं असाच पवित्रा घेतला होता. अशा तऱ्हेनं आतापर्यंत तीन वेळा त्यानं आम्हाला वाचविलं होतं.

आमचे आपापसातले मतभेद मिटले, हे सर्वांत चांगलं झालं. अशा धोक्याच्या प्रसंगी मैत्रीपेक्षा अधिक महत्त्वाचं काहीच नसतं. सुदानी अधिकारी अमेरिकन परराष्ट्र खात्याच्या अधिकाऱ्यांना समजावण्याचा प्रयत्न करत होते की, त्यांनी पॉलच्या बाबतीत चर्चा करून निर्णय घ्यावा; पण माझं आणि अलीचं काय करायचं, याबाबतचा निर्णय मात्र सुदानवर सोपवावा. त्यांच्या मते, तो पूर्णपणे सुदानच्या अखत्यारीतला प्रश्न होता, कारण आम्ही सुदानी होतो! आमच्यावरील खटला एकत्रितपणे चालविण्याची मागणी मान्य झाली नसती, तर त्या क्षणी आमचं अस्तित्व संपल्यातच जमा होतं.

त्या रात्री उशिरापर्यंत मला झोप येत नव्हती. माझा भाऊ अहमद मला भेटायला आल्याचा भास मला सतत होत होता. तो आला... तेथील गार्ड्स त्याला ओळखत होते... त्यांना पाहून त्याला खूप आनंद झाला होता... तो आल्यावर तुरुंगाचे सर्व दरवाजे त्यांनी उघडले... आम्ही तिथून बाहेर पडलो... एल-फाशर शहरातून फेरफटका मारायला... आम्ही शाळेत असताना शहरातून फिरत होतो ना, अगदी तसंच....

त्या जुन्या शहरातून अहमदबरोबर फिरत असल्याचा माझा कल्पनाविलास खूप आनंददायी होता. अहमदच्या मृत्यूनंतर मीसुद्धा एक मृतवत जीवन जगत होतो याची जाणीव मला झाली. पण मी जेव्हा त्या कोठडीत आजूबाजूला नजर टाकली, तेव्हा मला असं वाटलं, की आपली आणखी काही भावंडंही आहेत आणि आपले विचार अधिक सकारात्मक असायला हवेत.

तुरुंग हे माझ्या दृष्टीनं असं ठिकाण बनलं होतं, की जिथं मी अनेक गोष्टींचा शांतपणे विचार करू शकत होतो. मी माझ्या कुटुंबापासून दुरावत असल्याची जाणीव प्रथम मला इजिप्तमधील तुरुंगात झाली. आज मी 'आपल्या कुटुंबाचा' अधिक व्यापकपणे विचार करायचा प्रयत्न करत होतो – माणसांचं कुटुंब! मी त्यांच्यापासून असं दुरावणं खचितच योग्य नव्हतं. या सर्व बाबतीत अहमद मात्र नेहमीच माझ्यापेक्षा खूप पुढं होता. मला पडणाऱ्या स्वप्नातही तीच जाणीव कायम होती.

तुरुंगातील गार्ड्स मला सकाळी दिसले, तेव्हा मला असं वाटलं की, मैत्रीचा हा गुण म्हणजे अहमदचा माझ्यात असलेला अंशच आहे. त्याच्या त्या गुणामुळेच अहमदने पूर्वी अनेक वेळा माझे प्राण वाचविले होते. इतकी दु:खं आणि हालअपेष्टा सोसूनही – आज मी थोडाफार आनंद शोधू शकत होतो, तो अहमदच्या प्रेरणेमुळेच. आपल्या लोकांसाठी काही करायचं असेल, तर आपल्याला अहमदसारखं आयुष्य जगावं लागेल, हे मला प्रकर्षानं जाणवलं.

आफ्रिकन पत्रकारांना घेऊन मी जेव्हा पहिल्यांदा डारफरमध्ये परत गेलो, तेव्हा मी एवढा धोका का पत्करत आहे, असं मला विचारण्यात आलं. मला त्या प्रश्नाचं नाटकी उत्तर द्यायचं नव्हतं. मी म्हणालो की, जिथं माझे लोक सुरक्षित नाहीत तिथं मला कसं सुरक्षित वाटणार? पण मग 'माझे' लोक म्हणजे तरी कोण? तसा जगातील प्रत्येक माणूस माझाच होता. त्या प्रश्नानं मला आश्चर्य वाटलं.

दुसऱ्या दिवशी आम्हाला तिथल्या सगळ्यात वाईट तुरुंगात हलवणार होते. आमच्यावरच्या खटल्यांचा निकाल लागेपर्यंत तिथंच आमचा मुक्काम असणार होता. त्या तुरुंगामध्ये एका अमेरिकन नागरिकाला अत्यंत वाईट वागणूक देण्यात आली होती, असं एका अमेरिकन अधिकाऱ्यानं सांगितलं. एका स्लोव्हेनियन पत्रकाराला मारहाण करण्यात आली होती. त्यामुळे आम्हाला अशा तुरुंगात हलवण्याला अमेरिकन अधिकाऱ्यांनी तीव्र आक्षेप घेतला. पर्यायी व्यवस्था म्हणून आम्हाला न्यायालयीन क्वॉर्टर्समध्ये हलवण्यात आलं. अमेरिकन अधिकाऱ्यांनी आमच्या सुखसोईसाठी आवश्यक सामग्री पुरविली. आम्हाला रात्रीतून गुप्तपणे कुठे हलविलं, तर संपर्क साधता यावा म्हणून छोटे सेलफोनही दिले. ते फोन अर्थातच आम्ही लपवून ठेवायचे होते. आम्हाला एक छोटा डीव्हीडी प्लेअर आणि काही

पुस्तकंही देण्यात आली. सेनफील्डच्या टी. व्ही. मालिकांच्या काही डीव्हीडीज् त्यात होत्या. मला जरी ती सिरिअल माहीत नव्हती तरी खूप आवडली. फारच मजेदार होती ती. विशेषत: त्या क्रॅमर नावाच्या पात्राचं दरवाज्यातून येणं खूप गंमतशीर होतं. अलीला ते शोज् पाहण्यात फारसं स्वारस्य नव्हतं. आपल्याला कोणत्याही क्षणी फासावर चढविण्यात येईल किंवा गोळ्या घालून ठार मारण्यात येईल, अशी त्याची पक्की खात्रीच झाली होती. येणारा कोणताही दिवस आपला शेवटचा दिवस असू शकतो, अशी त्याची मनोभूमिका बनली होती. कुठलीही बातमी आमच्यापर्यंत आली की, तो अतिशय उत्तेजित होत असे.

नॅशनल जिऑग्राफिकने या खटल्यासाठी तीन वकिलांची नेणूक केली होती. शिवाय नॅशनल जिऑग्राफिक रोजच फोनद्वारे संपर्कात होते. एल-फाशर इथल्या अमेरिकन उपायुक्तांचादेखील रोजच फोनद्वारे संपर्क होत होता. अशा प्रकारे दोन आठवडे उलटले तरी खटला लांबत चालला होता.

आम्हाला ज्या दिवशी रस्त्यात अडवून बंदी बनविण्यात आले, त्याला किती दिवस झाले? मला वाटतं – सव्वा महिना तरी....

मग एक दिवस एक मोठी बातमी आली. त्या दिवशी पॉल कोणाशी तरी फोनवर बोलत होता. संभाषण संपताच त्याने आपला फोन झटकन बंद केला.

''रिचर्डसन!'' तो एकदम म्हणाला. मला रिचर्डसन कोण ते माहीत नव्हते.

''बिल रिचर्डसन. अमेरिकेतील माझ्या प्रांताचे, म्हणजे न्यू मेक्सिकोचे गव्हर्नर. अमेरिकन सरकार अनेक ठिकाणी त्यांना राजकीय वाटाघाटींसाठी पाठवतं. ते एक सद्गृहस्थ आहेत. अध्यक्ष बशीरचा आणि त्यांचा परिचयही आहे. ते खार्टुमला पोहोचण्याच्या मार्गावर आहेत.''

ज्या दिवशी रिचर्डसन आम्हाला भेटायला येतील, असं आम्हाला वाटत होतं, त्या दिवशी पॉलची पत्नी भेटायला आली. त्या दोघांना एकमेकांना भेटल्यावर किती छान वाटलं असेल, हे मी सांगू शकत नाही. त्यांची ती भेट म्हणजे अली आणि माझ्यासाठी एक अद्‌भुत अनुभव होता. त्याचं वर्णन शब्दांत करणं शक्य नाही. त्या रात्री न्यायालयाच्या आवारातच त्यांनी फेरफटका मारला.

त्याच रात्री न्यायालयाच्या बाहेरील बाजूस एका पुरुषाला सार्वजनिक ठिकाणी चाबकानं मारण्यात येत होतं. त्यानं म्हणे शरियत कायद्याचे उल्लंघन केलं होतं. त्याआधी तिथंच एका स्त्रीलाही तसंच फोडून काढण्यात आलं होतं. मादक पेय बनवून त्याची विक्री केल्याचा आरोप तिच्यावर होता. अर्थात, खरंतर ते तिच्या जगण्याचं साधन होतं. ती बेशुद्ध होईपर्यंत तिला पंचवीस फटके मारण्यात आले होते.

....आम्ही एकदम भानावर आलो. आपण कोठे आहोत आणि काय करत

आहोत याची जाणीव आम्हाला झाली.

"आता तुम्हाला एके ठिकाणी जायचं आहे –" गार्डनं आम्हाला सुनावलं. आमची ही सत्त्वपरीक्षा सुरू होऊन आता पस्तीस दिवस झाले होते.

एका लालभडक रंगाच्या लँडक्रूझरमधून आम्हाला एका राजवाड्यासारख्या वास्तूत नेण्यात आलं. ते ठिकाण म्हणजे एल-फाशरच्या गव्हर्नरचं सरकारी निवासस्थान होतं. आम्हाला त्या वास्तूत अगदी आतपर्यंत नेण्यात आलं. तिथं आणखी एक गव्हर्नरही होते – बिल रिचर्डस्न. त्यांनी आमच्याशी हस्तांदोलन करून आम्हाला आलिंगन दिलं. ते आमच्यासाठी जे काही करत होते, त्याबद्दल मी त्यांना धन्यवाद दिले. हे सर्व होत असताना फोटोग्राफर लोकांचे फ्लॅश सर्वत्र चमकत होते. आम्ही एकदाचे आमच्या घरी परतणार होतो, हे आता स्पष्ट झालं.

मी अलीला आलिंगन दिलं. त्यानं अगदी गंभीरपणे माझ्या नजरेत पाहिलं. तो म्हणाला, "आपण चॅडपासून खूप दूर आहोत. आपण त्यांना आपले असे फोटो काढू देणे ठीक नाही. हे लोक अमेरिकेत निघून गेले की सुदानी अधिकारी आपल्याला ठार मारल्याशिवाय राहणार नाहीत."

एल-फाशरच्या लष्करी गव्हर्नरनं रिचर्डसनना असं सुचविलं की, मी आणि अलीनं निदान आठवडाभर तरी इथंच त्यांचे अतिथी म्हणून राहावं. मी त्यांना म्हणालो, "मी तुमचा खूप आभारी आहे! पण मला वाटतं, आम्ही आता आमचा मार्ग शोधावा." गव्हर्नर रिचर्डसननी आपला एक डोळा मिचकावत माझ्या उत्तराला दाद दिली.

आम्ही रिचर्डसनच्या छोट्या विमानातून खार्टुमला जाण्यासाठी उड्डाण केलं. सुदान सरकारला खार्टुममध्ये आम्हाला पकडून गोळ्या घालण्याची ती शेवटची, पण खूप चांगली संधी होती. त्यामुळे अली खूप अस्वस्थ होता. त्यानं आपली विषण्ण अवस्था अनेक वेळा रिचर्डसन यांच्याकडे व्यक्त केली, पण त्यांच्या मते तसं काही घडणार नव्हतं.

◆

सुटकेची एक टक्का शक्यता!

खार्टुमहून पुढे अदिस अबाबा, इथिओपिआ असे उड्डाण करत एकदाचे आम्ही जमीना येथे पोहोचलो. विमानप्रवासात मी बऱ्यापैकी विसावलो, पण अली मात्र विमानाच्या स्थितीकडे सतत लक्ष ठेवून होता. अमेरिकन अधिकारी आता निघून गेले होते. त्यामुळे सुदानी सरकार आमच्या विमानाला पुन्हा खार्टुममध्ये उतरायला भाग तर पाडणार नाही ना, या विचारानं अली अस्वस्थ होता. तसं घडणं अशक्य नव्हतं. आमचं विमान जमीना विमानतळावर उतरण्यासाठी घिरट्या घालू लागलं तरी अलीचा अस्वस्थपणा काही कमी होईना. अगदी शेवटच्या क्षणीही काहीतरी अडचण निर्माण होऊन आपल्याला पुन्हा सुदानमध्ये परत जावं लागेल, ही त्याची भीती कायम होती. विमान उतरून धावपट्टीवर थांबलं, तरी तो आपल्या सीटवरून उतरायला तयार नव्हता.

एकदाचा तो विमानातून बाहेर आला आणि जमीनाच्या दमट हवेत दीर्घ श्वास घेत मला म्हणाला, "परमेश्वरा, एकदाचे आपण घरी पोहोचलो!" बऱ्याच कालावधीनंतर मी त्याला हसताना पाहिलं. सुदानी अधिकारी आम्हाला हेलिकॉप्टरमधून घेऊन जात असताना 'ते कोसळलं तर बरं होईल,' असं तो गमतीनं म्हणाला होता. त्यानंतर त्याचं स्मितहास्य मी आज पाहिलं!

चॅडच्या राष्ट्रीय सुरक्षा अधिकाऱ्यांनी आमचं स्वागत केलं. "चला आमच्या बरोबर –" ते म्हणाले. तीनएक तास विविध प्रश्न विचारून त्यांनी आमची कसून चौकशी केली. त्यानंतर त्यांनी अलीला मुक्त केलं. इतर काही गोष्टींची पूर्तता होईपर्यंत मला मात्र तुरुंगातच राहावं लागणार होतं, पण चॅड सरकारमध्ये असलेल्या माझ्या एका मित्रानं त्या अधिकाऱ्यांची समजूत घातल्यामुळे मला माझ्या खोलीवर परतण्याची परवानगी मिळाली. जमीनातील ती माझी छोटीशी खोली जणू काही माझी प्रतीक्षाच करत होती. इतक्या दिवसांनी 'स्वतःच्या बिछान्यावर' विसावताना मला खूप छान वाटत होतं. हे सर्व खरंच विस्मयकारक होतं.

माझ्या खोलीच्या भिंती, नेहमीच मला लहानपणी आम्ही डोंगरदऱ्यांत भटकताना शोधलेल्या गुहांची आठवण करून द्यायच्या. त्या डोंगराला आम्ही 'देवाचा गाव' म्हणायचो... माझ्या खोलीतील भिंतीवर पडलेल्या भेगा काहीशा त्या गुहांमध्ये हजारो वर्षांपूर्वी कोणीतरी काढलेल्या चित्रांसारख्याच दिसत होत्या. खूप आतील बाजूस असलेल्या त्यांपैकी एका गुहेत एक छोटासा जलाशय आहे. उन्हाळ्याच्या दिवसांत गावातील मुलं तिथे पोहत असत. इजिप्तच्या सीमेलगत असलेल्या त्या गुहेचा शोध प्रथम एका हंगेरियन माणसाने लावला. 'दि इंग्लिश पेशंट' हे पुस्तक आणि त्यानंतर त्यावर निघालेला चित्रपट त्याच्याच जीवनावर आधारित आहे. मला वाटतं, आमच्या त्या गुहा पाहणारा डारफरबाहेरील तो एकमेव माणूस असावा.

त्या गुहा आजही अस्तित्वात आहेत. त्यातील भिंतींवर लांबलचक शिंगं असलेली जनावरं, आफ्रिकेतील श्वापदं, स्त्री, पुरुष, मुलं यांची चित्रं आहेत. एकंदरीत आफ्रिकेतील एके काळच्या समग्र जीवनाचं चित्रणच त्यात आहे, असं म्हणायला हरकत नाही.

माझ्या खोलीतील त्या मातीच्या भिंतीकडे पाहत मी अनेक रात्री जागवल्या होत्या. माझ्या मनात खोलवर रुतलेल्या अनेक प्रसंगांच्या असंख्य आठवणी मला अस्वस्थ करत होत्या. तो सर्व इतिहास, अत्याचाराचे बळी ठरलेले असंख्य डारफरवासी, ती छोटी मुलगी, ती असहाय स्त्री, मला हात हलवून निरोप देणारे ते निरागस पोर... मी काढलेली रेखाचित्रं....

पुढील काही महिने चॅडियन सुरक्षा अधिकारी माझ्यावर कडक नजर ठेवणार होते... आठवड्यातून अनेक वेळा मला चौकशीसाठी त्यांच्यासमोर जावं लागणार होतं. प्रत्येक वेळेस त्यांच्या वाढत्या रागाला मला तोंड द्यावं लागणार होतं. युद्धकैदी म्हणून देवाण-घेवाणीत मला पुन्हा सुदानला पाठविण्याची धमकीही ते देत. मी हेर असून, काही बंडखोर दलांच्या मदतीने मी जमीना शहरावर आणखी एक हल्ला करण्याची योजना आखत असल्याची 'बातमी' सुदानी सरकारने चॅडियन अधिकाऱ्यांना दिली होती, असं मला समजलं.

त्यांनी मला केलेल्या मारहाणीमुळे माझा जबडा सुजून दुप्पट आकाराचा झाला होता; पण मी माझ्या मित्रांना सांगितलं की, ती सूज मी पडल्यामुळे आली आहे. याचं कारण म्हणजे, जर मी राष्ट्रीय सुरक्षा अधिकाऱ्यांच्या नजरकैदेत आहे, हे त्यांना समजलं असतं, तर त्यांनी माझ्यापासून दूर राहणं पसंत केलं असतं. त्यानंतरच्या काही आठवड्यांत दोन्ही बाजूंच्या कैद्यांची अदलाबदल होणार आहे, असे चॅडियन सरकारमध्ये असलेल्या माझ्या एका मित्राकडून मला समजलं. माझं नाव तिसऱ्या गटात असल्याचंही त्यानं सांगितलं.

माझ्याबाबतीत चॅड आणि सुदानमध्ये काही बोलणी वगैरे होत असली तरी ते

दोन्ही देश पुन्हा एकदा युद्धाच्या उंबरठ्यावर उभे असल्याची लक्षणं स्पष्ट दिसत होती. चॅडमध्ये हळूहळू जमा होऊ लागलेली तथाकथित बंडखोर दले म्हणजे, एका अर्थी सुदानी सैन्याचाच भाग होती. जमीना शहराच्या पूर्व आणि ईशान्य भागात घनघोर लढाईला सुरुवातही झाली होती. जमीनावरही लवकरच हल्ला होईल, असं सर्वांना वाटत होतं. कॅमेरूनमध्ये प्रवेश करण्यासाठी पार कराव्या लागणाऱ्या पुलावर लोकांची प्रचंड गर्दी जमू लागली. घरगुती सामानानं लादलेल्या बसेस आणि छोट्या मोटारी मोठमोठ्यानं आवाज करीत त्या पुलावर घुसू लागल्या. त्या गर्दीमुळे पायी चालणाऱ्या लोकांची पंचाईत होऊ लागली. नदीपात्रातही सामानानं भरलेल्या बोटींची अशीच गर्दी झाली. शहरातील बहुतेक छोटी दुकानं बंद झाली. जमीनामध्ये घराघरांतून एकच आवाज आता येऊ लागला... खिळे ठोकून दारं-खिडक्या कायमच्या बंद करण्याचा....

त्याच वेळी माझ्या वडिलांच्या मृत्यूची बातमी आली. मला पकडल्याचं त्यांना कळलं होतं. त्या वेळेपासून त्यांचं खाणं-पिणं बंद झालं होतं. पण माझी सुटका झाल्याचं मात्र त्यांना नाही समजलं. ती बातमी तिकडे समजेपर्यंत खूप उशीर झाला होता.

बंडखोर दलांच्या रूपात सुदानी लष्कराच्या फौजा जमीना शहराकडे कूच करत होत्या. चॅड सरकार मला पुन्हा अटक करून काही हेरांच्या बदल्यात परत सुदानला पाठविणार असल्याचं, मला सरकारमधील माझ्या मित्रांकडून समजलं.

न्यूयॉर्कमधील माझी एक मैत्रीण मेगॅन हिनं फोन करून मला मदत करण्याची इच्छा व्यक्त केली. मानवाधिकारांसाठी झगडणाऱ्या वॉशिंग्टनमधील एका वकिलाला तिनं ई-मेल पाठवला. तो ई-मेल मिळाल्यावर त्या वकिलानं माझ्याशी फोनवरून संपर्क साधला. तोपर्यंत बंडखोर फौजा शहराच्या अगदी जवळ येऊन ठेपल्या होत्या. एकंदर परिस्थिती पाहून मीही त्या छोट्या पुलावरून कॅमेरूनमध्ये प्रवेश करायचा विचार करू लागलो. पण त्यादरम्यान अमेरिकन दूतावास आणि संयुक्त राष्ट्रांची निर्वासित सहायता संघटना मला सोडविण्याच्या दृष्टीनं प्रयत्नशील असल्याचं ख्रिसनं म्हणजे त्या वकिलानं मला सांगितलं. त्यांचा मला अमेरिकेला पाठविण्याचा विचार होता. तिथून मला माझं काम वेगळ्या पद्धतीनं सुरू ठेवता आलं असतं. माझे लोक डारफरमध्ये परत आल्यानंतर मीही पुन्हा तेथे जाऊ शकलो असतो.

बंडखोर फौजा शहरात साधारण तासाभरात पोहोचतील, असं मी ख्रिसला सांगितलं. तसं झालं असतं, तर माझं काही खरं नव्हतं. मला केव्हाही अटक होऊ शकत होती. कॅमरूनमध्ये निसटून जाण्याचा माझा विचार मी त्याच्याजवळ व्यक्त केला; पण तो म्हणाला की, जर मी तो पूल ओलांडून शेजारच्या देशात म्हणजे कॅमरूनमध्ये प्रवेश केला, तर कायदेशीररीत्या मी अडचणीत येऊ शकलो असतो.

त्यादरम्यान जर मी त्या महागड्या ट्रकचे पैसे दिले नाहीत, तर मला बंदी बनविण्यात येईल, अशी धमकी अलीच्या कुटुंबीयांनी दिली. नॅशनल जिऑग्राफिकने ते पैसे चेकने पाठविण्याची व्यवस्था केली.

माझे ख्रिसबरोबरचे फोनवरील संभाषण संपले आणि मी स्वत:लाच म्हणालो, "इतक्या दूरवर असलेल्या त्या दयाळू लोकांना मला मदत करायची आहे, माझ्या सुटकेची आता जेमतेम एक टक्काच संधी आहे आणि ती मी त्यांना देतोय –" आणि लवकरच माझ्या लक्षात आलं की, तो एक टक्काच पुरेसा होता....

पण आफ्रिका सोडून जाणं काही सोपं नव्हतं. जमीनामधून सुटून बाहेर पडल्यानंतर मला घानामध्ये असलेल्या अमेरिकन गृह आणि सुरक्षा अधिकाऱ्यांना तोंड द्यावं लागणार होतं. त्यानंतरच मला देश सोडण्याची अधिकृत परवानगी पत्राद्वारे मिळणार होती. माझ्या एका चुकीच्या पावलामुळे मला तुरुंगात काही दिवस काढावे लागले. पुन्हा वाट पाहावी लागली.

...आणि शेवटी तो दिवस उजाडला. विमानात शिरण्यापूर्वी धावपट्टीवर उभ्या असलेल्या जिन्याच्या सर्वांत वरच्या पायरीवर मी क्षणभर थबकलो. मी माझ्या दृष्टिपथात येणाऱ्या आफ्रिकेवर नजर टाकली. त्या हवेचा गंध मी माझ्या श्वासात भरून घेतला – त्यापुढील काही काळ मला पुरेल इतका. डारफरमधील लोक शांतपणे आपल्या घरी परतावेत यासाठी आणि तेथील घडामोडी बाहेरील जगापर्यंत पोहोचाव्यात म्हणून मी आता वेगळ्या पद्धतीने काम करणार होतो. एकटा माणूस शेवटी काय करू शकतो? अर्थात, मित्र बनवले तर आपल्याला शक्य ते सर्व करता येतं.

मला आता तेच करायचं होतं.

◆

परिशिष्ट १
डारफर : एक ओळख

या टप्प्यावर डारफरसंबंधी काही अधिक माहिती तुम्हाला असणं आवश्यक आहे, अन्यथा तेथील परिस्थिती तुम्हाला खूप गोंधळात टाकेल. तुम्ही सुदानी असाल आणि आपल्या मित्रांबरोबर एखाद्या बारमध्ये बसून राजकारणावर गप्पा मारत असाल किंवा एखाद्या विद्यापीठात चर्चा करत असाल, तर ही माहिती तुम्हाला असणं आवश्यक आहे.

ब्रिटिशांनी सुदानला १९५६ मध्ये स्वातंत्र्य देताना तिथली सत्ता अल्पसंख्य अरब लोकांच्या हाती सोपविली. संख्येने अधिक असलेल्या आफ्रिकन जनतेवर अशा तऱ्हेने अल्पसंख्य अरबवंशीयांचे राज्य आले. खरे म्हणजे, स्वातंत्र्य मिळवण्याच्या वर्षभर आधीच म्हणजे १९५५ मध्ये स्थानिक आफ्रिकन जनतेने याविरुद्ध बंड करायला सुरुवात केली होती. मुख्यत्वे दक्षिण भागात पसरलेला हा सशस्त्र उठाव १९७२ पर्यंत सुरूच होता. त्यानंतर झालेल्या शांतता करारानुसार स्थानिक आफ्रिकन जनतेला सुदानच्या दक्षिण प्रांतावर मर्यादित स्वरूपाचे नियंत्रण मिळाले. त्यासाठी 'सदर्न रिजनल असेंब्ली' या संघटनेची स्थापना करण्यात आली. 'शेवरॉन कॉर्पोरेशन' या कंपनीने सुदानच्या दक्षिण भागात शोधलेल्या खनिज तेलाच्या साठ्यापासून मिळणाऱ्या उत्पन्नावर नियंत्रण ठेवणे, हे त्या असेंब्लीचे काम होते.

या शांतता करारानंतर म्हणजे सुमारे दहा वर्षांच्या शांततेनंतर १९८३ मध्ये सुदानचे तत्कालीन अध्यक्ष गफार निमेरी यांनी तो करारच रद्दबातल ठरविला. त्या वेळी सदर्न रिजनल असेंब्ली बरखास्त करण्यात आली आणि संपूर्ण सुदानवर केंद्रीय सत्ता लादण्यात आली. अशा तऱ्हेने सुदानची संपूर्ण सत्ता लष्करी राजवटीखाली आली. साहजिकच खजिन तेलापासून मिळणाऱ्या महसुलावरही खार्टुममधील केंद्रीय सत्तेचे नियंत्रण आले. त्यातील गमतीचा भाग असा की, तोपर्यंत खनिज तेलाचे प्रत्यक्ष उत्पादन सुरू व्हायचेच होते.

या सर्व परिस्थितीचा परिणाम म्हणजे, देशात सरकारविरोधी बंडखोर संघटना

लगेचच सक्रिय होऊ लागल्या. बिघडत चाललेली परिस्थिती आणखी बिघडविण्यासाठीच की काय, अध्यक्ष निमेरीने संपूर्ण सुदानवर अतिशय कडक इस्लामी शरियत कायदा लादला. दक्षिण सुदानमध्ये तर या कायद्याचे पालन बिगरमुस्लिमांनाही अनिवार्य करण्यात आले. या कायद्यांतर्गत किरकोळ चोऱ्यांसाठी हात तोडणे, स्त्रियांना दगडांनी ठेचून मारणे यांसारख्या क्रूर शिक्षांची तरतूद होती. त्यामुळे अर्थातच सामान्य जनतेत तसेच सरकारविरोधी बंडखोर संघटनांमध्ये क्षोभ उसळला. त्यांनी तीन प्रमुख मागण्या पुढे केल्या. शरियत कायदा मागे घेऊन धर्मनिरपेक्ष सरकारची स्थापना करणे, त्यात स्थानिक आफ्रिकन लोकांना (विशेषत: दक्षिण भागातील) पुरेसे प्रतिनिधित्व देणे आणि खजिन तेलापासून मिळणाऱ्या उत्पन्नाचा वाटा स्थानिक लोकांच्या विकासासाठी वापरणे (त्यामध्ये रोजगाराच्या संधी, शैक्षणिक सुविधा, रस्ते, वैद्यकीय सेवा इत्यादींचा समावेश होता). त्याच वेळी आफ्रिकेत भीषण दुष्काळ पडला. लोकांच्या राजकीय क्षोभात भुकेचा आगडोंब मिसळला. त्याचा परिणाम म्हणजे १९८५ मध्ये जनतेने अध्यक्ष निमेरीचे सरकार उलथून टाकले. पुढे देशात संसदीय निवडणुका झाल्या आणि त्यामध्ये सादिक अल्-महदीच्या मवाळ नेतृत्वाखालील सरकारने राज्यभार सांभाळला. नूतन अध्यक्ष महदीने शरियत कायद्याला स्थगिती दिली. तरीही अनेक ठिकाणी स्थानिक प्रशासनाने त्या कायद्याची अंमलबजावणी सुरूच ठेवली. शरियत कायदा पूर्णपणे रद्द न झाल्याने तसेच अनेक राजकीय मुद्दे योग्य स्वरूपात सरकारसमोर न आल्याने अनेक बंडखोर संघटना क्रियाशील राहिल्या.

त्यानंतरची चार वर्षे राजकीयदृष्ट्या तशी अशांततेच गेली. त्या कालावधीत खनिज तेलाचे उत्पादनही सुरू होऊ शकले नाही. बंडखोर संघटनांनी वारंवार केलेल्या हल्ल्यांमुळे शेवरॉन कंपनीनेही तेथून काढता पाय घेतला. अध्यक्ष निमेरीच्या राजवटीत झालेल्या प्रचंड कर्जामुळे देशाची आर्थिक परिस्थिती डबघाईला आली. कर्जाचे हप्तेही फेडता न आल्याने आंतरराष्ट्रीय नाणेनिधीकडून मिळणारी आर्थिक मदतही बंद झाली. सुदानला खरे म्हणजे एक प्रमुख खजिन तेल उत्पादक देश बनायचे होते, पण इतर अरब देशांशी त्याला योग्य राजकीय संबंध ठेवता आले नाहीत. अध्यक्ष महदीने मग एक नवीन शांतता करार करायचे ठरवले. त्यामुळे शरियत कायदा अधिकच कमजोर होऊन दक्षिण प्रांत स्वायत्त होऊ शकणार होता. परिणामत: खनिज तेलाच्या उत्पादनास गती मिळणार होती.

पण हा करार होण्यापूर्वी लष्करातील एक प्रबळ अधिकारी ओमर हसन अल्-अहमद बशीर याने महदीचं सरकार उलथून टाकलं आणि आपल्या हातात सत्ता घेतली. सुदानची सत्ता आजही त्याच्याकडेच आहे. बशीरने शरियत कायदा पुन्हा अमलात आणला, सरकारविरोधी वृत्तपत्रे आणि राजकीय पक्ष यांच्यावर बंदी

आणली आणि विरोधकांना तुरुंगात डांबलं. सर्वांच्याच दृष्टीने हा एक फार मोठा धक्का होता. त्या वेळी मी हायस्कूलमध्ये शिकत होतो आणि आम्हा सर्वांना या अन्यायाविरुद्ध आवाज उठवावा, असं वाटत होतं.

बशीरने लादलेल्या शरियत कायद्यानुसार आजही सुदानी स्त्री आपल्या पतीच्या किंवा वडिलांच्या लेखी परवानगीशिवाय देशाबाहेर जाऊ शकत नाही. सार्वजनिक वाहनांमध्ये स्त्रियांना आणि पुरुषांना स्वतंत्र ठिकाणी बसावं लागतं. धर्मावर श्रद्धा न ठेवणाऱ्या सैनिकांपासून लष्कराला 'पवित्र' ठेवण्यात येते. (म्हणजे अर्थातच अशा अश्रद्धांना जगण्याचा अधिकार नसतो.)

अध्यक्ष बशीर आणि त्यांच्या उजव्या विचारसरणीवर विश्वास ठेवणारे; त्यांच्याशी एकनिष्ठ असणारे लोकच सरकारी यंत्रणेत काम करतात. त्यांत न्यायाधीश, सरकारी वकील आणि इतर अधिकारी यांचा समावेश होतो. तेथील निवडणुका भ्रष्ट मार्गानेच होतात. किरकोळ गुन्ह्यांसाठी आणि कित्येक वेळा काही गुन्हा नसतानाही लोकांना अतिशय क्रूर शिक्षा भोगाव्या लागतात. अनेक वेळा लोक अचानक 'नाहीसे' होतात.

अध्यक्ष बशीरने खनिज तेलसाठ्यांचा प्रश्न आपल्या परीने सोडवला आहे. डारफरमधील समस्येचे उत्तरही तो बहुधा त्याच पद्धतीने शोधून काढेल. सुदानमधील खजिन तेलांच्या साठ्यांचे रक्षण करण्यासाठी यापूर्वीच्या दोन सरकारांनी भटक्या अरब टोळ्यांना शस्त्रे पुरविली होती, पण त्याचा फारसा उपयोग झाला नाही. नव्वदच्या दशकात अध्यक्ष बशीरने त्याच सशस्त्र अरबांना चक्क बिगरअरबी गावांवर हल्ला करण्यासाठी वापरलं. त्यात आतापर्यंत वीस लाखांवर लोक हकनाक मारले गेले आहेत. अनेक ठिकाणी असे हल्ले झाले, तेव्हा गुरे राखण्यासाठी गावापासून दूर गेलेली तरुण पोरं तेवढी वाचली. ती पोरं घरी परतली, तेव्हा त्यांच्या बापांची कत्तल झाली होती आणि त्यांच्या आया-बहिणींवर अत्याचार. त्या स्त्रियांपैकी अनेक जणी गुलाम म्हणून विकल्या गेल्या. अनेक तरुण पोरेही खडतर प्रवास करत इथिओपिआत आणि इतर अनेक देशांत पोहोचली. काहींनी अमेरिकेचा रस्ता पकडला. तिथे या तरुणांना 'भरकटलेली सुदानी मुले' – 'द लॉस्ट बॉईज् ऑफ सुदान' – म्हणून आजही संबोधण्यात येतं. तर, एकंदरीत अशी आहे सुदान सरकारची अवस्था आणि असा आहे अध्यक्ष बशीर.

अमेरिका, ब्रिटन आणि इतर अनेक देशांतील विविध समुदायांनी अशा हजारो तरुणांना आधार देऊन त्यांना एक नवीन जीवन जगण्यासाठी साह्य केलं आहे. ही गोष्ट मुस्लिम समुदायानेच काय, पण कोणीच विसरता कामा नये.

बशीरने ओसामा बिन लादेन आणि इतर इस्लामी कट्टरपंथीयांशी सलगी केली आणि त्यानंतर सुदानमध्ये अनेक अतिरेकी प्रशिक्षण केंद्रे सुरू झाली. देशातील

खनिज तेलाचे साठे त्याने खुशाल चिनी लोकांच्या हवाली करून टाकले. उजाड झालेल्या गावात सशस्त्र चिनी सैनिक आले. कोणताही विरोध न करता आणि कोणतीही व्यावसायिक भागीदारी न करता आर्थिक प्रगती करण्याचे एक नवीनच मॉडेल बशीरने अस्तित्वात आणले.

हवामानात सतत होणारे बदल आणि नेहमी पडणारा दुष्काळ या गोष्टींचीही इथे नोंद घेतली पाहिजे. ऐंशीच्या दशकाच्या मध्यात भटके अरब आणि बऱ्यापैकी सुस्थितीत असलेले मूळ आफ्रिकन यांच्यात चारा आणि पाणी यांच्या दुर्भिक्षावरून तीव्र स्पर्धा सुरू झाली. दक्षिणेला झॅघावांच्या इलाख्यात अरब घुसले, तर झॅघावांनी आणखी दक्षिणेला मस्सलित आणि फर या आदिवासींच्या प्रदेशात अतिक्रमण केलं.

या सर्व घडामोडींचा परिणाम म्हणजे समाजाच्या विविध घटकांत तेढ निर्माण झाली आहे. आपल्या आधीच्या अध्यक्षांना केवळ दुष्काळामुळे सत्ता गमवावी लागली, हे बशीरला माहीत आहे. खरं तर डारफरच्या भूमीत खोलवर गोड्या पाण्याचे प्रचंड साठे आहेत. मूळच्या रहिवाशांना डारफरमधून विस्थापित करून अरब शेतकऱ्यांना तिथे हिरवेगार मळे पिकवू द्यायचे, अशी बशीरची योजना आहे. सुदान आणि इजिप्त यांच्यात 'चार स्वातंत्र्यांचा करार' झाला आहे. या करारानुसार इजिप्शियन अरबांना डारफर आणि सुदानच्या इतर प्रांतांत जाण्याची मुभा आहे. पाण्याचा उपयोग शहाणपणाने आणि काटकसरीने केला, तर नवीन जमीन लागवडीखाली आणण्याची कल्पना खरोखरच चांगली आहे. पण मग आज डारफरमध्ये परत आलेल्या किंवा येणाऱ्या मूळ रहिवाशांना ही सवलत का नाही द्यायची? आज तरी तशी परिस्थिती नाही. पण त्या मूळ रहिवाशांना पाण्याच्या साठ्यांचा उपसा करायची परवानगी दिली, तर सुदानला निश्चितच आणखी अन्नधान्य मिळेल.

अलीकडे अनेक वर्षांपासून सुदानी सरकार उघडपणे अरबवंशीयांनाच सर्व स्तरावर प्रोत्साहन देत आहे, पण हे करत असताना सुदान आपले राष्ट्रीय अस्तित्वच हरवून बसले आहे. त्याची राज्यकर्त्यांना पर्वा नाही. अरब आणि मूळ आफ्रिकन यांच्यात हजारो वर्षांपासून सलोख्याचे संबंध राहिले आहेत. माझ्या लहानपणी आम्ही एकमेकांच्या राहुट्यांत जाऊन मेजवान्या झोडत असू. ज्या समस्या वाटाघाटींद्वारे सोडवल्या जाऊ शकत नसत, त्यांचा निवाडा गावापासून खूप दूर प्रातिनिधिक स्वरूपाच्या पारंपरिक युद्धाद्वारे केला जायचा; जेणेकरून स्त्रिया, लहान मुले आणि वयोवृद्धांना त्याचा त्रास होऊ नये. दुसरं असं की, इतक्या सर्व वर्षांत या दोन्ही समाजांत इतके आंतर्विवाह झाले आहेत की, मूळचे आफ्रिकन कोण आणि अरब कोण, हे सांगणेही हळूहळू कठीण होत चाललं आहे. शिवाय इथली प्रत्येक

व्यक्ती (मुख्यत्वे उत्तर भागात) धर्माने मुस्लिम आहे. त्यामुळे या तंट्याला धार्मिक स्वरूप असण्याचेही काही कारण नाही. पण अरबवंशीय स्वत:च्या श्रेष्ठतेचा डंका वाजवू लागल्यापासून त्यांच्यात आणि मूळ रहिवाशांत दुरावा निर्माण झाला आहे. रवांडा देशातही असेच झाले, हे लोकांच्या लक्षात यायला हवे आहे.

आता टोळ्या-टोळ्यांमधील वाद वडिलधाऱ्या व्यक्तींच्या मदतीने सोडविले जात नाहीत. अलीकडच्या काळात हे करण्यासाठी अरब लोकांना शस्त्रे देण्यात आली, लष्करी पाठिंबा देण्यात आला. शिवाय सरकारकडून त्या पद्धतीला तीव्र विरोध केला गेला. त्याच वेळेस दुसरीकडे, अरबेतर लोकांना मात्र शस्त्रास्त्रे जमा करण्याचा किंवा नष्ट करण्याचा हुकूम देण्यात आला. धमकी देण्यात आली. लिबियाचा कर्नल गद्दाफी याने दक्षिणेकडे आपले साम्राज्य वाढविण्यासाठी १९८० च्या दशकात चॅडवर हल्ले सुरू केले आणि तेव्हापासून डारफरचा एक 'सोईस्कर टप्पा' म्हणून वापर होऊ लागला. डारफरमधील लोक (अरब आणि आफ्रिकन दोन्ही) जात्याच चांगले व्यापारी असल्याने त्यांनी शस्त्रास्त्रांचा साठा करायला सुरुवात केली. आजमितीस डारफरमध्ये निरनिराळ्या प्रकारच्या पन्नास हजारांहून अधिक रायफली (त्यात कॅलाश्निकोव्ह, AK-47, M-14 यांचा समावेश आहे), तसेच RPG रॉकेट लाँचर्स इत्यादी शस्त्रास्त्रांचा साठा जमा झाला असावा, असा प्राथमिक अंदाज आहे. संभाव्य संकटाच्या भीतीने गावातील लोकांनी ही शस्त्रे अर्थातच सरकारकडे जमा होऊ दिलेली नाहीत.

या शस्त्रास्त्र साठ्यांच्या जोरावर 'युद्ध' करण्याच्या वल्गना करत बिगर-अरबी बंडखोर संघटनांनी डारफरच्या स्वातंत्र्याची भाषा सुरू केली. काही बंडखोर संघटनांनी २७ एप्रिल २००३ रोजी तेहतीस लँडक्रूझर गाड्यांचा वापर करून सरकारच्या लष्करी तळावर हल्ला केला आणि तेथील विमाने व हेलिकॉप्टर्स नष्ट केली. त्याच विमानांनी आणि हेलिकॉप्टर्सनी त्यांची गावेच्या गावे बेचिराख केली होती. प्रत्युत्तर म्हणून अध्यक्ष बशीरने रणशिंग फुंकलं आणि अरबी जंजावीड दलांना मोकळं रान दिलं. त्यांनी मग रणगाडे, मशिनगन्स, हेलिकॉप्टर्स आणि बॉम्बहल्ला करणारी विमानं यांच्या साह्याने सुदानच्या अगदी अंतर्भागातील गावं बेचिराख करण्यास सुरुवात केली. अगदी पद्धतशीरपणे नियोजन करून ही कारवाई करण्यात आली. त्यात असंख्य लोक मारले गेले. स्त्री-पुरुषांबरोबर गावातील प्रमुख व्यक्तींना जिवंत जाळण्यात आलं किंवा त्यांच्या मुलाबाळांसमोर आणि आप्तांसमोर हालहाल करून त्यांना मारण्यात आले. निष्पाप मुलांना आगीत फेकण्यात आलं. त्यांचे मृतदेह विहिरींमध्ये फेकून ते पाणीही दूषित करण्यात आलं. हे वंशविच्छेदाचे मानवी हत्याकांड सर्व स्तरांवर भयानक होते – राजकीयदृष्ट्या, पर्यावरणदृष्ट्या आणि सांस्कृतिकदृष्ट्याही.

या पुस्तकाच्या दुसऱ्या प्रकरणात या सर्व परिस्थितीबद्दल मी जे सांगितलं, ते तुम्हाला आठवत असेल.

''या बंडखोर दलांशी लढताना येणारी अडचण म्हणजे, येथे कोण कोणाच्या बाजूने आहे, तेच कळत नाही. खार्टुममधील अरब राजवटीचे सुदानी सरकार आज एखाद्या बंडखोर दलाशी खोटा समझोता करते, तर उद्या आणखी एखाद्या सशस्त्र दलाशी. यांचा उद्देश एवढाच की, बिगर-अरबी वंशाचे लोक एकमेकांशी सतत लढत राहावेत. अशा दलांच्या महत्त्वाकांक्षी आणि माथेफिरू नेत्यांना वाटतं की, युद्ध संपल्यावर आपल्याला सैन्यदलात चांगले हुद्दे मिळतील. त्यांच्याशी तशा पद्धतीची बोलणी सरकार करतं. पण सत्य हे आहे की, सरकारला नंतर त्यांनाही संपवायचे आहे. त्यांतील काही फुटीर कमांडर्सना काही विशिष्ट दलांवर हल्ले करण्यास सांगण्यात येतं, तर काही वेळा त्यांना युद्धबंदी कराराचे पालन होतं की नाही यावर देखरेख करणारी इतर देशांची निरीक्षक दलं किंवा मानवतावादी कार्यकर्ते यांच्यावर हल्ला करण्यास भाग पाडलं जातं. हा सर्व खटाटोप एवढ्यासाठी की, हा वंशविच्छेद असाच सुरू राहावा आणि येथील मूळ रहिवासी या भूमीतून कायमचे नष्ट व्हावेत. मला वाटत असलेल्या काही गोष्टींना इतिहास कदाचित खोटे ठरवेल, पण येथील एकंदर परिस्थिती हेच सांगते. असं म्हटलं जातं की, सुदानी सरकारच येथील अरबवंशीय लोकांना (ज्यांच्या अनेक टोळ्यांशी आमची जुनी मैत्री आहे) पैसे देते आणि 'जंजावीड' नावाची अश्वारूढ सैनिकांची खास दलं स्थापून त्यांना बिगर-अरबी लोकांचा संहार करायला आणि त्यांची गावे जाळून नष्ट करायला सांगते. 'जंजावीड' म्हणजे 'घोड्यावरील दुष्ट आत्मे' किंवा 'दुष्ट बंदूकधारी.' माझा असा कयास आहे की, एकदा का मूळ बिगर-अरबवंशीय लोक येथून नाहीसे झाले की, सरकार त्यानंतर अरबवंशीयांमध्येही भांडणं लावेल आणि त्यांना एकमेकांशी लढायला भाग पाडेल. मग एक दिवस ते लोकही या सुंदर भूमीतून नाहीसे होतील. जिथे आतापर्यंत सर्व बिगर-अरबवंशीयांचा पूर्ण निःपात झाला आहे, तिथे आता हे घडायला सुरुवात झाली आहे.''

हे सर्व मी सांगतो आहे याचं कारण म्हणजे, डारफरमधील हा सर्व प्रकार म्हणजे फक्त एक वंशविच्छेद आहे, असा काही लोकांचा समज आहे; पण हे वंशविच्छेदाचे सत्र अतिशय गुंतागुंतीचे आहे.

बशीरचं सरकार बिगर-अरबी आफ्रिकन मूळ रहिवाशांना योजनाबद्ध रीतीने विस्थापित करत आहे आणि त्यांची कत्तल करत आहे. राजकीय विरोध नाहीसा करणे, आपली सत्ता अबाधित ठेवणे, देशातील साधनसंपत्तीचा आपल्या मर्जीप्रमाणे वापर करणे आणि अल्पसंख्याकांना बहुसंख्य बनविणे, हा त्याच्या सुनियोजित कार्यक्रमाचा भाग आहे.

आज एकविसाव्या शतकात हे सर्व करणं शक्य आहे का? आपल्या मार्गात येणाऱ्या प्रत्येकाचा बळी घेऊन आपण आपल्या समस्या सोडवू शकतो का? जगाने याचा विचार करावा. डारफरचे मूळ रहिवासी त्यांच्याच भूमीत परतू शकतील का, आणि ते केव्हा घडेल, यातच वंशविच्छेद हे एखाद्या समस्येचे उत्तर आहे का आणि अशी हत्या जगात इतरत्र घडू शकेल का, या प्रश्नांची उत्तरे आहेत. खरं तर हे सर्व थांबविण्याची हीच योग्य वेळ आहे.

त्यासाठी डारफरमधून विस्थापित झालेल्या लोकांना तेथे परत बोलावून त्यांचे पुनर्वसन करणे आवश्यक आहे. सध्या चॅडमध्ये ज्या निर्वासित छावण्या आहेत, त्यांनाच नवीन गावांचा दर्जा देऊन त्या डारफरमध्ये स्थलांतरित करणे शक्य आहे. शाळा, इस्पितळे यांसारख्या आजवर उपलब्ध न झालेल्या सेवा तेथे पुरवता येऊ शकतील. अशा नव्याने वसविलेल्या गावांत व्यक्तिगत विकासाच्या नवीन संधी निर्माण होऊ शकतील आणि तेथे पुन्हा एकदा ग्रामीण जीवन आणि शेतीचा विकास होऊ शकेल. जगातील अनेक भागांत जनजीवन संतुलित करण्यासाठी संयुक्त राष्ट्रांनी जशी विशेष संरक्षित क्षेत्रे निर्माण केली आहेत, तशी क्षेत्रे डारफरमध्ये निर्माण करता येतील. त्या बदल्यात डारफरमधील लोकांच्या प्राचीन चालीरीतींना इलेनॉर रूझवेल्ट आणि इतरांनी उद्‌धृत केलेल्या मानवी अधिकारांच्या जागतिक जाहीरनाम्याची जोड दिली जाऊ शकेल. हा जाहीरनामा आंतरराष्ट्रीय कायदा म्हणून या आधीच स्वीकारला गेला आहे.

हे सर्व करता येणे शक्य आहे. या घडीला जगातील लोकांचे आयुष्य संतुलित करावयाच्या मार्गांचे संरक्षण करण्याहून अधिक महत्त्वाचे या पृथ्वीवर काय असू शकते?

◆

परिशिष्ट २
मानवी अधिकारांचा जागतिक जाहीरनामा

दि. १० डिसेंबर १९४८ रोजी संयुक्त राष्ट्रांच्या सर्वसाधारण सभेने 'मानवी अधिकारांचा जागतिक जाहीरनामा' संमत करून त्याची घोषणा केली.

जागतिक जाहीरनाम्याची भूमिका :

ज्या अर्थी, मानवजातीतील सर्व व्यक्तींची नैसर्गिक प्रतिष्ठा; त्यांचे समान आणि आदरणीय अधिकार यांना मान्यता देणे, हा जगात स्वातंत्र्य, न्याय आणि शांतता यांच्या प्रस्थापनेचा पाया होय;

ज्या अर्थी, मानवी अधिकारांची अवहेलना आणि अप्रतिष्ठा झाल्याने अमानुष कृत्ये घडून आली आणि त्या योगे मानव जातीच्या सदसद्विवेकबुद्धीवर भयंकर आघात झाला, यासाठीच प्रत्येक व्यक्तीला भाषणस्वातंत्र्याचा आणि श्रद्धास्वातंत्र्याचा उपभोग घेता येईल; भयापासून त्याची मुक्तता होईल, अशा जगाची उभारणी करणे, ही सामान्य लोकांची सर्वोच्च आकांक्षा म्हणून घोषित करण्यात आली आहे.

ज्या अर्थी, जुलूम आणि दडपशाही याविरुद्ध अखेरचा उपाय म्हणून मानवाला बंड करणे भाग पडू नये, यासाठी मानवी अधिकारांचे संरक्षण करणे कायद्याने आवश्यक आहे.

ज्या अर्थी, राष्ट्राराष्ट्रांमध्ये मित्रत्वाचे संबंध वृद्धिंगत करण्याच्या कार्यास चालना देणे आवश्यक आहे.

ज्या अर्थी, संयुक्त राष्ट्रांतील सदस्य राष्ट्रांनी घटनेतील मूलभूत मानवी अधिकार, प्रतिष्ठा, महत्त्व आणि स्त्री-पुरुषांचे समान अधिकार यावरील आपली श्रद्धा निश्चयपूर्वक पुन्हा एकदा व्यक्त केली आहे आणि अधिकाधिक स्वातंत्र्याच्या वातावरणात

सामाजिक प्रगती घडवून आणण्याचा आणि जीवनमान सुधारण्याचा निर्धार केला आहे.

ज्या अर्थी, संघटनेच्या सदस्यांनी जागतिक आदरभाव, मूलभूत स्वातंत्र्य आणि मानवी अधिकारांचे संरक्षण यासाठी प्रतिबद्ध होऊन संयुक्त राष्ट्रांशी सहकार्य करण्याची प्रतिज्ञा केली आहे.

ज्या अर्थी, या प्रतिज्ञेच्या परिपूर्तीसाठी मानवी अधिकार आणि स्वातंत्र्य याबाबत जाणीव होणे अत्यंत महत्त्वाचे आहे.

त्या अर्थी आता –

ही सर्वसाधारण सभा, हा 'मानवी अधिकारांचा जागतिक जाहीरनामा' सर्व लोकांसाठी ध्येयसिद्धीचा एक समान आदर्श म्हणून जाहीर करत आहे. त्यासाठी प्रत्येक देशातील प्रत्येक व्यक्तीने आणि समाजातील प्रत्येक घटकाने हा जाहीरनामा सतत डोळ्यांसमोर ठेवून अध्यापन आणि शिक्षण यांच्याद्वारे या अधिकारांचा आणि स्वातंत्र्याचा मान राखला पाहिजे. आंतरराष्ट्रीय-राष्ट्रीय अशा प्रागतिक स्वरूपाच्या उपाययोजनांद्वारे सदस्य राष्ट्रांच्या लोकांमध्ये आणि त्यांच्या अधिकाराच्या प्रदेशातील लोकांमध्ये त्यांना जागतिक मान्यता मिळवून देण्यासाठी आणि त्यांचे परिणामकारक पालन केले जाण्यासाठी प्रयत्न केले पाहिजेत.

<u>कलम १</u> :

सर्व व्यक्ती जन्मत:च स्वतंत्र आहेत आणि त्या सर्वांना समान प्रतिष्ठा आणि समान अधिकार आहेत. सर्वांना विचारशक्ती आणि सदसद्विवेकबुद्धी लाभलेली आहे आणि त्याचे आचरण सर्वांनी एकमेकांशी बंधुत्वाच्या भावनेने करावे.

<u>कलम २</u> :

या जाहीरनाम्यात नमूद केलेले सर्व अधिकार आणि सर्व प्रकारचे स्वातंत्र्य प्रत्येकास आहे. त्याबाबतीत वंश, वर्ण, स्त्री-पुरुष, भाषा, धर्म, राजकीय किंवा इतर विचारसरणी, राष्ट्रीय किंवा सामाजिक मूलस्थान, संपत्ती किंवा इतर दर्जा यासारखा कोणताही भेदभाव केला जाता कामा नये.

तसेच एखादी व्यक्ती ज्या देशाची अथवा प्रदेशाची रहिवासी असेल, त्या देशाच्या किंवा प्रदेशाच्या – मग तो देश किंवा प्रदेश स्वतंत्र असो, विश्वस्त व्यवस्थेखाली असो, स्वायत्त शासन नसलेला असो किंवा कोणत्याही प्रकारच्या सार्वभौमत्वाखालील असो – राजकीय क्षेत्राधिकारात्मक किंवा आंतरराष्ट्रीय दर्जाच्या कारणास्तव कोणताही भेदभाव करता कामा नये.

कलम ३ :

प्रत्येकास जगण्याचा, स्वातंत्र्य उपभोगण्याचा आणि सुरक्षित असण्याचा अधिकार आहे.

कलम ४ :

कोणालाही गुलामगिरीत अथवा दास्यात ठेवण्यात येऊ नये. सर्व प्रकारच्या गुलामगिरीस आणि गुलामांच्या व्यापारास मनाई करण्यात आली पाहिजे.

कलम ५ :

कोणाचाही छळ करता कामा नये किंवा कोणासही क्रूर, अमानुष किंवा कमीपणा आणणारी वागणूक किंवा शिक्षा देता कामा नये.

कलम ६ :

प्रत्येक व्यक्तीला सर्व ठिकाणी कायद्याच्या दृष्टीने माणूस म्हणून मान्यता मिळण्याचा अधिकार आहे.

कलम ७ :

सर्व व्यक्ती कायद्याच्या दृष्टीने समान आहेत आणि कोणताही भेदभाव न करता कायद्याचे समान संरक्षण मिळण्याचा त्यांना हक्क आहे. या जाहीरनाम्याचे उल्लंघन करून कोणत्याही प्रकारचा भेदभाव झाल्यास वा असा भेदभाव करण्यास चिथावणी देण्यात आल्यास त्याबाबतीत सर्वांना समान संरक्षण मिळण्याचा हक्क आहे.

कलम ८ :

घटनेने किंवा कायद्याने दिलेल्या मूलभूत हक्कांचा भंग करण्याच्या कृत्यांच्या बाबतीत सक्षम राष्ट्रीय अधिकार यंत्रणेमार्फत परिणामकारक उपाययोजना मागण्याचा अधिकार प्रत्येक व्यक्तीस आहे.

कलम ९ :

कोणालाही कारणाशिवाय जबरदस्तीने अटक, स्थानबद्ध किंवा हद्दपार करण्यात येऊ नये.

कलम १० :

प्रत्येकाला समान भूमिकेतून त्याचे अधिकार आणि जबाबदाऱ्या निश्चित करण्यासंबंधात किंवा त्याच्यावरील कोणत्याही दंडनीय आरोपाचा न्याय-निर्णय करण्यासंबंधात स्वतंत्र आणि निःपक्षपाती सक्षम यंत्रणेमार्फत न्याय्य आणि जाहीर सुनावणीची मागणी करण्याचा हक्क आहे.

कलम ११ :

१) दंडनीय अपराधांचा आरोप असलेल्या प्रत्येक व्यक्तीस जाहीर न्यायालयीन चौकशीत तो दोषी असल्याचे सिद्ध होईपर्यंत तो निरपराध आहे, असे गृहीत धरले जाण्याचा अधिकार आहे. अशा न्यायालयीन चौकशीत त्याच्या बचावासाठी आवश्यक सर्व प्रकारची हमी त्यास देण्यात आली पाहिजे.

२) एखादे कृत्य किंवा वर्तन ज्या वेळी घडले, त्या वेळी जर ते राष्ट्रीय किंवा आंतरराष्ट्रीय कायद्याने दंडनीय अपराध ठरत नसेल, तर त्या कृत्यासाठी अथवा वर्तनासाठी कोणालाही दंडनीय अपराधासाठी दोषी समजण्यात येऊ नये. त्याचप्रमाणे असा अपराध घडल्यास योग्य असलेल्या शिक्षेपेक्षा अधिक कठोर शिक्षा त्यास देता कामा नये.

कलम १२ :

कोणत्याही व्यक्तीचे खासगी जीवन, त्याचे कुटुंब, त्याचे घर अथवा त्याचा पत्रव्यवहार या संबंधात कसल्याही प्रकारची ढवळाढवळ होता कामा नये; तसे झाल्यास त्याविरुद्ध दाद आणि संरक्षण मिळण्याचा अधिकार प्रत्येकास आहे.

कलम १३ :

१) प्रत्येक व्यक्तीस प्रत्येक राष्ट्राच्या हद्दीत संचार आणि वास्तव्य करण्याचे स्वातंत्र्य आणि अधिकार आहे.

२) प्रत्येक व्यक्तीस स्वतःच्या देशासहित कोणताही देश सोडून जाण्याचा अथवा स्वतःच्या देशात परत येण्याचा अधिकार आहे.

कलम १४ :

१) प्रत्येक व्यक्तीस छळापासून मुक्तता करून घेण्यासाठी इतर देशात आश्रय मिळविण्याचा आणि तो उपभोगण्याचा अधिकार आहे.

२) बिगर-राजकीय स्वरूपाच्या गुन्ह्यांच्या संबंधात अथवा संयुक्त राष्ट्रांच्या उद्दिष्टांविरुद्ध असलेल्या कृत्यांसंबंधात वस्तुतः उद्भवलेल्या खटल्यांच्या बाबतीत या अधिकाराद्वारे आश्रय घेता येणार नाही.

कलम १५ :

१) प्रत्येकास राष्ट्रीयत्व मिळविण्याचा अधिकार आहे.

२) कोणाचेही राष्ट्रीयत्व जबरदस्तीने हिरावून घेता कामा नये, तसेच कोणालाही आपले राष्ट्रीयत्व बदलण्याचा अधिकार नाकारता कामा नये.

कलम १६ :

१) सज्ञान पुरुषांना आणि स्त्रियांना वंश, राष्ट्रीयत्व अथवा धर्म यांचे कोणतेही बंधन न ठेवता विवाह करण्याचा आणि कौटुंबिक जीवन जगण्याचा पूर्ण अधिकार आहे. त्याचप्रमाणे त्यांना विवाह करण्याचा, वैवाहिक बंधन पाळण्याचा किंवा त्यातून मुक्त होण्याचा समान हक्क आहे.

२) नियोजित जोडीदारांनी पूर्णत: स्वेच्छेने आणि परस्परसंमतीनेच विवाह करावा.

३) कुटुंब हे समाजाचा स्वाभाविक आणि मूलभूत सामूहिक घटक आहे आणि त्यास समाजाकडून आणि शासनाकडून संरक्षण मिळविण्याचा हक्क आहे.

कलम १७ :

१) प्रत्येकास स्वत:च्या तसेच इतरांसमवेत मालमत्ता धारण करण्याचा अधिकार आहे.

२) कोणाचीही मालमत्ता जबरदस्तीने हिरावून घेतली जाता कामा नये.

कलम १८ :

प्रत्येक व्यक्तीस विचारस्वातंत्र्य आणि आपल्या सदसद्विवेकबुद्धीनुसार वागण्याचे स्वातंत्र्य आहे. या अधिकारात स्वत:चा धर्म अथवा श्रद्धा बदलण्याच्या स्वातंत्र्याचा, एकट्याने आणि इतरांसह सामुदायिकरीत्या आपला धर्म अथवा श्रद्धाव्यवहारात, उपासनेत आणि आचरणात जाहीर रीतीने अथवा खासगी रीतीने व्यक्त करण्याचे स्वातंत्र्य आहे.

कलम १९ :

प्रत्येकास मतस्वातंत्र्य आणि भाषणस्वातंत्र्य असण्याचा अधिकार आहे. या अधिकारांत कोणतीही ढवळाढवळ न होता मत बाळगण्याच्या स्वातंत्र्याचा तसेच कोणत्याही प्रसारमाध्यमातून आणि सीमांचा विचार न करता माहिती आणि विचार ग्रहण करण्याचा प्रयत्न करणे, ती मिळविणे आणि ती इतरांना देणे या स्वातंत्र्यांचा समावेश होतो.

कलम २० :

१) प्रत्येक व्यक्तीस शांततापूर्ण रीतीने सभास्वातंत्र्य, संघटनास्वातंत्र्य असण्याचा अधिकार आहे.

२) कोणावरही एखाद्या संघटनेचा सभासद होण्याची सक्ती करता कामा नये.

कलम २१ :

१) प्रत्येक व्यक्तीस आपण स्वत: अथवा आपल्या इच्छेनुसार निवडलेल्या आपल्या प्रतिनिधीमार्फत आपल्या देशाच्या शासनात भाग घेण्याचा अधिकार आहे.

२) प्रत्येक व्यक्तीस आपल्या देशाच्या शासकीय सेवेत प्रवेश मिळविण्याचा समान अधिकार आहे.

३) जनतेची इच्छा हा शासकीय अधिकाराचा पाया असला पाहिजे. आणि ती इच्छा समान आणि सार्वत्रिक मतदानाच्या आधारे ठराविक कालाने घेतलेल्या आणि स्वच्छ अस्सल निवडणुकांद्वारे व्यक्त झाली पाहिजे. अशा निवडणुका गुप्त मतदान-पद्धतीने अथवा त्यासमान निर्बंधरहित पद्धतीने घेतल्या गेल्या पाहिजेत.

कलम २२ :

प्रत्येकास समाजाचा एक घटक या नात्याने सामाजिक सुरक्षितता प्राप्त करून घेण्याचा अधिकार आहे. राष्ट्रीय प्रयत्न आणि आंतरराष्ट्रीय सहकार्य यांचेद्वारे प्रत्येक राष्ट्राच्या व्यवस्थेनुसार आणि साधनसंपत्तीनुसार आपल्या प्रतिष्ठेस आणि आपल्या व्यक्तिमत्त्वाच्या मुक्त विकासासाठी अनिवार्य असलेले आर्थिक, सामाजिक आणि सांस्कृतिक अधिकार संपादन करण्याचा हक्क आहे.

कलम २३ :

१) प्रत्येक व्यक्तीस काम करण्याचा, आपल्या इच्छेप्रमाणे काम निवडण्याचा, कामाच्या न्याय्य आणि अनुकूल कलमांचा फायदा मिळविण्याचा आणि बेकारीपासून संरक्षण मिळविण्याचा अधिकार आहे.

२) कोणत्याही प्रकारे भेदभाव न करता समान कामाबद्दल समान वेतन मिळण्याचा अधिकार प्रत्येकास आहे.

३) काम करणाऱ्या प्रत्येक व्यक्तीस स्वत:च्या आणि आपल्या कुटुंबाच्या प्रतिष्ठेस साजेसे जीवन जगता येईल असे न्याय्य आणि योग्य परिश्रम करण्याचा आणि आवश्यक असल्यास सामाजिक संरक्षणाची इतर साधने मिळविण्याचा अधिकार आहे.

४) प्रत्येक व्यक्तीस आपल्या हितसंबंधांचे संरक्षण करण्यासाठी कामगार संघटना स्थापन करण्याचा आणि तिचे सदस्य होण्याचा अधिकार आहे.

कलम २४ :

वाजवी मर्यादा असलेले कामाचे तास आणि ठराविक मुदतीने पगारी सुट्ट्या धरून विश्रांती आणि आराम मिळण्याचा अधिकार प्रत्येक व्यक्तीस आहे.

कलम २५ :

१) प्रत्येक व्यक्तीस स्वत:चे आणि आपल्या कुटुंबीयांचे आरोग्य आणि स्वास्थ्य यांच्या दृष्टीने योग्य असे राहणीमान राखण्याचा अधिकार आहे. यामध्ये अन्न, वस्त्र, निवारा, वैद्यकीय मदत आणि इतर आवश्यक सामाजिक सुविधांचा समावेश होतो. त्याचप्रमाणे प्रत्येक व्यक्तीस बेकारी, आजारपण, अपंगत्व, वैधव्य, वार्धक्य इत्यादीमुळे किंवा तिच्या आवाक्याबाहेरील परिस्थितीमुळे उदरनिर्वाहाचे दुसरे साधन उपलब्ध नसल्यास, आवश्यक संरक्षण मिळण्याचा अधिकार आहे.

२) माता आणि मुले यांना विशेष देखरेख आणि मदत मिळविण्याचा हक्क आहे. सर्व मुलांना, मग ती औरस असोत वा अनौरस, समान सामाजिक संरक्षण मिळाले पाहिजे.

कलम २६ :

१) प्रत्येकास शिक्षण प्राप्त करण्याचा अधिकार आहे. किमान प्राथमिक आणि मूलभूत शिक्षण हे मोफत असले पाहिजे. तांत्रिक आणि व्यावसायिक शिक्षण सर्वसाधारणपणे उपलब्ध करून देण्यात आले पाहिजे आणि उच्च शिक्षण गुणवत्तेप्रमाणे सर्वांना सारखेच उपलब्ध असले पाहिजे.

२) ज्या योगे मानवी व्यक्तिमत्त्वाचा संपूर्ण विकास साधेल आणि मानवी अधिकार, मूलभूत स्वातंत्र्य याबद्दल आदरभावना दृढ होईल, अशी शिक्षणाची दिशा असली पाहिजे. तसेच शिक्षणाने सर्व राष्ट्रांमध्ये आणि वांशिक किंवा धार्मिक समुदायांमध्ये सलोखा, सहिष्णुता आणि मैत्री वृद्धिंगत झाली पाहिजे. शिवाय त्या योगे शांतता प्रस्थापित करण्याच्या संयुक्त राष्ट्रांच्या कार्यास चालना मिळाली पाहिजे.

३) आपल्या मुलांना कोणत्या प्रकारचे शिक्षण देण्यात यावे, हे ठरविण्याचा पूर्वाधिकार त्यांच्या माता-पित्यांना आहे.

कलम २७ :

१) प्रत्येक व्यक्तीस समाजातील सांस्कृतिक जीवनात मुक्तपणे भाग घेण्याचा, कलांचा आनंद उपभोगण्याचा तसेच वैज्ञानिक प्रगती आणि तिच्यापासून मिळणारे फायदे यात सहभागी होण्याचा अधिकार आहे.

२) आपण निर्माण केलेल्या कोणत्याही वैज्ञानिक, साहित्यिक किंवा इतर कलात्मक कृतींपासून निर्माण होणाऱ्या नैतिक आणि भौतिक हितसंबंधांबाबत संरक्षण मिळविण्याचा अधिकार प्रत्येकास आहे.

कलम २८ :

या जाहीरनाम्यात उद्धृत केलेले अधिकार आणि स्वातंत्र्य पूर्णपणे साध्य करता येतील, अशा सामाजिक आणि आंतरराष्ट्रीय व्यवस्थेचा प्रत्येकास अधिकार आहे.

कलम २९ :

१) समाजामध्ये आपल्या व्यक्तिमत्त्वाचा विकास पूर्णपणे आणि निर्वेधपणे करता येत असल्यामुळेच प्रत्येक व्यक्तीची समाजाप्रती काही कर्तव्ये असतात.

२) आपले अधिकार आणि स्वातंत्र्य यांचा उपभोग घेताना इतरांचे अधिकार आणि स्वातंत्र्य यास योग्य मान्यता मिळावी, त्यांचा योग्य तो आदर राखला जावा आणि लोकशाही समाजव्यवस्थेत नीतिमत्ता, सार्वजनिक सुव्यवस्था आणि सामान्य लोकांचे कल्याण या संबंधातील न्याय्य अशा आवश्यक गोष्टी पूर्ण केल्या जाव्यात, या आणि केवळ याच कारणांसाठी कायद्याने ज्या मर्यादा घालून दिल्या असतील, त्या मर्यादांच्या अधीन प्रत्येक व्यक्तीस राहावे लागेल.

३) संयुक्त राष्ट्रांचे उद्देश आणि तत्त्वे यांच्याविरुद्ध या अधिकारांचा आणि स्वातंत्र्यांचा वापर कोणत्याही स्थितीत करता कामा नये.

कलम ३० :

या जाहीरनाम्यात ग्रंथित केलेल्या अधिकारांपैकी कोणतेही अधिकार अथवा स्वातंत्र्ये नष्ट करण्याच्या उद्देशाने कोणतीही हालचाल अथवा कृती करण्याचा अधिकार कोणत्याही राष्ट्रास, गटास किंवा कोणत्याही व्यक्तीस आहे असे ध्वनित होईल, अशा रीतीने या जाहीरनाम्यातील कोणत्याही मजकुराचा अर्थ लावता कामा नये.

◆